सावित्रीबाई फुले पुणे विद्यापीठाच्या ऑगस्ट २०२३ पासून सुरू झालेल्या एम. कॉम च्या 'विपणन (विपणन तंत्रे)' या विषयाच्या अभ्यासक्रमासाठी व इतर विद्यापीठांच्या संबंधित अभ्यासक्रमासाठी उपयुक्त पुस्तक

विपणन
(विपणन तंत्रे)

[Course Code : 60126] (ME)

M.Com. - I (Sem. - I)

As per New Education Policy (2020)

Prin. Dr. Babasaheb Sangale
(M.Com., D.H.E., LL.B., Ph.D.)
Kamala Education Society, Pratibha College of Commerce and Computer Studies, Pune.

Prin. Dr. P. N. Shende
(M.Com., G. D. C. & A., D. H. E., Ph.D.)
Saraswati Mandir Night College Bajirao Road, Pune.

Dr. Shahaji Misal
(M.Com., Ph.D.)
C.T. Bora College, Shirur.

Dr. Manish P. Pawar
(M.Com., Ph.D.)
R.N.C. Arts, J.D.B. Commerce and N.S.C. Science College, Nashik.

२०२३

SUCCESS PUBLICATIONS

प्रकाशक :
डॉ. राजेश पाटणे
सक्सेस पब्लिकेशन्स
राधाकृष्ण अपार्टमेंट, ५३५ शनिवार पेठ,
आप्पा बळवंत चौक, प्रभात टॉकिज समोर, पुणे ४११ ०३०
फोन नं : ०२०-२४४३४६६२
मोबा. - ९३२५३१५४६४

आवृत्ती
२०२३

संपादक
श्री. वाल्मिक गायकवाड

अक्षरजुळणी :
कु. वर्षा लोखंडे

मुखपृष्ठ :
कु. वर्षा लोखंडे

***ISBN NO.* - 978-81-19180-97-4**

प्रस्तावना

सावित्रीबाई फुले पुणे विद्यापीठाच्या एम.कॉम. या शैक्षणिक वर्षासाठीच्या अभ्यासक्रमात या वर्षापासून सुधारणा करण्यात आली आहे. नवीन शैक्षणिक धोरण २०२० ची अंमलबजावणी करण्यात आली आहे. 'विपणन (विपणन तंत्रे)' या पेपरच्या अभ्यासक्रमात करण्यात आलेल्या सुधारणांची ऑगस्ट २०२३ पासून अंमलबजावणी होत आहे. या सुधारित अभ्यासक्रमासाठी उपयुक्त असलेले पुस्तक आपल्या हाती देताना विशेष आनंद होत आहे. उत्पादन आणि प्रक्रिया व्यवस्थापनाबाबत अनेक संदर्भ ग्रंथ प्रकाशित झालेले आहेत. मात्र, हे पुस्तक उत्पादन आणि प्रक्रिया व्यवस्थापन यावर प्रकाश टाकणारे उपयुक्त पुस्तक आहे.

प्रस्तुत पुस्तकात विपणन आणि विपणन पर्यावरण या संकल्पनांचे सविस्तर स्पष्टीकरण करण्यात आलेले आहे. विपणन नियोजन, विपणन अंमलबजावणी, विपणन व्यूहरचना, हरित विपणन आणि विपणन नवकल्पना या घटकांची विस्तृत माहिती देण्यात आली आहे. पुस्तकाच्या दुसऱ्या प्रकरणात विपणन मिश्र, उत्पादन मिश्र, उत्पादन व्यवस्थापन, ब्रँन्ड व्यवस्थापन आणि लेबलिंग या घटकांचा आढावा घेण्यात आला आहे. तसेच किंमत मिश्र, किंमत निर्धारण आणि किंमत धोरण याबाबत विवेचन करण्यात आले आहे. तिसऱ्या प्रकरणात स्थल मिश्र आणि वृद्धी मिश्र याबाबत सविस्तर माहिती देण्यात आली आहे. यादृष्टिने वितरण वाहिन्या, जाहिरात, व्यक्तिगत विक्री, प्रसिद्धी आणि वृद्धी मिश्र या घटकांचा आढावा घेण्यात आला आहे. शेवटच्या प्रकरणात जनसंपर्क, ई-मार्केटिंग, सोशल मिडिया मार्केटिंग, ग्राहक संवाद, लोक, प्रक्रिया, प्रत्यक्ष पुरावा या घटकांचा अभ्यास करण्यात आला आहे. एकूणच विपणन तंत्रांचे स्पष्टीकरण देणारे हे एक उपयुक्त पुस्तक आहे.

पुस्तक लेखनासाठी अनेक संदर्भ ग्रंथांची मदत झाली. पुस्तक लेखनाच्या बाबतीत महाविद्यालयाचे प्राचार्य, व्यवस्थापन सदस्य, सहकारी प्राध्यापक व प्राध्यापकेतर कर्मचारी, अभ्यासमंडळ सदस्य, विविध ग्रंथालयाचे ग्रंथपाल, विविध महाविद्यालयातील प्राध्यापक मित्र यांचे सहकार्य व प्रोत्साहन मिळाले. संदर्भ ग्रंथांच्या लेखकांसहीत इतर सर्वांविषयी आम्ही कृतज्ञता व्यक्त करतो. तसेच पुस्तकाचे प्रकाशक डॉ. राजेश पाटणे व सौ. विद्या पाटणे आणि सक्सेस पब्लिकेशन मधील कर्मचारी वर्ग यांच्याविषयी देखील आम्ही कृतज्ञता व्यक्त करतो.

With best wishes.

By Author

Syllabus

M. Com. (Sem. - I) (Course Code 60126) (ME)
Advanced Marketing (Marketing Techniques)

Unit	Contents	Lecture
1.	**Marketing Introduction & Marketing Environment** **1.1** Meaning, Definition, Elements, Objectives, Importance, Advantages & limitations, Evolution and Scope Approaches to the study of Marketing **1.2 Marketing Environment:** Meaning and Definition, Internal and external Environmental factors influencing the marketing environment **1.3** Marketing Planning and Execution **1.4** Marketing Strategy **1.5** Green Marketing **1.6** Marketing Innovation	15
2.	**Product Mix and Price Mix:** **2.1 Marketing Mix:** Meaning, Definition, Elements, Product Mix: Concept of Product, Product Lines, Product line length, depth, width. Product Mix Width. Product Simplification diversification and elimination **2.2 Product Management:** New product development and Product Life Cycle Brand Management: concept definition and history of brand/branding Brand Creation, Rebranding, Brand Positioning, Brand Equity Brand Contract, Brand Factory **2.3 Labelling:** Meaning and importance **2.4 Price Mix:** Meaning, Definition and Elements of price mix. Need, importance and objectives of pricing. Factors influencing pricing. Various Pricing Strategies	15

3.	**Place Mix and Promotion Mix** **3.1** Types of Distribution Channels, Advantages & Limitations, factors affecting selection of channel. **3.2 Promotion Mix :** Meaning, Elements of Promotion Mix **3.3 Advertising:** Concept, Classification, functions, benefits of advertising, Economic, Social & ethical issues, evaluating advertising effectiveness, Recent trends in advertising **3.4 Personal Selling:** Concept and importance, theories of selling, process of personal selling. Selling Methods, Limitations of personal selling. **3.5 Publicity:** Meaning, difference between advertising and publicity Sales Promotion: Meaning, Objectives and importance. Tools or techniques, Evaluation of sales promotion.	15
4.	**Public Relations, People Process and Physical Evidence** **4.1 Public Relation :** Concept, History, Tools of public relations, Role of Public Relation Officer **4.2 E-Marketing Promotion:** E mails, different types of Web advertising, blog spots, Online Sponsorships. **4.3** Social Media Marketing, People, Process and Physical Evidence People as a part of Marketing Mix, customer interaction, customer service Process as part of the Marketing Mix, Physical evidence/ Packaging	15

❖ अनुक्रमणिका ❖

विपणनाची ओळख आणि विपणन पर्यावरण

प्रकरण १

- १.१ विपणन
- १.२ विपणन पर्यावरण
- १.३ विपणन नियोजन
- १.४ विपणन अंमलबजावणी
- १.५ विपणन व्यूहरचना
- १.६ हरित विपणन
- १.७ विपणन नवकल्पना

प्रास्ताविक :

खुला व्यापार, जागतिक स्पर्धा, विविध वस्तु व सेवांची उपलब्धता आधुनिक संगणकीय व माध्यमाचा खुषीने वापरामुळे विपणनाचे कार्य फक्त विक्रीपुरते मर्यादित राहाते नाही तर त्याची व्याप्ती अनेक पटीने वाढली आहे. वस्तुची निर्मिती अगोदर व विक्री नंतर या प्रवर्ततामुळे विपणन व्यापारी जगतात केंद्रस्थापनी आले आहे. आधुनिक काळात उद्योजकता किंवा व्यावसायिकता यांच्या दृष्टीने 'विपणन' ही प्रक्रिया महत्त्वाची मानली जाते. विपणन हे व्यवस्थापनाचे एक महत्त्वपूर्ण कार्य मानले जाते. उद्योग–व्यवसायात उत्पादित होणारा माल ग्राहकांपर्यंत पोहोचविण्यासाठी विपणन प्रक्रिया प्रभावीपणे कार्यरत ठेवावी लागते. 'बाजारपेठ' ही संकल्पना विपणन प्रक्रियेच्या दृष्टीने महत्त्वाची आहे. कारण बाजारपेठांच्या माध्यमातूनच विपणन प्रक्रिया कार्यान्वित होते. उत्पादक आपल्या वस्तू व सेवा यांची विक्री करण्यासाठी बाजारपेठांना महत्त्व देतात. तसेच ग्राहक देखील बाजारपेठांच्या माध्यमातून वस्तू व सेवा यांची खरेदी करतात. त्यामुळे बाजारपेठांची रचना व स्वरूप विचारात घेवून विपणन प्रक्रियेचे व्यवस्थापनाच्या आखणी करावी लागते. विपणन व्यवस्थापन करताना विविध घटकांचा संदर्भ विचारात घ्यावा लागतो व विपणन प्रक्रियेचे स्वरूप निर्धारित केले जाते. विनिमयाची कार्ये, भौतिक पुरवठ्याची कार्ये, सहाय्यक कार्ये अशा विविध प्रकारची कार्ये विपणनाद्वारे पार पाडली जातात. आधुनिक काळात विपणन कार्यात मोठी वाढ घडून आलेली दिसते. विपणन कार्यावर व्यवसायाचे यश अवलंबून असते. त्यामुळे बाजारपेठेत विपणन उद्दिष्टांच्या पूर्ततेसाठी उत्पादक किंवा विक्रेते विविध तंत्राचा व मंत्राचा धोरणांचा अवलंब करतात. विपणनाचे यश हे पर्यावरणावर अवलंबून आहे. विपणन विभागाच्या सभोवतालच्या घटकांचा समावेश विपणन पर्यावरणात होतो. विपणन पर्यावरणात केवळ बाह्य घटकांचाच समावेश होत नाही तर अंतर्गत घटकांचा देखील समावेश होतो. विपणन पर्यावरणातील विविध घटक हे जर अनुकूल सहाय्यकारी असतील तर विपणन प्रक्रिया यशस्वीपणे राबवता येते. विपणन प्रक्रियेस प्रभावित करणाऱ्या या विविध पर्यावरणीय घटकांचा अभ्यास करणे अतिशय महत्त्वाचे आहे.

➩ १.१ विपणन :

विपणन हा शब्द नवीन नाही. आपण आपल्या दैनंदिन जीवनात विपणना संबंधित व्यवहाराशी निगडीत असतो. विपणन या शब्दाचे अर्थ विक्री करणे तर जाहिरातदाराच्या दृष्टीने विपणन म्हणजे जाहिरात करणे होय. उत्पादकाच्या दृष्टीने विपणन म्हणजे त्याने उत्पादित केलेल्या वस्तूंचे वितरणा पर्यंत विविध कार्यांची साखळी होय. अशा प्रकारे विपणन ही एक व्यापक संकल्पना आहे.

१.१.१ अर्थ :

'विपणन' प्रक्रिया सर्वसामान्य व्यक्तीच्या जीवनाशी निगडित असली तरी विपणन या शब्दाचा अर्थ विपणनाची उद्दिष्टे, पद्धती, ग्राहकांचा दृष्टिकोन इत्यादी अनेक घटकांनुसार बदलत असतो. त्यामुळे विपणनाची नेमकी व्याख्या करणे कठीण आहे. कारखानदार किंवा विक्रेत्यांच्या दृष्टीने विपणन म्हणजे वस्तूची विक्री करणे, ग्राहकांच्या दृष्टीने विपणन म्हणजे मालाची खरेदी करणे. जाहिरातदारांच्या दृष्टीने विपणन म्हणजे वस्तू व सेवांची मोठ्या प्रमाणावर जाहिरात करणे, गुदाम रक्षकांच्या दृष्टीने माल सुरक्षित ठेवणे तर वाहतूक कंपन्याच्या दृष्टीने वस्तू योग्य वेळी बाजारपेठेत पोहोचविणे असा होतो. त्यामुळे विपणन हा शब्द उत्पादित वस्तू/सेवा ग्राहकांपर्यंत पोहचविणे, विक्री नंतर सेवा पुरवून ग्राहक संबंध अधिक दृढ करणे अशा व्यापक संदर्भात वापरात आहे.

१.१.२ व्याख्या :

विपणन या शब्दाला इंग्रजीत Marketing हा शब्द वापरला जातो. तो Market या मूळ शब्दापासून बनलेला आहे. Market हा शब्द लॅटिन मधील Marcatus या शब्दापासून तयार झालेला असून त्याचा Merchandise या शब्दाशी जवळचा संबंध आहे. मराठीत 'विपणन' या शब्दात वि+पणन असे दोन शब्द असून, पणन या शब्दाला 'वि' हा धातू जोडलेला आहे. पणन याचा अर्थ मालाची विक्री करणे असा होतो व विपणन म्हणजे माल विकण्यास योग्य परिस्थिती करणे असा होतो. या विश्लेषणाशी पुष्टी करण्यासाठी पुढे काही व्याख्या दिलेल्या आहेत. अमेरिकेत विविध विद्यापीठांमध्ये विपणन शास्त्र शिकविणाऱ्या प्राध्यापकांच्या राष्ट्रीय संघटनेने विपणन शास्त्राची व्याख्या पुढीलप्रमाणे केलेली आहे :

१) विल्यम स्टँन्टन :

''विपणन एक विशिष्ट क्रिया नसून परस्परावर परिणाम घडवून आणणाऱ्या विभिन्न व्यापारी क्रियांना समाविष्ट करणारी प्रणाली आहे. या प्रणालीचा उद्देश वर्तमान तथा संभाव्य ग्राहकांच्या गरजा भागविण्यासाठी आवश्यक असलेल्या वस्तू व सेवा उपलब्ध करण्याच्या दृष्टीने योजना आखणे, किंमत ठरविणे, व्यापारात वाढ करणे व वस्तू व सेवांचे वितरण करणे हा असतो.''

२) कॉनव्हर्स, ह्युजी आणि मिशेल :

''स्थळ, काळ व स्वामित्त्व उपयोगिता निर्मितीसाठी कारणीभूत ठरणाऱ्या सर्व क्रियांचा समावेश विपणनात होतो. वस्तू व सेवांची ज्या ठिकाणी गरज भासते त्या ठिकाणी त्या उपलब्ध करून दिल्यामुळे, स्थान उपयोगिता निर्माण होते. ज्यावेळी सेवा व वस्तूंची गरज असते, त्यावेळी त्या उपलब्ध करून दिल्यास काळ उपयोगिता तर ज्या व्यक्तीला सेवा व वस्तूंची गरज आहे त्या व्यक्तीला त्या उपलब्ध करून दिल्यास मालकी किंवा स्वामित्व उपयोगितेची निर्मिती होते.''

३) पीटर ड्रकर :

''विपणन अशी प्रक्रिया आहे की, जिच्यामुळे बाजारपेठेच्या ठिकाणी साधने व विशिष्ट ज्ञानाचे आर्थिक मूल्यात परिवर्तन घडून येते.''

४) फिलिप कोटलर :

"विपणन अशी एक मानवी प्रक्रिया आहे की, जिचे उद्दिष्ट विपणन प्रक्रियांच्या माध्यमातून गरज व आवश्यकतांची पूर्तता केली जाते."

५) विपणनाची आधुनिक व्याख्या :

"ग्राहक, उपभोक्ता यांच्या गरजांचा शोध घेऊन, वस्तु व सेवांची निर्मिती करणे, वस्तु/सेवा वितरणात सर्व मध्यस्थांचे सहकार्य घेऊन ग्राहकाची मागणी पूर्ण करणे, तीव्र स्पर्धा काळातही वस्तु/सेवांची मागणी टिकवून ठेवणे व ग्राहकांच अधिकचे समाधान देण्याचा सातत्याने प्रयत्न करणे. विपणनाच्या वरील व्याख्यांचा विचार केल्यानंतर विपणनाच्या व्याख्यांसारख्या नसल्याचे दिसते. काळ व परिस्थितीनुसार विपणनाच्या व्याख्यांमध्ये बदल होत गेलेला आहे. दळणवळणातील क्रांतीमुळे विपणनाची व्याप्ती ई-विपणना पर्यंत वाढली आहे. त्यामुळे विपणनाची सर्वमान्य व्याख्या आढळून येत नाही."

६) *"उत्पादनापासून उपभोक्त्यापर्यंत वस्तू व सेवांना प्रवाहित करण्याच्या उद्देशाने करण्यात येणाऱ्या विभिन्न व्यावसायिक क्रियांचा विपणनात समावेश होतो."*

१.१.३ विपणनाचे घटक :

विपणनाचे महत्वाचे घटक पुढील प्रमाणे सांगता येतील :

१) दोन गटांचे अस्तित्व :

व्यावसायिका कृतींच्या व्यापारीकरणासाठी, विपणन प्रक्रियेमध्ये दोन गटांचे असणे अत्यंत आवश्यक आहे. उदा. खरेदीदार आणि विक्रेता. या दोन्ही गटांचे अस्तित्व खूप आवश्यक असते त्यामुळे ग्राहकाची संघटनात्मक उद्दिष्ट्ये आणि वैयक्तिक समाधानाची देवाणघेवाण निर्माण होते. विक्रेत्याच्या गैरहजेरीत, खरेदीदार काहीही खरेदी करू शकत नाही. आणि खरेदीदाराच्या गैरहजेरीत विक्रेता कोणत्याही वस्तूची विक्री करू शकत नाही. बाजारपेठेचे सरळ/साफ कार्य आणि विपणन कार्य आणि व्यविस्थत कामकाज विक्रेता आणि ग्राहक यांच्या उद्यावर अवलंबलेले असते.

२) आकर्षण :

ग्राहक आणि विक्रेता यांच्यामध्ये सतत आकर्षण असले पाहिजे. ग्राहकाला ज्या वस्तूत रूची असेल अशा वस्तूंची विक्रत्याने विक्री करावी. तसेच ग्राहक आणि विक्रेत्यामधील सततच्या आकर्षणामुळे एकमेकांत सुसंवाद राखला जातो.

३) प्रभावी सुसंवाद :

वस्तू आणि सेवांच्या देवाणघेवाणीसाठी, दोन गटांमध्ये प्रभावी सुसंवाद असणे खूप आवश्यक आहे. सुसंवाद जाहिरात, विक्री लोक, समोरासमोर संभाषण, इ.द्वारे राखला जातो.

४) बिनशर्त कामकाज :

दुसऱ्या गटाने पाठवलेला प्रस्ताव नाकारण्यासाठी प्रत्येक गटाला स्वातंत्र्य असते. खरेदी आणि विक्री करार हा बिनशर्त असायला हव. उदा. खरेदीदार काही स्थितीत वस्तू नाकारू शकतो. यात कमी दर्जाची गुणवत्ता, अधिक मूल्य, वस्तूंची चुकीची बांधणी किंवा पाठविणे, विक्री सेवानंतर उशीर इ. तसेच विक्रेता काही परिस्थिती वस्तूंची विक्री करण्याचे नाकारू शकतो. जसे वस्तूंची कमी किमत, ठरविलेली किंमत उशीरा मिळणे, परिस्थित ग्राहक आणि विक्रेता खरेदी किंवा विक्री करण्याचे नाकारू शकतात.

५) नैतिक व्यवसाय :

विपणन प्रक्रियेद्वारे ग्राहक विक्रेत्याचे दिर्घकाळ नातेसंबंध हे योग्य दरात वस्तू आणि सेवांचा सतत पुरवठा करून त्यांचे नातेसंबंध उभारले जातात. तसेच जर दोन्ही गटांची खात्री पटली म्हणजे विक्रेत्याला जर असे वाटले की, त्याला योग्य किंमत मिळत आहे आणि खरेदीदाराला जर वाटले की, खरेदीच्या प्रक्रियेतून त्याच्या गरजा समाधानकारकरित्या पूर्ण होत आहेत, तर त्या दोन्ही गटात इच्छित, कायदेशीर आणि नैतिक व्यवसाय करण्याचे मान्य करतात.

१.१.४ विपणनाची उद्दिष्टे :

विपणनाची उद्दिष्टे खालीलप्रमाणे आहेत :

१) उत्पादनांची निर्मिती आणि मागणी :

कोणत्याही विपणन क्रियाकलापांचे प्राथमिक उद्दिष्ट उत्पादनांची मागणी निर्माण करणे आणि बुद्धिमान विपणन प्रयत्नांद्वारे सातत्याने मागणी राखणे आणि सुधारणे हे आहे.

२) विक्री प्रदेशांचा विकास :

विपणन विभाग आणि विक्री प्रदेश विकसित करण्यासाठी ते उत्पादकांना विक्रीचे प्रमाण सुधारण्यास आणि वेगवेगळ्या प्रदेशांमध्ये भिन्न चव, फॅशन, आवडी आणि नापसंती असलेल्या विविध प्रकारच्या ग्राहकांपर्यंत पोहोचण्यास सक्षम करते.

३) अंदाजित परिणाम :

चांगल्या फायदेशीर परिणामासाठी मार्गदर्शक धोरणे आणि त्यांची अंमलबजावणी विकसित करणे. हे एखाद्या संस्थेला विक्रीशी संबंधित विविध समस्यांचे निराकरण करण्यास आणि विक्री क्रियाकलापांवर, विशेषत: विक्री करणार्यांवर प्रभावी नियंत्रण ठेवण्यास मदत करते. योग्य मार्गदर्शन आणि सकारात्मक दृष्टीकोन निर्माण करून ते केले जाते.

४) माहितीच्या स्त्रोतांचे निर्धारण :

विपणन समस्यांबद्दल अधिक माहितीसाठी स्त्रोत शोधण्यासाठी पुरवठादार, व्यापारी, स्पर्धक, सरकारी अधिकारी, ग्राहक आणि सामान्य जनता अशा विविध स्त्रोतांद्वारे माहिती संकलित केली जाते. संस्थेच्या विक्रीचे प्रमाण वाढवण्यासाठी आणि समस्यांचा अभ्यास करून उपाय सुचवण्यासाठी माहितीचे पद्धतशीरपणे विश्लेषण केले जाते आणि त्याचा अर्थ लावला जातो.

५) ग्राहकांच्या समाधानाची पूर्तता :

सर्व विपणन क्रियाकलाप वाढलेल्या ग्राहकांच्या दिशेने निर्देशित केले पाहिजेत, जसे की कार्यक्षम विक्री-पश्चात सेवा, दर्जेदार वस्तूंचा पुरवठा आणि वाजवी किमतीत उत्पादने. ग्राहकांच्या तक्रारींचे तात्काळ निराकरण केले जाते आणि विद्यमान उत्पादनांमध्ये काही बदल केले जातात किंवा नावीन्य केले जाते ग्राहकांच्या जास्तीत-जास्त समाधानासाठी उत्पादनाची विक्री केली जाते.

६) समाजाच्या सामाजिक कल्याणासाठी कार्य :

प्रत्येक संस्थेने आपल्या ग्राहकांप्रती, कर्मचारी, मालक, पुरवठादार, व्यापारी, सरकार आणि संपूर्ण समाजाप्रती काही सामाजिक जबाबदाऱ्या पार पाडाव्यात. उदाहरणार्थ, ग्राहकांनी उपस्थित केलेल्या शंका आणि आक्षेपांना त्यांनी तत्पर उत्तर दिले पाहिजे. दुसरीकडे, त्यांनी अल्पसंख्याक भागधारकांच्या हिताचे रक्षण केले पाहिजे. कंपनीने वेळेवर कर भरल्यामुळे कंपन्यांना देशातील नागरिकांना मूलभूत सुविधा प्रभावीपणे पुरवता येतात. थोडक्यात, संस्थेचे यश किंवा अपयश हे सामाजिक जबाबदारी पेलण्याच्या संस्थेच्या क्षमतेवर अवलंबून असते.

७) भिन्नता निर्माण करणे :

विपणन व्यवसायांना त्यांची उत्पादने किंवा सेवा बाजारातील प्रतिस्पर्ध्यांपेक्षा वेगळे करण्यास मदत करते. प्रभावी ब्रँडिंग आणि पोझिशनिंग ब्रँडला एक वेगळी ओळख देते आणि त्याला इतरांपेक्षा वेगळे करते.

८) नवीन बाजारपेठांमध्ये विस्तार करणे :

जेव्हा व्यवसाय नवीन भौगोलिक बाजारपेठांमध्ये प्रवेश करण्याचा प्रयत्न करतात किंवा नवीन ग्राहक विभागांना लक्ष्य करतात, तेव्हा त्या क्षेत्रांमध्ये उपस्थिती निर्माण करण्यासाठी आणि ग्राहकांना आकर्षित करण्यासाठी विपणन महत्त्वपूर्ण ठरते.

९) ग्राहक अनुभव वाढवणे :

ब्रँडचे सर्व स्पर्शबिंदू सकारात्मक, अखंड आणि समाधानकारक आहेत याची खात्री करून विपणनाचे प्रयत्न एकूण ग्राहक अनुभव सुधारण्यात योगदान देऊ शकतात.

१०) ग्राहकाचे आजीवन मूल्य वाढवणे :

ग्राहकांच्या गरजा समजून घेऊन आणि निष्ठा निर्माण करून, प्रत्येक ग्राहकाचे दीर्घकालीन मूल्य वाढवणे हे विपणनाचे उद्दिष्ट आहे. समाधानी ग्राहक पुनरावृत्ती खरेदीमध्ये गुंतण्याची आणि ब्रँडचे प्रवक्ते बनण्याची अधिक शक्यता असते.

१.१.५ विपणनाचे महत्त्व :

विपणनाचे महत्त्व विविध पैलूंच्या दृष्टीने पुढीलप्रमाणे स्पष्ट करता येईल :

अ) आर्थिक विकासाच्या दृष्टीने विपणनाचे महत्त्व :

आर्थिक विकासाच्या दृष्टीने विपणनाचे असणारे महत्त्व पुढील मुद्यांच्या आधारे जाणून घेता येईल :

१) शेती व औद्योगिक क्षेत्राचा विकास :

प्रत्येक देशात शेती व औद्योगिक क्षेत्राचा विकास घडवून आणण्यात विपणनाचा वाटा मोठा आहे. प्रगत विपणन व्यवस्थेमुळे शेतीमध्ये तयार होणारे धान्य किंवा उद्योगांमध्ये तयार होणारा माल योग्य वेळी व योग्य किमतीला विकला जातो. त्यामुळे शेतकरी व कारखानदार यांना उत्पादन वाढीची प्रेरणा मिळून ते उत्पादन वाढवितात. अशारितीने विपणन व्यवस्था शेती व उद्योगांच्या विकासाला मदत करते.

२) रोजगारात वाढ :

विपणनात खरेदी व विक्री या महत्त्वाच्या क्रिया समाविष्ट असल्या तरी त्यांच्याबरोबर अनेक सेवाक्षेत्रांचा विकास होतो. खरेदी-विक्रीचे व्यवहार सुलभ व्हावे म्हणून विमा कंपन्या, वाहतूक कंपन्या, अर्थपुरवठा करणाऱ्या वित्तीय संस्था, मालाचा साठा करणाऱ्या साठवणुक संस्था शितगृहे इ. चाही विकास होतो. त्यामुळे मोठ्या प्रमाणावर रोजगाराची संधी उपलब्ध होते. विशेषत: विकसनशील देशात बेकारीची समस्या सोडविण्यासाठी मोठ्या प्रमाणावर प्रयत्न करावे लागतात म्हणून विकसनशील देशात विपणन व्यवस्थेला महत्त्वाचे स्थान आहे.

३) मंदीवर मात :

समुद्रात भरतीनंतर ओहोटी येणे किंवा दिवसानंतर रात्र येणे हा जसा निसर्गाचा नियम आहे, तसेच अर्थव्यवस्थेत तेजीनंतर मंदी येत असते. मंदीमुळे बाजारात वस्तू उपलब्ध असून त्यांना मागणी नसल्याचे आढळून येते; परंतु विपणन प्रक्रियेमुळे समाजातील क्रयशक्ती योग्य दिशेने प्रवाहित करण्याचे प्रयत्न होत असतात व त्यामुळे मंदीच्या काळातही वस्तूंना मागणी येते व अशा तऱ्हेने मंदीवर नियंत्रण ठेवून, अर्थकरचा गतिमान करण्यासाठी विपणनाची मदत होते.

४) जीवनमानात वाढ :

विपणनाच्या विकासामुळे वाहतूक व दळणवळणाच्या सोयीचा विकास होतो. त्यामुळे दूर दूर असणारी खेडी व अविकसित विभाग बाजारपेठांशी जोडले जातात. त्यामुळे ग्रामीण भागातील लोकांची क्रयशक्ती योग्य पद्धतीने वापरली जाते. विपणनाच्या सोयीमुळे ग्राहकांना अनेक पर्यायी वस्तूची निवड करता येते व त्यामुळे त्यांच्या जीवनमानात वाढ होऊ शकते.

५) राष्ट्रीय व आंतरराष्ट्रीय व्यापारात वाढ :

विपणन व्यवस्थेमुळे देशी व विदेशी व्यापारात वाढ होते. बाजारपेठांचा विस्तार झाल्यामुळे ग्राहकांच्या संख्येत वाढ झाली व या वाढीमुळे व्यापार-उद्योगांचा विकास होऊन त्यांच्या उत्पादनात वाढ होत आहे. अशा तऱ्हेने विपणनामुळे वस्तूंना फक्त देशीच नव्हे, तर विदेशी बाजारपेठही मिळत आहे. त्यामुळे रोजगार, गुणवत्ता साढीला चालना मिळते.

ब) उत्पादकांच्या दृष्टीने विपणनाचे महत्त्व :

उत्पादक किंवा कारखानदारांनी तयार केलेल्या वस्तूंची विक्री करण्यासाठी त्यांना विपणन व्यवस्थेचा आधार घ्यावा लागतो किंबहुना विपणन व्यवस्थेवरच उत्पादकांचे भवितव्य अवलंबून असते. त्यामुळेच त्यांच्या दृष्टीने विपणनाला अनन्यसाधारण महत्त्व आहे. ते पुढीलप्रमाणे :

१) वेळ व खर्चात बचत :

वस्तूंची विक्री करण्यासाठी वितरणाचे अनेक मार्ग उपलब्ध आहेत. प्रत्येक उत्पादक आपली कुवत व आर्थिक साधने लक्षात घेऊन वितरण मार्गाची निवड करतो. त्यामुळे उत्पादकाच्या वेळेत व खर्चातही बचत होते.

२) उत्पादनास योग्य किंमत :

विपणन व्यवस्थेमुळे कारखानदारांच्या वस्तू योग्य वेळी बाजारात पोहोचविल्यामुळे त्यांना योग्य किंमत मिळते. तसेच किमान विक्रीची हमी त्यांना मिळते.

३) उत्पादकावरील भार कमी :

विपणन व्यवस्थेमुळे उत्पादकांना वस्तूच्या विक्रीची चिंता नसते. विपणन व्यवस्थेद्वारे उत्पादकाच्या वस्तूची विक्री होणार असल्याची खात्री असल्यामुळे त्यांना उत्पादनावर जास्त लक्ष केंद्रित करता येते. थोडक्यात, उत्पादक विक्रीच्या चिंतेतून मुक्त होतात. व वस्तुच्या विकास व गुणवत्तेकडे अधिक लक्ष देऊ शकतात.

४) समाजाशी संबंध :

प्रत्येक देशातील विपणन व्यवस्था उत्पादक व समाज यांना जोडणारी एक महत्त्वाची कडी आहे. या कडीच्या सुदृढतेवर देशाचा आर्थिक विकास अवलंबून असून, समाजाची संपन्नताही तिच्यावर अवलंबून असते. उत्पादकांना विपणन व्यवस्थेमार्फतच समाजापर्यंत पोहोचता येते.

क) ग्राहकांच्या दृष्टीने विपणनाचे महत्त्व :

विपणन व्यवस्थेचा केंद्रबिंदू किंवा कणा ग्राहक आहे. देश किंवा उत्पादकांच्या दृष्टीने जसे विपणनास महत्त्व आहे, तसेच ग्राहकांच्या दृष्टीनेही आहे. यासंदर्भात पुढील मुद्दे महत्त्वाचे आहेत :

१) गरजांची पूर्तता :

विपणनामुळे ग्राहकांच्या गरजा पूर्ण होतात. ग्राहक विविध प्रकारचे असून, त्यांच्या गरजाही भिन्न भिन्न स्वरूपाच्या असतात; पण या सर्व गरजापूर्तीचे काम विपणनाद्वारे करण्याचा प्रयत्न होतो.

२) आर्थिक क्षमतेनुसार खरेदी :

ग्राहकांना त्यांच्या अपेक्षेनुसार वस्तू मिळत असल्यामुळे प्रत्येकाला आपल्या उत्पन्नानुसार जीवनमानात सुधारणा करण्याची संधी प्राप्त होते. विपणन व्यवस्थेमुळे ग्राहकांना केवळ मुबलक प्रमाणावरच वस्तू मिळत नाहीत, तर विविध वस्तूंच्या विपुलतेमुळे ते आपल्या आर्थिक कुवतीनुसार वस्तू खरेदी करू शकतात.

३) आवडी – निवडीस वाव :

विविध वस्तूंची खरेदी करून ग्राहक आपल्या गरजा भागवित असले तरी वस्तूंची खरेदी करणे एवढेच ग्राहकाचे ध्येय नसते. विपणन व्यवस्थेमुळे ग्राहकांच्या आवडी-निवडीला वाव मिळतो. ज्या वस्तू आवडत नाहीत, त्यांची ग्राहकांना खरेदी करण्याचे बंधन नाही. ज्या वस्तू आवडतात त्यांचीच प्रामुख्याने खरेदी केली जाते. त्यामुळे वस्तू खरेदीचे समाधान अनेक पर्याय ग्राहकांना मिळतात.

४) किंमत नियंत्रणाचा अप्रत्यक्ष फायदा :

ग्राहक वस्तूची खरेदी करताना तिच्या किमतीकडे लक्ष देतात. ज्यावेळी विपणन खर्चात वाढ होते, त्यावेळी वस्तूच्या किमतीतही वाढ होते; परंतु आजकाल बाजारात एकाच प्रकारच्या अनेक उत्पादकांच्या वस्तू विक्रीस येत असल्यामुळे, प्रत्येक उत्पादक विपणन खर्चावर नियंत्रण ठेवण्याचा प्रयत्न करतो. अर्थातच, त्याचा फायदा ग्राहकांना मिळतो.

१.१.६ विपणनाचे फायदे :

व्यवसायांना चालना देण्यासाठी आणि वाढविण्यासाठी विपणन महत्त्वपूर्ण भूमिका बजावते. ते विविध फायदे देते, कंपनीच्या यशात आणि वाढीस हातभार लावते. विपणनाचे फायदे पुढीलप्रमाणे आहेत :

१) वाढलेली विक्री :

प्रभावी विपणन धोरणे संभाव्य ग्राहकांपर्यंत पोहोचून आणि त्यांचे मन वळवून उत्पादन किंवा सेवा विक्रीला चालना देतात. विपणन जागरूकता निर्माण करण्यात, स्वारस्य निर्माण करण्यात आणि शेवटी खरेदी निर्णय घेण्यास विपणन मदत करते.

२) ब्रँड जागरूकता :

विपणन ब्रँड दृश्यमानता आणि ओळख वाढवते. सातत्यपूर्ण आणि चांगल्या प्रकारे अंमलात आणलेल्या विपणन मोहिमा ग्राहकांना ब्रँड लक्षात ठेवण्यास आणि त्यावर विश्वास ठेवण्यास मदत करतात, ज्यामुळे ग्राहकांची निष्ठा आणि विक्री वाढते.

३) बाजाराचा विस्तार :

विपणन व्यवसायांना नवीन बाजारपेठा शोधण्यास आणि त्यांचा ग्राहक आधार वाढविण्यास सक्षम करते. हे न वापरलेल्या संधी ओळखण्यात आणि नवीन लोकसंख्याशास्त्र किंवा भौगोलिक प्रदेशांपर्यंत पोहोचण्यासाठी धोरणे तयार करण्यात मदत करते.

४) ग्राहक प्रतिबद्धता :

विपणन ग्राहकांशी द्वि-मार्गी संवाद वाढवते. सोशल मीडिया परस्परसंवाद, ईमेल विपणन आणि सामग्री विपणन यासारख्या आकर्षक विपणन मोहिमा व्यवसायांना त्यांच्या प्रेक्षकांशी संवाद होऊ देतात, त्यांच्या समस्यांचे निराकरण करतात आणि अभिप्राय गोळा करतात.

५) स्पर्धात्मक फायदा :

प्रभावी विपणन कंपन्यांना प्रतिस्पर्ध्यांपासून वेगळे करण्यास मदत करते. अद्वितीय विक्री बिंदू अधोरेखित करणे आणि उत्पादन किंवा सेवेचे फायदे प्रदर्शित करणे व्यवसायाला स्पर्धात्मक धार देते.

६) उत्पादन विकास :

विपणन संशोधन आणि अभिप्राय ग्राहकांच्या गरजा व प्राधान्यांबद्दल मौल्यवान माहिती प्रदान करतात. ही माहिती उत्पादन विकास आणि सुधारणांना मार्गदर्शन करते, हे सुनिश्चित करते की ग्राहकांना काय हवे आहेत ते व्यवसाय देतात.

७) नातेसंबंध निर्मिती :

विपणन हे केवळ विक्रीसाठी नाही तर ग्राहकांशी चिरस्थायी संबंध निर्माण करणे यासाठी देखील आहे. प्रभावी विपणन एक निष्ठावान ग्राहक आधार तयार करते जे कालांतराने ब्रँडला समर्थन देत राहते.

८) तथ्य आणि माहिती :

विपणन मौल्यवान तथ्य आणि माहिती व्युत्पन्न करते. ग्राहकांचे वर्तन, बाजारातील प्रवाह आणि मोहिमेच्या कामगिरीचे विश्लेषण करून, व्यवसाय माहितीपूर्ण निर्णय घेऊ शकतात आणि त्यांच्या धोरणांमध्ये सुधारणा करू शकतात.

९) किफायतशीर जाहिरात :

विशेषत: डिजिटल विपणनाच्या वाढीमुळे विपणन खर्च-प्रभावी असू शकतो. ऑनलाइन जाहिराती, सोशल मीडिया आणि ई-मेल विपणन पारंपारिक जाहिरात पद्धतींच्या खर्चाच्या एका अंशाने मोठ्या प्रेक्षकांपर्यंत पोहोचतात.

१०) मोजता येण्याजोगे परिणाम :

अनेक विपणन प्रयत्न मोजता येण्याजोगे आहेत. व्यवसाय विपणन मोहिमांच्या कार्यप्रदर्शनाचा मागोवा घेऊ शकतात, त्यांना परिणाम पर्याप्त करण्यासाठी रिअल-टाइममध्ये धोरणे समायोजित करण्यास चालना देतात.

११) ग्राहक शिक्षण :

विपणन ग्राहकांना उत्पादन किंवा सेवेची वैशिष्ट्ये, फायदे आणि वापर याबद्दल शिक्षित करते. हे संभाव्य ग्राहकांना उत्पादन किंवा सेवा त्यांच्या गरजा कशा पूर्ण करू शकतात हे समजण्यास मदत करते.

१२) दीर्घकालीन वाढ :

दीर्घकालीन व्यवसाय वाढीसाठी विपणन हा एक आवश्यक घटक आहे. एक सातत्यपूर्ण आणि सुनियोजित विपणन धोरण कालांतराने ग्राहक आणि कमाईचा स्थिर प्रवाह सुनिश्चित करते.

१३) जागतिक पोहोच :

विपणन, विशेषतः डिजिटल माध्यमांद्वारे, जागतिक प्रेक्षकांपर्यंत पोहोचू शकते. हे व्यवसायांना आंतरराष्ट्रीय बाजारपेठांमध्ये शिरकाव करण्याची आणि त्यांच्या ग्राहक आधारामध्ये विविधता आणण्याची संधी देते.

१.१.७ विपणनाचे तोटे :

विपणनाच्या काही मर्यादा पुढीलप्रमाणे सांगता येईल :

१) खर्च :

विपणन महाग असू शकते, विशेषतः लहान व्यवसायांसाठी. जाहिराती आणि बाजार संशोधन कंपनीच्या अंदाजपत्रकावर ताण आणू शकतात आणि गुंतवणुकीवर परतावा नेहमीच हमी देत नाही.

२) अकार्यक्षमता :

सर्व विपणन प्रयत्नांमुळे अपेक्षित परिणाम मिळत नाहीत. काही विपणन मोहिमा ग्राहकांकडून अपेक्षित प्रतिसाद निर्माण करण्यात अयशस्वी होऊ शकतात, ज्यामुळे आर्थिक नुकसान होते.

३) संपृक्तता :

अत्यंत स्पर्धात्मक बाजारपेठांमध्ये, लक्ष्यित प्रेक्षकांपर्यंत पोहोचणे आव्हानात्मक असू शकते. ग्राहकांवर विपणन संदेशांचा भडिमार केला जातो, ज्यामुळे कोणत्याही एका मोहिमेला वेगळे करणे कठीण होते.

४) ग्राहकांची वर्तणूक बदलणे :

ग्राहकांचे वर्तन गतिमान आहे आणि ते वेगाने बदलते. भूतकाळात प्रभावी असलेली विपणन धोरणे वेगळ्या बाजार वातावरणात कार्य करू शकत नाहीत.

५) नैतिक समस्या :

विपणनामधील नैतिक समस्या, जसे की फसव्या जाहिराती किंवा माहिती गोपनीयतेच्या समस्या, कंपनीच्या प्रतिष्ठेला हानी पोहोचवू शकतात आणि कायदेशीर व नियामक समस्यांना कारणीभूत ठरू शकतात.

६) कमी झालेला विश्वास :

अत्यधिक किंवा फेरफार विपणनामुळे ग्राहकांचा विश्वास कमी होतो. जेव्हा ग्राहकांना असे वाटते की विपणन संदेश निष्पाप किंवा दिशाभूल करणारे आहेत, तेव्हा ते ब्रँडच्या प्रतिष्ठेला हानी पोहोचवू शकतात.

७) अनाहूतपणा :

विपणन कधीकधी अनाहूत किंवा त्रासदायक म्हणून समजले जाते, विशेषत: जेव्हा त्यात अवांछित जाहिराती किंवा ऑनलाइन अतिरीक्त लक्ष्यीकरण समाविष्ट असते.

८) मर्यादित नियंत्रण :

ग्राहकांना त्यांची उत्पादने किंवा सेवा कशा समजतात यावर कंपन्यांचे मर्यादित नियंत्रण असते. सार्वजनिक मत आणि पुनरावलोकने ब्रँडच्या प्रतिष्ठेवर लक्षणीय परिणाम करू शकतात.

९) बाजार संपृक्तता :

विकसित बाजारपेठेत, नवीन ग्राहकांपर्यंत पोहोचणे आव्हानात्मक असते कारण बहुतेक संभाव्य ग्राहक आधीच विद्यमान ब्रँड आणि उत्पादनांबद्दल जागरूक असतात.

१०) जागतिक फरक :

जागतिक स्तरावर विपणन प्रयत्नांचा विस्तार करण्यासाठी विविध संस्कृती, भाषा आणि ग्राहकांच्या वर्तनाची सखोल माहिती आवश्यक आहे. एका बाजारात जे कार्य करते ते दुसर्यासाठी योग्य असू शकत नाही.

११) अल्पकालीन उद्दिष्ट :

काही विपणन धोरणे अल्प-मुदतीच्या फायद्यासाठी तयार केलेली असतात आणि दीर्घकालीन ब्रँड-निर्मिती किंवा ग्राहकांच्या निष्ठेमध्ये योगदान देऊ शकत नाहीत.

१२) अंदाजपत्रक मर्यादा :

लहान व्यवसायांकडे मर्यादित विपणन अंदाजपत्रक असते, जे मोठ्या कॉर्पोरेशनशी स्पर्धा करण्याच्या त्यांच्या क्षमतेस अडथळा आणतात.

१३) बदलते तंत्रज्ञान :

तंत्रज्ञानाच्या जलद उत्क्रांतीसाठी विपणन धोरणांचे सतत रुपांतर करणे आवश्यक आहे. नवीनतम विपणन साधने आणि प्लॅटफॉर्मसह अद्ययावत राहणे आव्हानात्मक असते.

१४) मापन आव्हाने :

विपणन प्रयत्नांचा परिणाम अचूकपणे मोजणे कठीण होऊ शकते. विशिष्ट विपणन मोहिमेसाठी विशिष्ट परिणाम ांचे श्रेय देणे आव्हानात्मक असते.

१५) कायदेशीर आणि नियामक अनुपालन :

विपणन क्रियाकलाप कायदे आणि नियमांच्या जटिल जाळ्याच्या अधीन आहेत, जे देश आणि उद्योगानुसार बदलतात. पालन करण्यात अयशस्वी झाल्यास कायदेशीर समस्या उद्भवू शकतात.

१.१.८ विपणनाची उत्क्रांती :

मानवी निकाला बरोबर विपणनाचा विस्तार व विकास झाला आहे. मर्यादित गरजा स्वयंपूर्ण खेडे, यंत्राची वाटप, अधिकचे उत्पादन इ. विपणन विस्तारीत आहे. खालील टप्प्यांद्वारे विपणनाची उत्क्रांती स्पष्ट करता येईल :

१) वस्तुविनि मय टप्पा :

या अवस्थेमध्ये वस्तूचे उत्पादक आपल्या वस्तूची विक्री, रोख स्वरूपात आपल्या कडील वस्तु दुसऱ्यांना देऊन आपल्या गरजा भागवत असतात या ठिकाणी लोक आपल्याकडे असलेल्या वस्तूच्या बदल्यात आपल्याला हवी असलेली वस्तू दुसऱ्या व्यक्तीकडून घेत होते. त्या काळात पैशाने वस्तूचे (उत्पादन खरेदी-विक्री करणे अशी बाजारातील प्रगत अवस्था नव्हती. लोक एका ठरावीक ठिकाणी एकत्र येऊन वस्तूंची देवाण-घेवाण करीत असत आणि या नंतरच बाजारपेठेची संकल्पना वास्तवात आली. या अवस्थेलाच विपणनाची प्रथम अथवा प्रारंभिक अवस्था मानले जाते.

२) औद्योगिक क्रांती टप्पा (उत्पादन काळ) :

१७६० साली पहिली औद्योगिक क्रांती झाली. मोठमोठ्या यंत्रसामग्रीचा शोध, मागणीप्रमाणे मोठ्या संख्येने उत्पादन, शहरीकरण, उत्पादनाचे केंद्रीकरण, उत्पादनाची यांत्रिकी प्रणाली ही या औद्योगिक क्रांतीची काही महत्त्वाची वैशिष्ट्ये आहेत. याबरोबरच संदेशवहन आणि वाहतुकीच्या साधनात झालेल्या प्रगतीने त्याला हातभार लावला. उत्पादकांनी त्यांच्या व्यवसायाची उत्पादकता वाढविण्यास सुरूवात केली. पुरवठ्याशी तुलना करता निरनिराळ्या उत्पादनांना आश्चर्यकारक अशी मागणी वाढू लागली. अशा प्रकारे उत्पादित सर्व मालाची विक्री होऊन माल शिल्लक राहात नव्हता. विक्रीवृद्धीसाठी प्रयत्न होत नव्हते. या काळात उद्योग आणि स्पर्धा यामध्ये लक्षणीय वाढ दिसून येते. उत्पादकांच्या असे लक्षात येऊ लागले की, कंपनी किंवा व्यवसाय संघटनेच्या इत्यादी व सेवा किंवा वस्तू पूर्णपणे विकणे हे सोपे काम नाही.

उत्पादन काळामध्ये ग्राहकांच्या गरजा भागवून त्यांचे समाधान करण्याच्या दृष्टीने नाविण्यपूर्ण वस्तू आणि नवनवीन आकाराच्या वस्तू तयार करण्यासाठी व्यावसायिक संघटनांनी संशोधन आणि विकास उपक्रमात गुंतवणूक करण्यास सुरूवात केली. हळूहळू उत्पादक त्यांच्या वस्तू/उत्पादनात ब्रॅण्ड, वैशिष्ट्ये, कार्यक्षमता, विक्री पश्चात सेवा इत्यादींच्या आधारावर आपला वेगळेपणा निर्माण करू लागल्या. अशा प्रकारे या काळामध्ये व्यवसाय संघटनांनी वस्तू/उत्पादन दर्जेदार बनविण्याकडे आणि त्यामध्ये अनुभवावर आधारित नवीन तंत्रज्ञान उपयोग करून सुलभ कार्य पद्धतीचा विकास घडवून आणण्याच्या दृष्टीने आपले लक्ष केंद्रित करण्यास सुरूवात केली.

३) विक्री अवस्था :

या काळामध्ये संदेशवहन आणि दळणवळण यात आमूलाग्र सुधारणा झाल्या होत्या. लोकांच्या राहणीमानाचा दर्जा सुधारला होता. संपूर्ण उद्योगधंद्यांची कार्यक्षमता स्पर्धेला तोंड देण्याच्या दृष्टीने विकसित झालेली होती. व्यवसाय संघटनांनी त्यांच्या उत्पादन विक्रीमध्ये पूर्ण रस घेण्यास सुरूवात केली. प्रसिद्धी आणि विक्रय वृद्धी उपक्रमांमधून काही प्रमाणावर वृद्धी प्रयत्न करण्यात आले. आपल्या वस्तू पुन:पुन्हा लोकांना खरेदी करण्यास भाग पाडण्यासाठी उत्पादकांना कठीण जात होते. ग्राहकांच्या हक्क व हितसंबंधाचे संरक्षण करण्यासाठी ग्राहक चळवळ अस्तित्वात आली. अशा परिस्थितीत उद्योजक आणि उत्पादक यांनी नवीन पर्याय शोधण्यास सुरूवात केली. त्यालाच बाजारपेठाभिमुख अवस्था या नावाने ओळखले जाते.

४) बाजारपेठाभिमुख अवस्था :

या अवस्थेमध्ये, उद्योगधंद्यांमध्ये असे लक्षात आले की, उद्योगांना त्यांच्या उत्पादनाची विक्री करण्याकरता प्रभावी/ परिणामकारक व्यूहरचना आणि प्रशिक्षित विक्री कर्मचारी यांच्याशिवाय गत्यंतर नाही. उत्पादकांनी

ग्राहकांचे मानसशास्त्र अभ्यासण्यास सुरूवात केली. अशा प्रकारे बाजारपेठेतील गरजा आणि अपेक्षा निश्चित करण्याच्या दृष्टीने ग्राहकांचे महत्त्व लक्षात येऊ लागले. ग्राहकांना खूष करण्यासाठी ग्राहकांच्या मागणीप्रमाणे वस्तू उपलब्ध करून देण्याची आवश्यकता लक्षात घेतली जाऊ लागली. बाजारपेठेतील स्पर्धेने व्यवसाय संघटनांना त्यांच्या वस्तू आणि सेवा यांचे दर स्पर्धात्मक ठेवणे भाग पडू लागले. अशा प्रकारे उद्योगाचे सर्व लक्ष विपणन उपक्रमांवर केंद्रित होऊ लागले. त्यामध्ये जास्तीतजास्त नफा मिळविण्यासाठी ग्राहकांच्या गरजा आणि अपेक्षा पूर्ण करून त्यांना पूर्णपणे समाधानी ठेवणे गरजेचे आहे हे तत्त्व पुढे आले.

५) सामाजिक दायीत्व/जबाबदारी/बांधिलकी काळ :

या अवस्थेमध्ये व्यवसाय जगताने सामाजिक जबाबदारी स्वीकारणे हे महत्त्वाचे कार्य आहे असा व्यवसाय संघटनेमध्ये विश्वास निर्माण झाला. त्यांच्या असे लक्षात आले की जर त्यांनी सामाजिक जबाबदारी पूर्ण करण्यास महत्त्व दिले तर त्यांचे अधिकाधिक नफा मिळविण्याचे ध्येय पूर्ण होऊ शकते. कंपनीचा जन्म समाजातच होत असतो. कोणत्याही व्यवसायाचे अस्तित्व, विकास आणि वाढ ही समाजाच्या मान्यतेवर अवलंबून असते अशी मान्यता मिळविण्याच्या उद्देशाने व्यवसाय संघटनांनी प्रदूषण, बेरोजगारी, निरक्षरता, अंधश्रद्धा, बाल श्रमिक, दारिद्र्य, आणि कॅन्सर, एडस्, कुष्ठरोग यासारखे रोग या समस्यांकडे लक्ष देण्यास सुरूवात केली. आधुनिक उद्योगांचे यशापयश अशा सामाजिक विपणनावर अवलंबून असते कारण ते ग्राहकांच्या हृदयाला जाऊन भिडते आणि समाजामध्ये आपलेपणाची भावना निर्माण करते.

१.१.९ विपणनची व्याप्ती :

आपण बऱ्याचदा स्वरूप आणि व्याप्ती या शब्दांची गल्लत करतो आणि ते दोन्ही एकच आहेत असे गृहीत धरतो आणि त्यामुळे विपणनाचे स्वरूप आणि विपणनाची व्याप्ती यामध्ये फरक नाही असे समजले जाते. मात्र, प्रत्यक्षात तसे नाही तर या दोन शब्दात फरक आहे. विपणनाची व्याप्ती ही मर्यादित किंवा व्यापक असू शकते. मर्यादित किंवा पारंपरिक अर्थाने विपणन म्हणजे व्यवसायातील अनेकविध कार्ये जे वस्तू किंवा सेवा या उत्पादकांपासून ग्राहकांपर्यंत पोहोचवितात, तर विपणन व्याप्तीमध्ये उत्पादन सुरू होण्यापूर्वीपासून ते ग्राहकांचे समाधान या सर्व बाबींचा समावेश होतो. विपणन व्याप्तीमध्ये वस्तू आणि सेवा यांची हमी आणि विक्री नंतरची सेवा या बाबींचाही समावेश होतो.
विपणन व्याप्तीमध्ये खालील बाबींचा समावेश होतो.

१) ग्राहक संशोधन :

आधुनिक विपणन कृती ग्राहक संशोधनाने सुरू होतात. ग्राहक संशोधन हे ग्राहक गुणधर्म, प्रवृत्ती, आवडी-निवडी, सवयी आणि ग्राहकांच्या कंपनीच्या उत्पादनासंबंधीची अपेक्षा व प्रतिक्रिया आणि अग्रक्रम यांची माहीती शोध आणि विश्लेषण या गोष्टीशी संबंधित असते. या सर्वांचा उपयोग करून ग्राहकांच्या गरजांप्रमाणे वस्तू/उत्पादनांची निर्मिती केली जाते आणि त्या ग्राहकांना त्यांच्या इच्छित स्थळी पुरविल्या जातात. ग्राहक संशोधनाचा मूळ आधार ''ग्राहक हा राजा आहे'' हे घोषवाक्य वर आधारित आहे.

२) उत्पादन आणि किंमत धोरण निश्चिती :

आधुनिक विपणन उपक्रमांमध्ये प्रत्यक्ष उत्पादन सुरू होण्यापूर्वीच उत्पादनाचा आकार, रंग, वजन, आराखडा, ब्रॅण्ड, लेबल, व्यापारी चिन्ह, संवेष्टण इत्यादी संदर्भात धोरणे निश्चित केली जातात. किंमत धोरणाच्या संदर्भात उत्पादनाचा खर्च आणि बाजारातील प्रचलित स्पर्धा लक्षात घेऊन धोरणे निश्चित केली जातात. कही वेळस किंमत कमी किंवा जास्त केल्या जातात अशा प्रकारे विपणन व्याप्तीमध्ये वस्तू/उत्पादन आणि किंमत निश्चिती धोरण यांचाही समावेश होतो.

३) वितरण मार्गांची निश्चिती :

वितरण मार्ग म्हणजे व्यक्ती आणि व्यवसाय संस्था यांचा असा एक समूह असतो जो उत्पादने उत्पादकांपासून ग्राहकांपर्यंत पोहोचवतात. या घटकांचा मुख्य उद्देश असतो योग्य मार्गांनी कमीतकमी खर्चात लवकरात लवकर ग्राहकांपर्यंत वस्तू/उत्पादने पोहचविणे. वितरणाचे हे कार्य विविध वितरण मार्गांतर्फे केले जाते. उदा. ठोक विक्रेते, किरकोळ विक्रेते, प्रतिनिधी इत्यादी. जर हे मार्ग योग्य नसतील तर उत्पादन अपयशी ठरू शकते. अशा प्रकारे वितरण मार्ग निश्चिती हाही घटक विपणन व्याप्तीत येतो. वितरणासाठी वेगवेगळ्या ग्राहकांसाठी विविध वाहतुक पर्यायांचा वापर केला जातो. मुख्य उद्देश योग्यवेळी, कमी जातो गुणवत्तेला बाधा न येता वस्तू/सेवा पोहचविणे हा असावा.

४) विक्रयवृद्धी निर्णय :

विक्रयवृद्धी म्हणजे असे उपक्रम जे ग्राहकांना वस्तू खरेदी करण्यासाठी उद्युक्त करतात. वस्तू/उत्पादनाला बाजारपेठ उपलब्ध करून देण्याच्या दृष्टीने असे कार्यक्रम आखले जातात. यामध्ये विविध प्रकारच्या पद्धती वापरल्या जातात. उदा. ग्राहक वृद्धी पद्धती, वितरक वृद्धी पद्धती. विपणन कार्यामध्ये या संदर्भातील निर्णय घेतले जातात. उत्पादनाच्या यशापयशास या निर्णयांना अनन्यसाधारण महत्त्व असते. आजकाल विक्री वाढीसाठी नेळावे, जाहिराती, नमुनाक्रम चाचणी इ. पद्धतींचा अवलंब केला जातो.

५) विक्रीयोत्तर सेवा :

आधुनिक विपणनाचे अंतिम उद्दिष्ट ग्राहक समाधान हे आहे. ग्राहकांचे जास्तीतजास्त समाधान होण्याच्या दृष्टीने ग्राहकांना काही विक्रीयोत्तर सेवा प्रदान केल्या जातात. उदा. उत्पादनाची हमी, हमी काळात मोफत दुरुस्ती, वापरल्यानंतर मंजुरी, वस्तु बदल किंवा पैसे परत देणे इ. त्यामुळे आधुनिक विपणनात विक्रीनंतरच्या सेवेकाळी तितकिचे महत्त्व आहे.

६) विपणन संशोधन :

विपणन व्याप्तीमध्ये विपणन संशोधनाचाही अंतर्भाव होतो. विपणन संशोधन म्हणजे वस्तू आणि सेवा यांच्या विपणनाशी संबंधित समस्यांबाबत माहिती गोळा करणे, नोंदविणे व तिचे विश्लेषण करणे होय. अशा प्रकारे विपणन संशोधन हे विपणनातील एक महत्त्वाचे कार्य आहे. विपणन संशोधनात खालील महत्त्वाच्या बाबी संदर्भात संशोधनाचा समावेश होतो.

i) बाजारपेठ संशोधन.

ii) विक्री संशोधन.

iii) जाहिरात संशोधन.

iv) उत्पादन संशोधन.

v) विक्री पद्धती संशोधन.

vi) खरेदी हेतू संशोधन.

vii) निर्यात विपणन संशोधन.

viii) स्पर्धांचे संशोधन.

ix) पर्यायी उत्पादनांसाठी संशोधन व विकास.

x) ग्राहकाच्या बदलणाऱ्या आवड-निवडीबाबत संशोधन.

xi) देशांतील/परदेशातील अर्थकारण, राजकीय, सामाजिक बदलांबाबत संशोधन इ.

या संशोधनाचा प्रधान हेतू उत्पादनात आवश्यक बदल करून बाजारपेठेतील आपला हिस्सा शाबुत ठेवणे हा असावी.

७) बाजारपेठ विभागीकरण :

विपणन व्याप्तीमध्ये बाजारपेठ विभागीकरणाचाही अंतर्भाव होतो. यामध्ये समान आवडी-निवडी, गरजा इत्यादींच्या आधारावर बाजारपेठांचे विभागीकरण करण्यात येते आणि त्या आधारावर विपणन उपक्रमांचे आयोजन केले जाते.

१.१.१० विपणनाच्या अभ्यासाचे दृष्टिकोन :

विपणनाच्या अभ्यासाचे दृष्टिकोन पुढीलप्रमाणे विशद केले आहेत :

१) वस्तु दृष्टीकोन :

या प्रकारामध्ये एखाद्या वस्तुचा उत्पादक ते ग्राहकांपर्यंत होणाऱ्या प्रवासावर भर दिलेला असतो. यामध्ये त्या वस्तूंचे उत्पादन, उत्पादक, पुरवठा, पुरवठ्याच्या अटी, मागणीचे प्रमाण, स्वरुप व वाहतूक वितरण मार्ग इत्यादी सर्वांचा अभ्यास केला जातो.

२) संस्थाविषयक दृष्टीकोन :

कोणतीही वस्तू उत्पादकांपासून ग्राहकांपर्यंत पोहोचेपर्यंतच्या प्रक्रियेत अनेक संस्थांच्या सेवा उपयोगी ठरतात. उदा. दलाल, व्यापारी, बँका, विमा कंपन्या, उत्पादक, वाहतूकदार, इत्यादी. या संस्था विपणन कार्यास मदत करणाऱ्या असल्याने त्यांचा अभ्यास या अभ्यासमार्गात महत्त्वाचा असतो. या संस्थांच्या कार्यपद्धतीचा अभ्यास केला जातो. असे करत असताना एक बाब लक्षात ठेवणे आवश्यक असते ती म्हणजे केवळ या संस्थांचा अभ्यास करून एकूण विपणनक्रिया स्पष्ट होत नाही. त्यांचा समग्र व सुक्ष्मलक्षी अभ्यास करणे गरजेचे आहे.

३) व्यवस्थापकीय दृष्टीकोन :

विपणन हे व्यवस्थापकीय कार्य आहे यालाच निर्णय प्रक्रिया मार्ग असेही म्हणतात. पर्यावरणातील घटक विपणनात बदल घडविण्यास कारणीभूत ठरतात. या संकल्पनेवर आधारीत असा हा अभ्यासमार्ग आहे. विपणनामध्ये अनेक निर्णय घ्यावे लागतात. उदा. विपणन संघटना, उत्पादन, वितरण धोरण, प्रत्यक्ष वितरण, किंमत धोरण, जाहिरात आणि व्यक्तिगत विक्री, इत्यादी विपणन व्यवस्थापनाचा अभ्यास या अभ्यासमार्गात केला जातो. विपणन संकल्पनेचा अभ्यास करण्याची ही एक अद्ययावत पद्धती आहे. या अभ्यासमार्गाने प्रामुख्याने विपणन कार्यकारी अधिकारी विपणन संकल्पनेचा सूक्ष्म पातळीवर अभ्यास करतात. त्यामुळे या पद्धतीला 'सूक्ष्म अभ्यासपद्धती' असेही म्हणतात.

४) परंपरागत दृष्टीकोन :

विपणन संकल्पनेच्या अभ्यासाचा हा सगळ्यात जुना मार्ग / पद्धती आहे. पूर्वी वस्तुविनिमयाद्वारे खरेदी–विक्री होत असे. त्यानंतर हळूहळू आतापर्यंत विविध टप्प्यात विपणन विकसित होत गेले. पूर्वी गरजांची पूर्ती होत असेल तरच विपणन शक्य होत असे.

५) व्यवस्था अभ्यासपद्धती :

या पद्धतीमध्ये विपणन ही एक व्यवस्था अथवा यंत्रणा आहे, यावर भर दिलेला असतो. यामध्ये यंत्रणा या शब्दाला विशेष महत्त्व आहे. यामध्ये अनेक विभाग कार्यरत असतात. अशा अनेक भागांची एक सुसंघटित यंत्रणा असते. या सर्व भागांच्या एकमेकांशी नियमितपणे आंतरक्रिया चालू असतात. अशा व्यवस्थेस यंत्रणा असे म्हणतात. यंत्रणेतील आदान–प्रदान यावर ही पद्धती भर देऊन विपणनाचा अभ्यास करते. या संपूर्ण यंत्रणेतील विपणन हा एक उपविभाग आहे त्यामुळे विपणनला एक उपयंत्रणा असेही मानले जाते. विपणन संकल्पनेच्या अभ्यासाठी ही एक उत्तम पद्धती आहे.

६) विपणन कार्याचा दृष्टीकोन :

आजचे युग 'विपणन युग' म्हणून ओळखले जाते. या युगाच्या अभ्यासालाच विपणनकार्याचा मार्ग या पद्धतीने सुरुवात झाली. विपणन कार्यामध्ये अंतर्भूत असलेल्या निरनिराळ्या कार्याचे व बाबींचे विश्लेषण या अभ्यासमार्गात केले जाते. विपणन कार्यामध्ये नेहमी करावी लागणारी मुख्य कार्ये आठ प्रकारची आहेत. ती म्हणजे खरेदी,

विक्री, वाहतूक, संग्रहण, प्रमाणीकरण, प्रतवारीकरण, वित्तपुरवठा आणि बाजारपेठेचा अभ्यास, इत्यादी या पद्धतीमध्ये या कार्याचे विश्लेषण करून त्यांचा विशेष अभ्यास केला जातो.

७) संकल्पनात्मक अभ्यासपद्धती :

विपणन कार्ये, संस्था आणि धोरणे यांचे सैद्धांतिक विश्लेषण केले जाते व त्यामधून संकल्पनात्मक पद्धतीने विपणनाचा अभ्यास केला जातो. विपणनात येणाऱ्या समस्या लक्षात घेऊन त्यातून बाहेर पडण्याचा मार्ग शोधण्याकामी ग्राहक वर्तणुकीचे काल्पनिक आकृतिबंध निर्माण केले जातात व त्याआधारे विविध विपणन परिस्थितीत ग्राहकांच्या कोणत्या प्रतिक्रिया होऊ शकतात याचा अभ्यास केला जातो. त्याद्वारे अनुमान काढून कृती कार्यक्रम ठरविला जातो.

८) आंतरविद्याशाखीय दृष्टीकोन :

विपणन संकल्पनेचा शास्त्रयुद्ध अभ्यास करण्यासाठी या शास्त्रीय मार्गाचा उपयोग केला जातो. या अभ्यास पद्धतीमध्ये समाजशास्त्र, भौतिकशास्त्र, वाणिज्य, संख्याशास्त्र, इत्यादी विविध शाखीय दृष्टिकोनांचा विचार केला जातो. या अभ्यासाद्वारे संकल्पना व सिद्धांत अधिक स्पष्ट केले जातात व विपणनविषयक समस्या शोधून व त्या सोडविण्याचा प्रयत्न केला जातो.

९) सारसंग्राहक अभ्यासपद्धती :

कोणत्याही गोष्टीवर निरनिराळी मते प्रदर्शित केली जातात. या सर्व मतांतून उत्तम मतांचा संग्रह केला जातो. यामध्ये निरनिराळ्या अभ्यासमार्गातील उत्कृष्ट मते, मुद्दे यांचे एकत्रीकरण करून या सारसंग्राहक अभ्यासपद्धतीचा उगम झाला आहे. सर्व मतांचा अभ्यास करून विपणन संकल्पना उत्कृष्ट करण्याचे काम ही पद्धती करते म्हणून तिला सारसंग्राहक अभ्यासपद्धती असे म्हणतात.

⇨ १.२ विपणन पर्यावरण :

व्यवसायास ग्राहकांसोबत योग्य प्रकारचे संबंध प्रस्थापित करण्याच्या प्रक्रियेवर जे बाह्य विपणन विषयक घटक प्रभावित करतात त्यांचा समावेश विपणन पर्यावरणात केला जातो. बिगर-विपणनविषयक घटक हे विपणन व्यवस्थापकाच्या ग्राहकांशी अनुकूल संबंध प्रस्थापित करण्याच्या क्षमतेस प्रभावित करत असतात. विपणन पर्यावरणात सामाजिक प्रभावांचा समावेश असणारे समग्र पर्यावरण आणि व्यवसायाशी संबंधित घटकांचा प्रभाव असणारे सूक्ष्म पर्यावरण यांचा समावेश होतो. विपणन पर्यावरणाच्या पुढील दोन पातळ्या आहेत.

अ) अंतर्गत पर्यावरण :

व्यवसायातील छोटे प्रवाह की ज्यांचा व्यवसायाच्या ग्राहकांची सेवा करण्याच्या क्षमतेवर परिणाम घडून येतो.

ब) बाह्य पर्यावरण :

मोठ्या प्रमाणावरील सामाजिक प्रवाह की जे सूक्ष्म पर्यावरणास प्रभावित करतात.

१.२.१ अर्थ :

विपणन पर्यावरणामध्ये विपणन व्यूहरचनेवर परिणाम करणाऱ्या सर्व अंतर्गत आणि बाह्य घटकांचा समावेश होतो. या घटकांपैकी काही घटक हे व्यवस्थापनाच्या नियंत्रणाखाली असतात. तर काही घटक हे व्यवस्थापनाच्या नियंत्रणाबाहेर असतात. व्यवसायाचे नियोजन आणि धोरणे त्याचप्रमाणे सर्वंकष उद्दिष्टे यांच्यावर विपणन पर्यावरण घटकांचा परिणाम होतो. बहिर्गत पर्यावरण घटकांमध्ये नैसर्गिक, राजकीय, सामाजिक, सांस्कृतिक, कायदेशीर, आर्थिक आणि तांत्रिक इत्यादी घटकांचा समावेश होतो. अंतर्गत पर्यावरणात संस्कृती, इतिहास, अधिकारी वर्ग, संघटन रचना, कार्ये इत्यादींचा समावेश होतो. विपणन व्यवस्थापनाला अशा पर्यावरणात काम करावे लागते.

१.२.२ व्याख्या :

विपणन पर्यावरणाच्या व्याख्या पुढीलप्रमाणे जाणून घेता येतील :

१) फिलीप कोटलर :

"विपणन पर्यावरणात व्यवसाय संघटनेच्या विपणन व्यवस्थापन कार्याच्या बाहेरच्या घटकांचा समावेश होतो जे घटक विपणन व्यवस्थापनाची ठरलेल्या ग्राहकांशी यशस्वी व्यवहार करणे आणि तो विकसित करण्याच्या क्षमतेवर परिणाम घडवून आणत असतात."

२) विल्यम जी ग्लुक :

"विपणन पर्यावरणात अशा आर्थिक, शासकीय, बाजारपेठ, पुरवठादार, तांत्रिक, भौगोलिक व सामाजिक घटकांचा समावेश होतो की जे व्यवसायाच्या संधी व धोके यांना निर्धारित करतात."

३) स्कीनर :

"विपणन पर्यावरणात स्पर्धा, नियंत्रण, राजकारण, समाज, आर्थिक स्थिती आणि तंत्रज्ञान अशा सर्व संघटनेबाहेरील प्रवाहांचा समावेश होतो की, जे प्रत्यक्ष किंवा अप्रत्यक्षपणे विपणन क्रियांना प्रभावित करतात."

१.२.३ विपणन पर्यावरणावरती प्रभाव टाकणारे अंतर्गत आणि बाह्य घटक :

व्यवसायाच्या विपणन व्यवस्थेस प्रभावित करणाऱ्या पर्यावरणीय घटकात विविधता आढळून येते. यात काही घटक हे नियंत्रणक्षम असतात, तर काही घटक हे नियंत्रणाच्या पलीकडील असतात. त्यामुळे बदलत्या पर्यावरणास अनुसरून व्यवसायाच्या धोरणात बदल घडवून आणणे ही विपणन व्यवस्थापकाची जबाबदारी असते. विपणन पर्यावरण हे विपणनास प्रभावित करणाऱ्या घटकांनी व शक्तींनी मिळून बनलेले असते. हे घटक अंतर्गत आणि बाह्य अशा दोन्ही स्वरूपाचे असतात. पुढील मुद्यांच्या आधारे त्यांचा आढावा घेता येईल :

अ) अंतर्गत पर्यावरण :

व्यवसाय संघटनेच्या अंतर्गत सिमेरेषेतील निर्णयांना व व्यूहरचनांना प्रभावित करणारे अनेक घटक असतात. या सर्व घटकांचा समावेश अंतर्गत पर्यावरणात होतो. व्यवसायाची विपणन व्यवस्था ही उत्पादन, वित्त आणि इतर क्षमताद्वारे प्रभावित होत असते. त्यामुळे विपणन प्रक्रियेस प्रभावित करणाऱ्या अंतर्गत घटकांची माहिती जाणून घेणे योग्य ठरेल.

१) मानवी संसाधने :

संघटनात्मक यशस्वितेसाठी आवश्यक असणाऱ्या मानवी संसाधनांचे नियोजन व विकास यांचा यात समावेश होतो. व्यवसायातील उत्पादन प्रक्रिया कार्यरत राहण्यासाठी मनुष्य संसाधनांची मोठ्या प्रमाणावर आवश्यकता असते. त्यामुळे व्यवसायाचे सामर्थ्य आणि कमकुवतपणा हा तेथील कामगारांच्या कौशल्यावर व कार्यक्षमतेवर अवलंबून असतो. व्यवसायात जेव्हा आधुनिकीकरणाचा स्वीकार केला जातो तेव्हा काही समस्या निर्माण होतात. त्यामुळे व्यवसायाने आपल्या कामगारांची क्षमता व कौशल्य यांची वाढ घडवून आणण्यावर सतत भर दिला पाहिजे. तसेच कामगारांचा पाठिंबा हा व्यवस्थापनास विपणन निर्णयांची आखणी व अंमलबजावणी करण्याच्या दृष्टीने सहाय्यक ठरतो.

२) व्यवसायाची प्रतिष्ठा :

व्यवसायाची किंवा कंपनीची प्रतिष्ठा कशी आहे, याचा देखील विपणन प्रक्रियेवर परिणाम होत असतो. बाजारपेठेत एखाद्या व्यवसायाचे स्थान किंवा दर्जा कसा आहे, याचा त्या व्यवसायाच्या विपणन प्रक्रियेवर प्रभाव पडत असतो. जो व्यवसाय प्रतिष्ठित मानला जातो, तेथील विपणन प्रक्रिया कार्यक्षम बनते. याऊलट प्रतिष्ठा नसणाऱ्या उद्योगास मात्र, विपणन प्रक्रिया कार्यरत ठेवण्यात अडचणी येतात.

३) व्यवस्थापन संरचना :

पूर्वीच्या काळात, उद्योगांचे व्यवस्थापन हे एका विशिष्ट उद्योजकाद्वारे पार पाडले जाते. आजच्या काळात मात्र, व्यवस्थापकीय मंडळामार्फत सर्व महत्त्वाचे निर्णय घेतले जातात. त्यामुळे काही महत्त्वपूर्ण निर्णय घेत असतांना संचालक मंडळातील सदस्यांचे असणारी पत महत्त्वाची ठरते. बऱ्याच वेळेस निर्णय घेताना मतभेद होत असतात. म्हणजेच व्यवस्थापनाची संरचनाही विपणनाच्या अंतर्गत पर्यावरणास निर्धारित करत असते.

४) भौतिक मालमत्ता :

भांडवलाचा मुबलक प्रमाणावर पुरवठा, उत्पादन मालाचा सुरळीतपणे पुरवठा, उत्पादन क्षमतेची उच्च पातळी हे सर्व घटक भौतिक मालमत्तेवर आधारित असतात. त्यामुळे विपणन व्यवस्थापकाने या घटकांचा नेहमी विचार केला पाहिजे. भौतिक मालमत्ता उपलब्ध असल्यावरच विपणन प्रक्रिया चांगल्या प्रकारे पार पाडता येत असते.

५) तांत्रिक क्षमता :

आधुनिक समाजव्यवस्थांमध्ये महत्त्वपूर्ण समस्यांचे निराकरण करण्याबाबत तंत्रज्ञानाचे महत्त्व वाढले आहे. त्यामुळे जो व्यवसाय तंत्रज्ञानाचा मोठ्या प्रमाणावर वापर करतो त्यास स्पर्धेत इतरांपेक्षा जास्त फायदा होतो. त्यासाठी व्यवसायाने संशोधन आणि विकास विभागांची स्थापना करुन नावीन्यास प्रोत्साहन देणे आवश्यक असते. थोडक्यात, संशोधन आणि विकास व तांत्रिक क्षमता याद्वारे व्यवसायाची स्पर्धा क्षमता निर्धारित होते.

६) विपणन संसाधने :

हुशार विपणन व्यक्ती, चांगली प्रतवारी उत्कृष्ट विक्री करणारे घटक, ओळखजन्य वस्तू, व्यापक व सुरळीत वितरण जाळे आणि वस्तू व सेवांची पातळी वाढविणाऱ्या यंत्रणा यासारख्या विपणन संरचना निर्माण करण्यातुन व्यवसायास फायदा होतो. म्हणजे व्यवसायाकडे जेवढ्या जास्त प्रमाणावर विपणन संसाधने उपलब्ध असतील व जेवढ्या चांगल्या प्रकारे त्यांचा वापर केला जाईल तेवढा त्या व्यवसायास फायदा होतो.

७) वित्तीय घटक :

भांडवल संरचना, वित्तीय स्थिती यांसारख्या घटकांद्वारे देखील व्यवसायाची कामगिरी प्रभावित होत असते. काही महत्त्वाच्या व्यूहरचना व निर्णय हे वित्तीय घटकांशी निगडित असतात. खासगी व सार्वजनिक अशा दोन्ही प्रकारच्या व्यवसाय संस्थांचे अस्तित्त्व हे वित्तपुरवठ्यावर अवलंबून असते. त्यामुळे वित्तीय घटक हे अंतर्गत पर्यावरणाचा भाग आहेत.

ब) बाह्य पर्यावरण :

व्यवसाय हा ज्या ठिकाणी कार्यरत असतो, तेथील बाह्य घटकदेखील त्या व्यवसायास प्रभावित करत असतात. हे बाह्य घटक व्यवसायाच्या नियंत्रणा पलीकडील असतात. या बाह्य घटकांचे मिळून विपणनाचे बाह्य पर्यावरण आकारास येते. बाह्य पर्यावरणाचे सूक्ष्म पर्यावरण आणि समग्र पर्यावरण असे दोन प्रकार पडतात.

१) सूक्ष्म पर्यावरण :

पुरवठादार, विपणन मध्यस्थ, स्पर्धक, ग्राहक आणि जनता या घटकांच्या दैनंदिन क्रियांमुळे व्यवसायावर जो प्रभाव पडतो, त्यास सूक्ष्म पर्यावरण असे म्हणतात. सूक्ष्म पर्यावरण हे सर्वच प्रकारच्या व्यवसायांना प्रभावित करते असे नाही तर व्यवसायाच्या स्वरुपावर हा प्रभाव अवलंबून असतो. विपणनाच्या सूक्ष्म पर्यावरणात पुढील घटकांचा समावेश होतो :

i) कंपनी :

कंपनी किंवा व्यवसाय संस्थेतील अंतर्गत घटकांचा विपणन पर्यावरणाशी संबंध येतो. कंपनीतील वरिष्ठ पातळीवरील व्यवस्थापकांची विपणनविषयक धोरणे, तत्वज्ञान, आधुनिक तंत्रज्ञानाचा अवलंब, विपणन डावपेच व निर्णय,

विपणन संशोधन व विकास, उत्पादनातील नाविन्यता, व्यवस्थापक आणि कर्मचारी यातील संबंध, साधनसामग्रीची उपलब्धता इत्यादी घटकांचा विपणन वृद्धीवर परिणाम होतो. व्यवसायामध्ये कुशल कर्मचाऱ्यांची संख्या अधिक असण्यास व्यवसायाची कार्यक्षमता वृद्धींगत होते. कंपनीमध्ये साधनसामग्री गुणवत्तेची उपलब्ध झाल्यास उत्पादनाची गुणवत्ता सुधारते. आधुनिक तंत्रज्ञानाचा अवलंब केल्यास उत्पादनामध्ये वाढ करणे शक्य होते. यामुळे विक्री वृद्धीस चालना मिळते. अशा बाबी पोषक असल्यास विपणन वृद्धीस चांगले पर्यावरण उपलब्ध होते.

ii) पुरवठादार :

कंपनीला लागणाऱ्या सामग्रीच्या घटकांचा पुरवठा पुरेशा प्रमाणात आणि वेळेवर केल्यास उत्पादनामध्ये सातत्य राहते. जर अनेक पुरवठादार असतील तर त्यामधून विशिष्ट पुरवठादाराची निवड करता येते. पुरवठादार जागरुक किंवा दक्ष असल्यास कंपनीला सामग्री उपलब्ध होते. पुरवठादार हे कंपनीस कच्चा माल, यंत्रसामग्री, कामगार इत्यादी घटक उपलब्ध करुन देतात. त्यासाठी योग्य पुरवठादाराची निवड, पुरवठादारामार्फत विविध सुविधांची उपलब्धता, योग्य आर्थिक व्यवहार, कंपनी आणि पुरवठादार यामधील संबंध या बाबी विचारात घेतल्या जातात. पुरवठादार सामग्री उपलब्ध करुन देतात. त्यामुळे उत्पादन वेळेवर करुन ग्राहकांचे आदेश वेळेवर पूर्ण करता येतात परिणामी, विपणन वृद्धीला चालना मिळते.

iii) गुंतवणूकदार :

कंपनीत सभासद आणि कर्जदार भांडवल पुरवितात. सभासद मालकीचे, तर कर्जदार कर्जाऊ भांडवल पुरवितात. यालाच एकूण भांडवल असे म्हणतात. भांडवल पुरवठा पुरेशा प्रमाणात आणि वेळेत उपलब्ध झाल्यास विपणनाची विविध कार्य पूर्ण करता येतात व विपणनाला चालना मिळते. कंपनीची समाजामध्ये चांगली प्रतिमा बनते. त्यामुळे कंपनी आणि पुरवठादार यामधील संबंध या बाबी विचारात घेतल्या जातात. पुरवठादार सामग्री उपलब्ध करुन देतात. त्यामुळे उत्पादन वेळेवर करुन ग्राहकांचे आदेश वेळेवर पूर्ण करता येतात. त्यामुळे विपणन वृद्धीला चालना मिळते.

iv) मध्यस्थ :

कंपनीच्या वस्तू आणि सेवांची विक्री करणाऱ्या वितरकांना मध्यस्थ असे म्हणतात. यामध्ये दलाल, कमिशन एजंटस्, अभिकर्ते, घाऊक व्यापारी, किरकोळ व्यापारी आणि विक्री प्रतिनिधी इत्यादींचा समावेश केला जातो. जर कंपनीत कार्यक्षम, अनुभवी व बाजारपेठेत चांगले नावलौकिक असलेले मध्यस्थ उपलब्ध झाल्यास विक्री वृद्धी, बाजारपेठ हिस्सा वाढ, ग्राहकवृद्धी, स्पर्धेत टिकाव या बाबी शक्य होतात. मध्यस्थांना आर्थिक आणि आर्थिकेतर प्रोत्साहने देऊन विक्री किंवा विपणनाला चालना देता येते. मध्यस्थांतर्फे कंपनीच्या वस्तू व सेवा ग्राहकांपर्यंत थेट पोहोचविता येतात.

v) स्पर्धक :

कंपनीला वस्तू व सेवांची विक्री करताना स्थानिक बाजारपेठेपासून आंतराष्ट्रीय बाजारपेठेपर्यंत स्पर्धा करावी लागते. स्पर्धा अधिक तीव्र असल्यास कंपनीची विक्री कमी होते. अशा वेळी बाजारपेठ प्रवेश आणि टिकाव या बाबीं कठीण ठरतात; परंतु स्पर्धकांची संख्या मर्यादित आणि स्पर्धेचे पोषक पर्यावरण उपलब्ध असल्यास कंपनीला स्पर्धेद्वारे विक्रीची चांगली संधी प्राप्त होते. अशा वेळी कंपनी भविष्यविक्री अंदाज तयार करुन भविष्यात विपणन वृद्धी करुन अधिक प्रमाणात लाभ मिळवते. बाजारपेठेवर नियंत्रण ठेवण्यास सुलभ जाते. स्पर्धेचे प्रमाण कमी असल्यास कंपनीला मक्तेदारी किंवा बाजारपेठेवर लवकरच चांगली पकड घेता येते.

vi) समाज :

समाज या घटकामध्ये कर्मचारी, ग्राहक, गुंतवणूकदार, पुरवठादार, स्पर्धक, सरकार आणि समाजातील इतर संबंधित घटकांचा समावेश होतो. समाजाच्या सहकार्यावर कंपनीचा विकास किंवा विपणन वृद्धी अवलंबून

असते. त्यामुळे कंपनीला आपली उद्दिष्टे पूर्ण करता येतात. ग्राहकांनी कंपनीच्या वस्तू आणि सेवांना चांगली मागणी केल्यास विक्री वृद्धी होऊन कंपनीला भरपूर नफा होतो. शासनाची धोरणे व्यवसायाला पूरक असल्यास विपणन वृद्धीस पूरक वातावरण तयार होते. व्यवसायाचे समाजातील विविध घटकांशी चांगले संबंध असल्यास व्यवसायाची प्रगती होते. व्यवसायात मोठी आव्हाने पेलवणे शक्य होते. व्यवसायाला नवीन उत्पादने सुरु करता येतात. त्यामुळे बाजारपेठेतील नवीन संधीचा व्यवसायाला लाभ घेता येतो.

२) समग्र पर्यावरण :

व्यवसायाच्या समग्र पर्यावरणात सामाजिक शक्तींच्या प्रभावांचा समावेश होतो. सूक्ष्म पर्यावरणाप्रमाणेच व्यवसायास समग्र पर्यावरणीय घटकांचा देखील विचार करावा लागतो. यात पुढील घटकांचा समावेश होतो.

i) लोकसंख्या अभ्यासविषयक पर्यावरण :

लोकसंख्या वाढ म्हणजे ग्राहकांच्या संख्येत वाढ होय. लोकसंख्येचा आकार, घनता, वृद्धी दर, वय, लिंग, व्यवसाय, उत्पन्न, शिक्षण, राहणीमान, खरेदी शक्ती या बाबी विपणनावर परिणाम करतात. लोकांच्या उत्पन्नात वाढ झाल्यास उत्पादनाला मागणी येते, समाजाच्या राहणीमानात सुधारणा होते. त्यामुळे विविध प्रकारच्या वस्तू आणि सेवांना मागणी येते. समाजाच्या शिक्षणामध्ये वाढ झाल्यास त्यांची खरेदी शक्ती वाढते. लोकसंख्येमध्ये तरुणांची संख्या अधिक असल्यास त्यांना लागणाऱ्या वस्तूंचे विपणन वाढते. उदा. तयार कपडे, खाद्य पदार्थ, पेय, वाहने, मोबाईल, प्रवास, पर्यटन, शैक्षणिक साहित्य, सौंदर्य प्रसाधने, इत्यादी वाजवी उत्पन्न असणारे ग्राहक जीवनावश्यक वस्तूंची मागणी करतात. तर अधिक उत्पन्न असणारे ग्राहक चैनीच्या आणि किंमती वस्तूंना मागणी करतात. शहरी बाजारपेठेतील ग्राहकांचे उत्पन्न अधिक असल्यामुळे ते चैनीच्या आरामदायी व किंमती वस्तूंची मागणी करतात तर ग्रामीण किंवा स्थानिक बाजारपेठेतील ग्राहक हलक्या दर्जाच्या व कमी किमतीच्या वस्तूंना मागणी करतात. त्यानुसार वस्तूंचे उत्पादन करुन विक्री वाढविता येते.

ii) आर्थिक पर्यावरण :

देशातील अर्थव्यवस्थेचा विपणनावर परिणाम होतो. औद्योगिकीकरणासाठी वित्तपुरवठा मुबलक प्रमाणात होणची गरज असते. शासनाची आर्थिक धोरणे खुली असतील तर उद्योगांना सवलती प्राप्त होतात. कमी व्याज दराने कर्ज उपलब्ध झाल्यास उत्पादनामध्ये वाढ होते. त्यामुळे विपणन वृद्धी होते. ग्रामीण भागात सहकारी संस्था, देशभर राष्ट्रीय बँका आणि वित्तपुरवठा करणाऱ्या संस्थांची संख्या वाढत आहे त्यामुळे वित्तपुरवठा उपलब्धतेत वाढ होत आहे. जागतिकीकरणामुळे जागतिक पातळीवर वित्तपुरवठा करणाऱ्या संस्था पुढे येत आहेत; परंतु मक्तेदारीमुळे लोकशाही अर्थव्यवस्था भांडवलशाहीकडे झुकली आहे. त्यामुळे देशातील मोठ्या प्रमाणात पैसा मोजक्याच उद्योजकांकडे आहे. कर प्रणालीवर उद्योगांचे भवितव्य अवलंबून असते. उद्योगांना सोयी, सुविधा आणि सवलती प्राप्त झाल्यास उद्योजक ग्राहकांना विविध सोयी सुविधा किंवा विक्रयोत्तर सेवा उपलब्ध करुन देतात. त्यामुळे विपणनाला चालना मिळते. स्वातंत्र्यप्राप्तीनंतर विविध वित्तपुरवठा करणाऱ्या संस्था स्थापन झाल्यामुळे वित्तपुरवठा उपलब्धतेची सोय झाली आहे.

iii) राजकीय पर्यावरण :

देशातील राजकीय परिस्थितीचा विपणनावर जलद गतीने परिणाम होतो. विविध पक्षांनी एकत्र येऊन विकासाची धोरणे अवलंबल्यास औद्योगिक विकास आणि विपणन वृद्धीला पोषक वातावरण तयार होते. सत्ताधारी पक्षाने ठरावीक उद्योगांना सवलती दिल्यास विशिष्ट उद्योगांचा विकास होतो; परंतु इतर उद्योगांवर अन्याय होतो. शासनाची धोरणे राजकीय पक्षांवर अवलंबून असतात. देशामध्ये राजकीय अस्थिरता असल्यास विविध उद्योगांमध्ये अस्थिरता

आढळून येते. त्यामुळे बाजारपेठेतील परिस्थितीमध्ये सतत बदल होतो. देशात सत्ताधारी पक्ष विकासाच्या योजना हाती घेतात; परंतु आपल्या देशात विविध पक्ष असल्यास राजकीय अशांतता व अस्थिरता दिसून येते. शासनाची मंत्रालयातील सर्व खात्यांचा कारभार राजकीय नेत्यांमार्फत सांभाळला जातो. त्यामुळे देशातील सर्व राजकीय व्यवस्था सत्ताधारी पक्षाच्या हातात असते. त्यावर देशातील विपणन पर्यावरण अवलंबून असते.

iv) सामाजिक पर्यावरण :

समान व्यवस्था आणि विपणन यांचा परस्पर संबंध आहे. समाजावरच व्यवसायांचे पर्यावरणाने विपणनाचे अस्तित्त्व अवलंबून असते. समाजाची विभागणी जात, धर्म, वंश, परंपरा, चालीरीती, रुढी, भाषा, प्रांत यानुसार केली जाते. विशिष्ट समाजातील लोक समुहाने राहतात. त्यांच्या आवडी-निवडी व गरजा समान असतात. त्यावर उद्योगधंदे अवलंबून असतात. त्यांना लागणाऱ्या वस्तू आणि सेवांची उपलब्धता बाजारपेठेमध्ये केली जाते. विशिष्ट जाती धर्मातील लोक एकत्र येऊन सण, समारंभ साजरे करतात. त्यानिमित्ताने त्यांना लागणाऱ्या वस्तूंची बाजारपेठेत मोठ्या प्रमाणात उलाढाल होते. समाजाने जर चांगला प्रतिसाद दिला व ग्राहकांनी उपलब्ध वस्तू आणि सेवांची मागणी केली तर औद्योगिक विकास आणि विपणन विकास होतो. सामाजिक परिवर्तन झपाट्याने होत आहे. वैज्ञानिक दृष्टिकोन शिक्षणाने येत आहे. त्यामुळे विपणन विकासाला भवितव्य चांगले आहे. समाजाच्या राहणीमानामध्ये सुधारणा होत आहे हे विपणन विकासाचे द्योतक आहे.

v) सांस्कृतिक पर्यावरण :

सांस्कृतिक पर्यावरणामध्ये सण, उत्सव, संस्कृती, समारंभ, सांस्कृतिक कार्यक्रमांचा समावेश केला जातो. सम ाजामध्ये अन्य प्रकारच्या उपक्रमांची संख्या अधिक असल्यास विशिष्ट प्रकारच्या वस्तूंना मागणी येते. त्यामुळे विपणन वृद्धी होते. युवकांमध्ये तयार कपडे, फॅशनच्या वस्तू, सौंदर्य प्रसाधने, चायनिज पदार्थ, थंड पेये, सौंदर्य साधना, केशभूषा, ब्युटी पार्लर, प्रवास, पर्यटन इत्यादींना मागणी येते. फॅशन परेड शो, कला, क्रीडा इत्यादी कार्यक्रमाद्वारे प्रवास, पर्यटन, हॉटेल इत्यादी वस्तू आणि सेवांना मागणी येते. ग्राहकांच्या आवडी-निवडी, सवयी त्यानुसार त्यांना वस्तू आणि सेवा हव्या असतात. लग्न समारंभ, मुंज, वाढदिवस, सभा, मेळावे या निमित्ताने लोक एकत्र येतात. समारंभांना लागणारे खाद्यपदार्थ, कपडे, फुले, सजावटीच्या वस्तू, केटरिंग, भेटवस्तू, प्रवास इत्यादी वस्तू व सेवांची मोठ्या प्रमाणात उलाढाल होते.

vi) कायदेविषयक पर्यावरण :

व्यवसायाची स्थापना करणे, व्यवसाय चालविणे यासाठी शासकीय नियम व कायद्याचा अवलंब करावा लागतो. कंपनी कायदा १९५६, भागीदारी संस्था कायदा १९३२, यानुसार व्यावसायिक संस्थांना कामकाज पाहावे लागते. शासनाने कर सवलती, व्याजदरात सवलती, ग्रामीण भागातील उद्योगांना विशेष सवलती जाहीर केल्या जातात. त्यामुळे उद्योगांचा विकास होतो. भेसळ प्रतिबंधक कायद्यामुळे (१९५४) व्यावसायिक गुणवत्ताधारक वस्तू निर्माण करतात. त्यामुळे ग्राहकांकडून अशा वस्तूंना मागणी येते. ग्राहक संरक्षण कायदा १९८६ यामुळे ग्राहकांचे आरोग्य सुरक्षित राखले जाते. तर मक्तेदारी प्रतिबंधक व्यापार पद्धती कायदा १९६९ (चठढझ अर्ली) यामुळे व्यापारी गैर प्रथांना आळा घातला जातो. तर जीवनावश्यक वस्तू कायदा १९५५ नुसार उद्योगांना जीवनावश्यक वस्तू उत्पादित करण्याची सक्ती केली जाते. कायदे हे व्यावसायिकांना संरक्षण देत असतात. त्यामुळे औद्योगिक वातावरण सुधारते, व्यवसायांना स्थैर्य लाभते. जागतिकीकरणामध्ये जागतिक पातळीवर कायदे करण्यात आलेले आहेत. त्यामुळे विदेशी पातळीवर विपणन वृद्धी करताना देशी उद्योगांना संरक्षण प्राप्त करण्याच्या प्रयत्न केला जातो. कायदेविषयक पर्यावरण चांगले तयार करुन विपणन वृद्धी करता येते.

vii) नैसर्गिक पर्यावरण :

भौगोलिक परिस्थितीनुसार नैसर्गिक साधनसामग्रीची उपलब्धता होते. चांगली जमीन, हवामान, पाऊस इत्यादी असलेल्या भागात पिके चांगली येतात. डोंगराळ प्रदेशात खनिजे मिळतात. जंगल भागामध्ये वनसंपदा मिळते तर समुद्रकिनाऱ्यालगत जलसंपदा मिळते. या सर्व सामग्रीवर आधारित उद्योगधंदे त्या त्या भागामध्ये सुरु केले जातात. त्यामुळे बाजारपेठांमध्ये नव्या प्रकारच्या वस्तू उपलब्ध होतात. उसाच्या परिसरामध्ये साखर कारखाने, दुग्ध व्यवसाय, खाद्य पदार्थांची निर्मिती असे उद्योग आढळतात. खाणींच्या परिसरामध्ये कच्चे खनिज मिळवण्याच्या खाणी असतात तर शहरांमध्ये पक्क्या मालांची निर्मिती करणारे कारखाने आढळतात. कारण त्या ठिकाणी उत्पादित मालाला बाजारपेठ उपलब्ध होते. भारत शेतीप्रधान देश आहे. कॅलिफोर्नियामध्ये फळबागायत मोठ्या प्रमाणात आहे. जपान हा देश उद्योजकतेमध्ये अग्रेसर आहे. अमेरिका, जर्मन, रशिया या देशात संशोधन अधिक प्रमाणात केले जाते तर इंग्लंड हा देश विपणनामध्ये अग्रेसर आहे. इराण, इराक हे देश इंधन तेलाच्या बाबतीत मक्तेदारी निर्माण केलेले देश आहेत. त्यामुळे नैसर्गिक परिस्थिती आणि विपणन यांचा परस्पर संबंध असल्याचे दिसून येते.

viii) तांत्रिक पर्यावरण :

तंत्रज्ञानावर उद्योगांचा विकास अवलंबून असतो. आधुनिक तंत्रज्ञान, संशोधन यामुळे उत्पादनामध्ये वाढ होते. हे तंत्रज्ञान देशी व विदेशी बाजारपेठात विक्रीसाठी पाठविता येते. नवीन वस्तू व सेवांची निर्मिती केल्यामुळे विविध बाजारपेठेत विक्रीसाठी वाव मिळतो. त्यामुळे विपणन वृद्धी होते. शेती, उद्योगधंदे, शेतीपूरक उद्योग, लघूउद्योग, कुटिरोद्योग इत्यादींमध्ये तंत्रज्ञानाचा वापर केला जात आहे. शेती व शेतीपूरक उद्योगापासून उत्पादन वाढल्यामुळे कारखानदारीमध्ये वाढ झाली आहे. स्वयंचलीकरण, संगणकीरण यामुळे उत्पादनाचा दर्जा सुधारला आहे व त्यामध्ये प्रचंड प्रमाणात वाढ झाली आहे. त्यामुळे एखादे नाविन्यपूर्ण उत्पादन विविध बाजारपेठेत विकले जाते. उदा. इलेक्ट्रीकच्या वस्तू, मोबाईल, वाहने, इत्यादी इंधन तेलाला पर्याय म्हणून सौर उर्जेची उपकरणे उत्पादित करण्यावर आता भर आहे. अशा प्रकारे तांत्रिक विकास व त्याद्वारे औद्योगिक विकास आणि त्याद्वारे विपणन वृद्धी असे चक्र सतत सुरु असते. तंत्रज्ञानाचा अभाव असणारे देश विपणन क्षेत्रात आजही पाठीमागे आहेत.

ix) आंतरराष्ट्रीय पर्यावरण :

जागतिक पातळीवर विविध देशांनी एकत्र येऊन व्यापार, व्यवसाय किंवा उद्योग करणे यावर आंतरराष्ट्रीय पर्यावरण अवलंबून असते. दोन देशामध्ये चांगले संबंध असल्यास त्यामध्ये व्यापार सुरु होतो. अन्य देशांशी संबंध सुधारतात त्याद्वारे विपणन वृद्धी होते. जागतिकीकरणामुळे बहुराष्ट्रीय कंपन्या, आंतरराष्ट्रीय कंपन्या, विदेशी सहकार्य, संयुक्त उपक्रम इत्यादींना खुले वातावरण लाभले आहे. त्यामुळे आपल्याला जे उद्योग सुरु करणे शक्य नाही ते विदेशी सहकार्य किंवा संयुक्त उपक्रमाद्वारे सुरु करता येतात. त्याचा परिणाम उदारीकरणामुळे आपल्या देशात विदेशी गुंतवणूकदारांना प्राधान्य देण्यात आले आहे. वाहने, इलेक्ट्रॉनिक्स, इलेक्ट्रीकल्स, मोबाईल, संगणक, माहिती व तंत्रज्ञान, पर्यटन, आरोग्य, बँकिंग, विमा इत्यादी क्षेत्रातील विदेशी गुंतवणूक वाढल्यामुळे या क्षेत्रातील उत्पादन व विपणनामध्ये मोठ्या प्रमाणात वाढ झाली आहे. त्यामुळे देशातील ग्राहकांच्या गरजा पूर्ण करुन उर्वरित उत्पादन निर्माण केले जाते. त्यामुळे आपला आंतरराष्ट्रीय पातळीवरील व्यापारात वृद्धी किंवा विपणनाचे प्रमाण वाढत आहे.

➪ १.३ विपणन नियोजन :

नियोजन म्हणजे काय करायचे, कसे करायचे, कधी करायचे आणि कोणी करायचे हे ठरविणे होय. नियोजन हा विपणनातील अविभाज्य घटक आहे. अलिकडील आधुनिक विपणन संकल्पनेमध्ये नियोजनाला अत्यंत महत्त्व प्राप्त झाले असून ते आवश्यक आहे. विपणन नियोजनात सर्व परिस्थिती आणि विविध घटक यांचा विचार करुन त्या सर्वांचा अशा प्रकारे उपयोग करुन घेतला जातो की, ज्यामुळे विपणनाची उद्दिष्टे साध्य करणे शक्य होते. नियोजनाअभावी कोणतीही कृती करणे अशक्य असते.

१.३.१ अर्थ :

विपणन नियोजन हा एकूण व्यवस्थापकीय नियोजनाचाच एक भाग असतो. ज्यामध्ये भविष्यात काय करायचे आहे याचे नियोजन केले जाते आणि विपणन कार्याची योजना आखली जाते. विपणन उद्दिष्टे पूर्ण करण्यासाठी आवश्यक असणारी कार्ये आणि कृती यांच्या संदर्भात अगोदरच धोरणे, कार्यक्रम, वेळापत्रक आणि अंदाजपत्रक तयार केले जाते. नियोजनाच्या माध्यमातून साधनसामग्री आणि उद्दिष्टे यांची मिळवणी केली जाते. भविष्यात आपणास काय करायचे आहे व त्यात कोणत्या अडचणी समोर येतील याची अगोदरच कल्पना केली जाते. ग्राहकांच्या अपेक्षेनुसार वस्तूंचे उत्पादन करण्यासाठी, उपलब्ध साधनसामग्रीचे विनियोजन करण्यासाठी विपणन नियोजन हे आवश्यक, मार्गदर्शक आणि दिशा दाखविण्याचे कार्य करते.

१.३.२ व्याख्या :

विपणन नियोजनाच्या व्याख्या पुढीलप्रमाणे सांगता येतील :

१) अमेरिकन मार्केटींग असोसिएशन :

''विपणन क्रियेची उद्दिष्टे निश्चित करुन त्या उद्दिष्टांच्या पूर्ततेसाठी आवश्यक उपाययोजना तसेच त्या उपायांचे अग्रक्रम निश्चित करणे म्हणजेच विपणन नियोजन होय.''

२) फिलीप कोटलर :

''विपणन नियोजन म्हणजे भविष्यात करण्यात येणाऱ्या कार्यांबद्दल वर्तमान काळात निर्णय घेणे होय. विपणन नियोजन ही अशी प्रक्रिया आहे जिच्याद्वारे व्यवसाय संस्था आपल्या संसाधनांचे आपली उद्दिष्टे आणि संधींशी समायोजन करु शकतात.''

१.३.३ विपणन नियोजनाचे स्वरूप :

विपणन नियोजनाचे स्वरुप पुढीलप्रमाणे स्पष्ट करता येईल :

१) हेतुपूर्णता :

उद्योग-व्यवसाय संस्थेची ध्येये लक्षात घेऊन विपणन नियोजनाचे आराखडे विशिष्ट हेतूने तयार केले जातात.

२) प्राथमिकता :

विपणन नियोजन हे व्यवस्थापनाचे अत्यंत प्राथमिक स्वरूप आहे. विपणनाच्या कोणत्याच कृती या विशिष्ट आराखड्याशिवाय पूर्ण होत नसतात.

३) सर्वसमावेशक :

विपणन नियोजन हे सर्वसमावेशक असते. विपणनाच्या प्रत्येक स्तराचा यामध्ये विचार केलेला असतो.

४) भविष्यकालीन कृतींचा विचार :

विपणन नियोजन हे केवळ तात्कालिक विपणनाच्या कृतींचा केवळ विचार करत नाही तर त्याद्वारे भविष्यातील विपणनाच्या कृतींचा देखील विचार केला जातो.

५) बौद्धिक प्रक्रिया :

विपणन नियोजन ही आत्यंतिक तर्कसंगत अशी प्रक्रिया आहे ज्यामध्ये निर्मितीक्षम विचार प्रक्रिया आणि मानसिक विचार प्रणालीचा आधार समाविष्ट केला जातो.

६) सातत्य :

विपणन नियोजन ही सातत्यपूर्ण प्रक्रिया आहे. विपणनाच्या कृतींचे जुने जे आराखडे आहेत ते बदलले जात असतात किंवा त्यामध्ये आवश्यकतेनुसार बदल केला जातो आणि नवीन आराखडे तयार केले जातात.

७) एकात्मिक प्रक्रिया :

विपणन नियोजनाचे आराखडे तयार करताना विपणनाच्या अगदी तळापासून करावयाच्या ज्या कृती आहेत त्या कृतींच्या आरेखनापासून याची सुरुवात केली जाते आणि सर्वात शेवटी विपणनांमधून ज्या उच्च ध्येयांची प्राप्ती करावयाची आहे त्यांचा विचार केला जातो.

१.३.४ विपणन नियोजनाची व्याप्ती :

विपणन नियोजनाची व्याप्ती पुढील मुद्दयांच्या आधारे स्पष्ट करता येईल :

१) वस्तू उत्पादन करण्याचा निर्णय घेणे :

जो व्यावसायिक विविध तऱ्हेचे उत्पादन करतो त्याने प्रत्येक उत्पादनाच्या प्रक्रियेवर कच्च्या मालाची गरज आणि निर्माण होणाऱ्या उत्पादनावर लक्ष केंद्रित करणे आवश्यक असते. व्यवस्थापकानेसुद्धा नवीन उत्पादनाकडे विशेषत: आपले लक्ष केंद्रित केले पाहिजे आणि त्या वस्तूचे वेगाने बाजारपेठेत ओळख करून देणे ज्यामुळे धोका, अनिश्चितता आणि स्पर्धा कमी होते.

२) स्पर्धात्मक शक्ती :

स्पर्धात्मक शक्तीचे विश्लेषण करीत असताना नियोजनकर्त्याने स्पर्धाचे स्वरूप, ग्राहकांची विकत घेण्याची क्षमता, सूट आणि अशाच स्वरूपाच्या व्यवसायाने दिलेल्या सवलतीचा विचार केला पाहिजे. नवीन व्यापारामध्ये प्रवेश करताना पूरक वस्तू किंवा वैकल्पिक वस्तू आणि सेवा याचा विचार करून अशी परिणामकारक रचना विकसित करावी की, त्यामुळे स्पर्धक नियोजनकर्त्या संस्थेच्या अटी आणि शर्तीनुसार स्पर्धा करतील.

३) सरकारी धोरणे आणि नियोजन :

सरकारच्या व्यवसायाकडे पाहण्याचा दृष्टिकोन म्हणजेच सरकारी धोरण होय. व्यावसायिकाचे विपणन नियोजन सरकारी धोरणे आणि राष्ट्रीय नियोजनाशी सुसंगत असावे. उदा. जर सरकार परकीय गुंतवणुकीस जास्तीत जास्त प्रोत्साहन देत असेल, तर संस्थेने नियोजन करून परकीय संस्थांबरोबर संगनमत करून स्पर्धेला यशस्वीपणे तोंड द्यावे. त्याचप्रमाणे कामगार कायद्यातील बदलानुसार व्यावसायिकाने आपल्या अंतर्गत कामगारामध्ये बदल केला पाहिजे. त्यामुळे नियोजन प्रक्रिया सुलभ होते. जर करामध्ये घट झाली, तर लोकांची खरेदी करण्याच्या शक्तीमध्ये वाढ होते. त्यामुळे नेहमी लागणाऱ्या वस्तू आणि ऐशआरामाच्या वस्तूंची मागणी सतत वाढत असते. न्यूयॉर्क आणि अमेरिकेमधील जागतिक व्यापार केंद्रावर झालेल्या अतिरेकी हल्ल्यामुळे जागतिक अर्थव्यवस्थेवर त्याचा अनुचित प्रभाव झाला. त्यामुळे सरकारला पेट्रोल आणि पेट्रोलच्या संबंधित वस्तूच्या दरामध्ये वाढ करण्याशिवाय पर्याय उरलेला नव्हता म्हणून सरकारी धोरणांचा परिणाम व्यवसायावर होतो.

४) विपणन परिस्थितीचे पद्धतशीर विश्लेषण :

विपणन परिस्थितीचे काळजीपूर्वक विश्लेषण करणे हा विपणन नियोजनाचा अविभाज्य घटक आहे. विपणनकर्त्याने मागे विकसित केलेल्या योजना तसेच चालू योजना विकसित करणे, विपणन प्रक्रिया, विपणन विभागाची संघटन

रचना, किंमत स्तरातील बदल आणि नवीन आणि अस्तित्त्वात असलेल्या स्पर्धकांकडून निर्माण होणारा धोका यांचा विचार करावा. विपणन परिस्थितीचा योग्य आणि पद्धतशीरपणे विकास केल्यास नियोजन प्रक्रिया मजबूत आणि दीर्घकालीन होते म्हणूनच बाजारामधील संस्थेच्या सहभागाचे विश्लेषण केल्यास नुसताच व्यवसायाचा बाजारातील सहभाग ठरविला जात नसून येणाऱ्या वर्षामध्ये व्यवसायाचे भविष्य काय असेल हे समजते. बाजारपेठ सहभाग विश्लेषण विशेषत्त्वाने परिणामकारक होईल, जेव्हा विपणन परिस्थिती आणि बाजारपेठेतील कलाचा अचूक अंदाज घेता येईल. तथापि प्रवृत्ती, कल आणि नवीन आव्हाने यामधील बदल नक्कीच बाजारपेठेतील व्यवसायाच्या सहभागावर बंधने निर्माण करतात. उदा. सौंदर्यसाधने आणि रेडिमेड कपडे उद्योग याबाबतीत होणारे आवडी निवडीतील बदल, ग्राहकांची फॅशन इ. त्यामुळे बाजारपेठ सहभाग किंवा हिस्सा हा अस्थिर असतो. विपणन नियोजन त्यामुळेच जगातील नियमित होणाऱ्या व्यावसायिक बदलांना मदत करते.

५) संभाव्य परिस्थितीमधील नियोजन :

भविष्यातील कल आणि घडामोडी की ज्याचा अंदाज घेता येत नाही, ज्या अपरिचित अनिश्चित असतात त्यांच्याशी नियोजनाचा संबंध असतो. संभाव्य नियोजन हे अनिश्चित आणि अपरिचित विपणन परिस्थितीमध्ये त्याचा योग्य परिणाम सहज होईल यासाठी आवश्यक असते. संभाव्य नियोजनामुळे नियोजनकर्त्यास निश्चित संधीचा फायदा घेता येतो म्हणून संभाव्यता नियोजनामुळे घटकामध्ये अनिश्चितता पूर्णपणे कमी होत नाही; परंतु ठरावीक मर्यादेपर्यंत परिस्थितीमध्ये निश्चितता येते आणि त्यामुळे व्यावसायिक धोके कमी होतात.

६) विपणन नियोजनाची उद्दिष्टे :

विपणन योजना आणि उद्दिष्टांचे शास्त्रीय मूल्यमापन करण्याचे काम विपणन नियोजन करीत असते. जर बाजारपेठेमध्ये राहावयाचे असेल आणि स्पर्धेला परिणामकारकपणे सामोरे जावयाचे असेल, तर योजना आणि उद्दिष्टांचे शास्त्रीय मूल्यमापन करणे गरजेचे आहे. नियमित आणि शास्त्रीय पद्धतीने उद्दिष्टांचे आणि योजनांचे मूल्यमापन करून संस्था आपले बाजारपेठेतील अस्तित्त्व टिकवू शकते.

७) साधनांचे योग्य वाटप :

प्रामुख्याने साधनांचे तीन प्रकार आहेत : कच्चा माल, तंत्रज्ञान, मानवी साधने की, ज्याचे वापर योग्य पद्धतीने करून विविध विपणन क्रिया पूर्ण केल्या जातात. त्याचबरोबर वित्तीय मदतसुद्धा पूर्णपणे वापरली जात आहे काय हे नियोजन प्रामुख्याने पाहिले जाते.

८) असाध्य संधी शोधणे :

विपणन नियोजनाचा मुख्य उद्देश विपणन संधी शोधणे आणि त्या हस्तगत करणे. ज्यामुळे कर्मचारी, ग्राहक, भागधारक इत्यादींचे चांगले होईल, तसेच संपूर्ण समाजाचेसुद्धा चांगले होईल. व्यवसायाची कार्य करण्याच्या पद्धतीमध्ये वाढ करावयाची असेल आणि स्पर्धा व पूरक वस्तूपासून होणाऱ्या धोक्याचा काळजीपूर्वक अभ्यास करावयाचा असेल, तर विपणन नियोजन गरजेचे आहे.

९) संपूर्ण व्यवसाय विकास आणि विस्तार :

विकास योजना तयार करणे हा विपणन नियोजनाचा अविभाज्य भाग आहे. सामर्थ्य आणि असामर्थ्यता आणि व्यवसायाने स्पर्धेला तोंड देण्याच्या वेळी केलेल्या चुका, यावर गतकाळातील योजना भर देते. अशा प्रकारे गतकाळातील योजनेद्वारे प्राप्त झालेले निकाल आणि त्रुटीमधील दोष दुरुस्त करून नवीन योजना तयार केल्या जातात. ज्यामुळे संघटनेचा विकास आणि अनिश्चिततेला तोंड देण्यास आणि धोक्यांना सामोरे जाण्यास व्यवसाय संस्था तयार होते.

१.३.५ विपणन नियोजनाचे महत्त्व :

विपणन नियोजनाचे महत्त्व खालील मुद्यांच्या साहाय्याने स्पष्ट करता येईल :

१) भविष्यातील अनिश्चितता आणि बदल यांचा वेध घेणे :

भविष्य हे अनिश्चित असते आणि बदलांनी भरलेले असते. त्यामुळे विपणन नियोजन आवश्यक बनते. नियोजन करणे आवश्यक असल्याने विपणन व्यवस्थापक मागील घटना, चालू घडामोडी आणि भविष्यातील संभाव्य घटना यांचे विश्लेषण करतात. त्यावरच विपणन अंदाज बांधले जातात. असे विश्लेषण आणि अनुमान विपणन व्यवस्थापनाला कंपनीशी संबंधित महत्त्वाच्या बाबी समजून घेण्यास मदत करते. एकदा हे घटक योग्य प्रकारे समजले की विपणन व्यवस्थापनाला विपणन उद्दिष्टे आणि ध्येये ठरविणे सोपे जाते.

२) उद्दिष्टांवर प्रकाश :

ज्यावेळी विपणन कृती कार्यक्रमाचे नियोजन केले जाते त्यावेळी विपणन उद्दिष्टे मार्गदर्शक म्हणून कार्य करतात. त्यामुळे विपणन धोरणे आणि कार्यक्रम ठरविताना या उद्दिष्टांवर लक्ष केंद्रित केले जाते. सर्व विपणन कार्यक्रम त्या दृष्टीने तयार केले जातात आणि त्यात अडथळे येणार नाहीत याची दक्षता घेतली जाते. सर्व प्रयत्न त्या दृष्टीने एकवटले जातात आणि अपेक्षित उद्दिष्टे पार पाडली जातात.

३) संसाधनांचा पुरेपूर उपयोग :

विपणन कार्यांचे पूर्वीच नियोजन केल्यामुळे व्यवसायसंस्थेकडे उपलब्ध असणारी संसाधने आणि वेळ यांचा अधिकाधिक लाभदायक पद्धतीने उपयोग करुन घेता येतो आणि गुंतवणुकीवर पुरेपूर मोबदला मिळतो.

४) समन्वय साधणे शक्य :

विपणन नियोजनामुळे सर्व पातळ्यांवर समन्वय साधणे शक्य होते कारण विपणन विभागात वेगवेगळ्या पातळ्यांवर कार्यरत असणाऱ्या व्यक्तींना विपणन योजनांमार्फत इतर लोक कोणत्या वेळी कोणते काम करीत आहेत याची माहिती मिळत असते. योग्य प्रकारे निर्धारित केलेली विपणन उद्दिष्टे, उत्तम धोरणे, योग्य प्रकारे विकसित केलेले कार्यक्रम आणि कार्यपद्धती चांगल्या प्रकारे समन्वय घडवून आणतात. या नियोजनामुळे कामाची पुनरुक्ती टळते आणि विभागा–विभागांतर्गत संघर्ष टळतात.

५) नियंत्रणाचा आवश्यक घटक :

विपणन नियोजन हा नियंत्रणाचा एक आवश्यक घटक आहे. विपणन योजना विपणन कार्यक्षमता प्रमाणके निश्चित करते, ज्यामुळे विपणन व्यवस्थापनाला संघटनात्मक कार्यक्षमतेचे मोजमाप करुन मूल्यांकन करता येते. जर काही त्रुटी किंवा दोष आढळले तर ते त्वरित दूर करण्यासाठी पावले उचलता येतात.

६) ग्राहक समाधान :

विपणन नियोजन करताना ग्राहकांच्या प्रत्यक्ष इच्छा, आकांक्षांचा सखोल अभ्यास केला जातो. त्यानुसार ग्राहकांना पुरेपूर समाधान देण्यासाठी विपणन कार्यक्रम आखले जातात व कृतींची दिशा निश्चित केली जाते. ग्राहक संतोष/समाधान हा उद्देश विपणन कार्य सुलभ, सोपे आणि प्रभावी बनविते.

७) विपणन संधी आणि समस्यांचे ज्ञान :

विपणन नियोजनामुळे बाजारामध्ये असलेल्या संधीचे ज्ञान होते तसेच कोणत्या समस्यांना तोंड द्यावे लागेल हेही समजते. याचा उपयोग करून व्यवसायसंस्थेला संभाव्य समस्यांवर योग्य तोडगा शोधून संधीचा पुरेपूर फायदा घेणे शक्य होते.

८) नवनिर्मितीला चालना :

विपणन नियोजन नवनिर्मिती आणि क्रियाशीलतेला चालना देते. कारण नियोजन करण्यासाठी विपणनकर्त्याला खूप विचार करावा लागतो. नवनवीन कल्पना लढवाव्या लागतात.

१.३.६ विपणन नियोजनाचे प्रकार :

नियोजन हे प्रामुख्याने भूतकाळ, घडलेल्या घटना, चालू वर्तमानकाळ आणि भविष्यकाळात घडणाऱ्या घटनांचा अभ्यास करून संस्थेचे भविष्य आणि नशीब ठरवीत असते. वातावरण सतत बदलत आहे. त्यानुसार नियोजन करणे आवश्यक आहे. नियोजन दोन प्रकारचे आहे (१) दीर्घमुदत, (२) अल्पमुदत नियोजन.

१) दीर्घकालीन नियोजन :

पिटर ड्रकर यांच्या मते, 'दीर्घकालीन नियोजन भविष्यातील निर्णय घेत नाहीत; परंतु चालू निर्णयांचे भविष्यात काय परिणाम होतील हे दर्शविते, तसेच यामुळे धोके कमी होत नसून धोके स्वीकारण्याच्या क्षमतेमध्ये वाढ होते.' म्हणूनच दीर्घकालीन नियोजनात सद्यस्थितीमध्ये घेतलेल्या निर्णयांचे, येणाऱ्या वर्षामध्ये होणारे परिणाम माहीत करणे होय. त्याचप्रमाणे नियोजन धोके कमी करण्याच्या दृष्टीने केले जात नसून त्याचा उद्देश संस्थेने जास्त धोके स्वीकारून त्यांच्यात विश्वास निर्माण करणे हा असतो.

चालू आणि भविष्यातील बाजारात घडणाऱ्या घडामोडींचे, नवीन स्पर्धकांचे होणारे आगमन, पर्यायी वस्तूपासूनचे धोके, राष्ट्रीय अर्थव्यवस्था आणि आंतरराष्ट्रीय वातावरणाचा सतत, दीर्घकालीन नियोजनात विश्लेषण केले जाते. यात पद्धतशीरपणे बाजारातील सहभाग वाढविणे आणि मर्यादित साधनांचा योग्य वापर करणे यांचा समावेश होतो. यामध्ये विविध घडामोडींचा समावेश होतो की, ज्यामुळे भांडवलात वृद्धी होणे, उत्पादन क्षमतेमध्ये वाढ करणे आणि मनुष्यबळाचे योग्य वाटप करणे इत्यादींचा समावेश होतो. दीर्घकालीन नियोजनात सतत पाहणी आणि मूल्यमापन केले जाते, ज्यामुळे कंपनीचे अस्तित्त्व टिकू शकते आणि कार्यात्मक ध्येये साध्य करण्यासाठी संघटनात्मक रचना करणे शक्य होते.

फिलीप कोटलर (Philip Kotler) सुचवितात की, बाजारपेठ सहभाग किंवा हिस्सा, विक्री पातळी, बदलांची आव्हाने, नवीन पद्धतीची आव्हाने, विपणन प्रक्रियेतील वाढ आणि किमती यावर परिणामकारक उपाय करणे म्हणजे दीर्घकालीन नियोजन होय. भाकितामध्ये विक्री अंदाज, प्राप्तीअंदाज, गुंतवणुकीवरील नफा इत्यादींचा समावेश होतो. दीर्घकालीन नियोजनामुळे चांगल्या प्रतीच्या वस्तू तयार करणे आणि सेवा देणे, शास्त्रीय जाहिरात, कल्पक विक्रेयकला, योग्य वस्तू किंमत इत्यादींच्या विकासाचा समावेश होतो. नियोजनाचा मान्य व्यवसाय उद्दिष्टे साध्य करण्याकरिता उपयोग केला जातो. त्याचप्रमाणे चांगल्या प्रकारे नियंत्रण ठेवणे शक्य होते. साधारणपणे दीर्घकालीन नियोजन १ वर्षापेक्षा जास्त कालावधीचे असते. ते २, ५ किंवा १० वर्षांकरितासुद्धा केले जाते.

२) अल्पमुदतीचे नियोजन :

सर्वसाधारणपणे १ वर्षासाठी अल्पमुदतीचे नियोजन केले जाते. दीर्घकालीन नियोजन हे व्यापक असते. त्याचप्रमाणे अल्पमुदतीचे नियोजन काही महिन्यांसाठी किंवा आठवड्यांचे असू शकते, ज्यामुळे परिणामकारक नियंत्रण ठेवता येते आणि व्यवसायाची अंतिम उद्दिष्टे आणि कार्यक्षमतेवर परिणाम करणाऱ्या छोट्या-मोठ्या गोष्टींची काळजी घेतली जाते. अल्पमुदत नियोजन विक्री आणि विपणन अधिकारी यांच्याकडून विविध माहिती गोळा करण्यापासून सुरू होते. एक परिपूर्ण अहवाल तयार करून उत्पादन व्यवस्थापकास सादर केला जातो आणि तो यावरून प्राथमिक अहवाल तयार करतो. यामध्ये कामाच्या ठिकाणची परिस्थिती आणि वातावरण, उत्पादन प्रक्रियेची किंमत, यंत्रसामग्री, रचनेतील फेरबदल, उत्पादनाची पुनर्रचना करणे किंवा उत्पादन पूर्णपणे नवीन तयार करणे इत्यादींचा समावेश असतो. उत्पादन व्यवस्थापक विपणन व्यवस्थापकासोबत उत्पादन नियोजन, विपणन उद्दिष्टे याबाबत चर्चा करतो आणि या चर्चेचा अहवाल उच्च व्यवस्थापनास सादर केला जातो. उच्च व्यवस्थापन अशा अहवालाचा काळजीपूर्वक अभ्यास करून अल्पमुदत नियोजनास मान्यता देते आणि त्याची ताबडतोब अंमलबजावणी करण्यास सांगते.

➪ १.४ विपणन अंमलबजावणी :

विपणन अंमलबजावणीचा अर्थ नियोजन टप्प्यात विकसित केलेल्या विपणन धोरणे आणि डावपेचांच्या अंमलबजावणीचा संदर्भ आहे. यामध्ये जाहिरात, डिजिटल विपणन, सामग्री निर्मिती, कार्यक्रम आणि जाहिराती यासारख्या विविध माध्यमांवर विपणन उपक्रम आणि मोहिमांचे वास्तविक वितरण समाविष्ट आहे. विपणन अंमलबजावणीचे प्राथमिक उद्दिष्ट लक्ष्यित प्रेक्षकांपर्यंत प्रभावीपणे पोहोचणे, जागरूकता निर्माण करणे, अग्रता निर्माण करणे, ग्राहकांच्या सहभागास चालना देणे आणि शेवटी नियोजन प्रक्रियेदरम्यान निश्चित केलेली विपणन उद्दिष्टे साध्य करणे हे आहे. विपणनाचे प्रयत्न परिणामकारक आहेत आणि एकूण विपणन धोरणाशी सरेखित आहेत याची खात्री करण्यासाठी यशस्वी विपणन अंमलबजावणी विविध संघांमधील समन्वय, कार्यक्षम संसाधन वाटप, सतत देखरेख आणि पर्याप्ततेवर अवलंबून असते.

१.४.१ अर्थ :

विपणन अंमलबजावणी म्हणजे विपणन धोरणे आणि योजनांची व्यावहारिक अंमलबजावणी, लक्ष्यित प्रेक्षकांपर्यंत पोहोचण्यासाठी, जागरूकता निर्माण करण्यासाठी, ग्राहकांच्या सहभागाला चालना देण्यासाठी आणि इच्छित विपणन उद्दिष्टे साध्य करण्यासाठी विविध माध्यमांवरील विपणन उपक्रमांचे वास्तविक वितरण समाविष्ट करते. यामध्ये विविध विपणन क्रियाकलाप, मोहिमा आणि जाहिराती यांचे प्रभावी तैनाती सुनिश्चित करण्यासाठी, त्यांच्या कार्यप्रदर्शनाचे निरीक्षण करणे आणि एकूण विपणन प्रभाव अनुकूल करण्यासाठी आणि गुंतवणुकीवर जास्तीत-जास्त परतावा देण्यासाठी आवश्यक समायोजन करणे यांचा समावेश आहे.

१.४.२ व्याख्या :

विपणन अंमलबजावणीच्या व्याख्या खालीलप्रमाणे आहेत :

१) फिलिप कोटलर आणि केविन लेन केलर :

''विपणन अंमलबजावणीमध्ये संस्थात्मक उद्दिष्टे पूर्ण करणार्या मार्गांनी ग्राहक तयार करणे, त्यांच्याशी संप्रेषण करणे, वितरित करणे आणि मूल्यांची देवाणघेवाण करणे यासाठी विपणन धोरणे आणि डावपेचांची वास्तविक अंमलबजावणी समाविष्ट आहे.''

२) थिओडोर लेविट :

''विपणन अंमलबजावणी ही भौतिक गोष्टींची रचना आणि निर्मिती करून व संभाव्य ग्राहकांना जाणीव करून देणारे, हवे असलेले आणि त्यांचा वापर करण्यास सक्षम असलेल्या क्रियाकलाप करून उत्पादन किंवा सेवेच्या स्वप्नांना ठोस वास्तवात बदलण्याची प्रक्रिया आहे.''

१.४.३ विपणन अंमलबजावणीची प्रक्रिया :

विपणन अंमलबजावणी प्रक्रियेत सामील असलेल्या चरणांची एक सामान्य रूपरेषा खाली दिली आहे :

१) स्पष्ट उद्दिष्टे निश्चित करणे :

स्पष्ट आणि विशिष्ट विपणन उद्दिष्टे परिभाषित करून प्रारंभ केला जातो. ही उद्दिष्टे मोजण्यायोग्य, साध्य करण्यायोग्य, वास्तववादी आणि कालबद्ध (SMRT) असावीत. उदाहरणार्थ, पुढील सहा महिन्यांत २०% ने ब्रँड जागरूकता वाढवणे किंवा दरमहा ५०० नवीन अग्रता तयार करणे.

२) लक्ष्य प्रेक्षक ओळखणे :

उत्पादनांसाठी किंवा सेवांसाठी लक्ष्यित प्रेक्षक ओळखणे आणि समजून घेणे आवश्यक असते. त्यांच्या गरजा, प्राधान्ये, वर्तन आणि लोकसंख्याशास्त्रातील माहिती मिळविण्यासाठी बाजार संशोधन केले जाते.

३) विपणन धोरणे विकसित करणे :

लक्षित प्रेक्षक आणि बाजार संशोधनावर आधारित, आपल्या उद्दिष्टांशी जुळणारे विपणन धोरण विकसित करणे. या धोरणांमध्ये उत्पादनाची स्थिती, किंमत, वितरण माध्यम आणि प्रचारात्मक क्रियाकलापांचा समावेश असतो.

४) विपणन योजना तयार करणे :

एकदा रणनीती परिभाषित केल्यावर, एक तपशीलवार विपणन योजना तयार करावी जी धोरणे अंमलात आणण्यासाठी वापरणार असलेल्या विशिष्ट कृती आणि डावपेचांची रूपरेषा दर्शवेल. या योजनेमध्ये वेळमर्यादा, जबाबदाऱ्या आणि अंदाजपत्रक समाविष्ट असावे.

५) संसाधनांचे वाटप करणे :

विपणन योजना प्रभावीपणे अंमलात आणण्यासाठी अंदाजपत्रक, मनुष्यबळ आणि तंत्रज्ञान यासारख्या आवश्यक संसाधनांचे वाटप करावे. नियोजित क्रियाकलापांची अंमलबजावणी करण्यासाठी आपल्या कार्यसंघाकडे आवश्यक कौशल्ये आणि साधने आहेत याची खात्री करणे.

६) उत्पादन विकास किंवा सुधारणा :

आवश्यक असल्यास, लक्ष्यित प्रेक्षकांच्या गरजा आणि प्राधान्ये पूर्ण करण्यासाठी उत्पादने किंवा सेवा विकसित किंवा वाढविण्यावर कार्य करावे.

७) विपणन संप्रेषण :

विपणन योजनेत वर्णन केलेल्या प्रचारात्मक क्रियाकलापांची अंमलबजावणी कराणे. यामध्ये जाहिरात, जनसंपर्क, सोशल मीडिया विपणन, सामग्री विपणन, ईमेल विपणन समाविष्ट असू शकते. संदेश ब्रँड स्थितीशी सुसंगत आणि सरेखित आहेत याची खात्री करावी.

८) ग्राहक संबंध व्यवस्थापन :

ग्राहकांशी मजबूत नातेसंबंध निर्माण करणे आणि टिकवून ठेवण्यावर लक्ष केंद्रित करावे. ग्राहकांचे समाधान आणि निष्ठा सुनिश्चित करण्यासाठी ग्राहक सेवा धोरणांची अंमलबजावणी करावी.

९) विक्री आणि वितरण :

उत्पादने किंवा सेवा लक्ष्यित ग्राहकांपर्यंत पोहोचतील याची खात्री करण्यासाठी वितरण धोरण लागू करावे. योग्य अंमलबजावणी सुनिश्चित करण्यासाठी विक्री संघ आणि वितरण भागीदारांसोबत जवळून कार्य करावे.

१०) कामगिरी मोजमाप आणि पर्यवेक्षण :

निश्चित केलेल्या उद्दिष्टांच्या विरूद्ध आपल्या विपणन क्रियाकलापांची कामगिरी सतत मोजावी. प्रगतीचा मागोवा घेण्यासाठी आणि सुधारण्यासाठी क्षेत्रे ओळखण्यासाठी मुख्य कार्यप्रदर्शन निर्देशक (KPIs) वापरावे.

११) विश्लेषण आणि समायोजन :

कार्यप्रदर्शन निर्देशांकातून गोळा केलेल्या तथ्यांचे विश्लेषण करणे आणि तथ्य-आधारित निर्णय घेणे. आवश्यक असल्यास, परिणाम पर्याप्त करण्यासाठी आणि बदलत्या बाजार परिस्थितीशी सरेखित करण्यासाठी आपली विपणन धोरणे आणि डावपेच समायोजित करावे.

१२) अभिप्राय आणि अध्ययन :

ग्राहक आणि अंतर्गत भागधारकांच्या अभिप्रायास प्रोत्साहित करानये. भविष्यातील विपणन अंमलबजावणी सुधारण्यासाठी यश आणि अपयश या दोन्हींमधून शिकावे.

➪ १.५ विपणन व्यूहरचना :

विपणन हे कार्य प्रत्येक व्यवसाय संस्थेच्या दृष्टीने महत्त्वाचे मानले जाते. मागणी आणि पुरवठा यांना योग्य प्रकारचा प्रतिसाद देण्यासाठी विपणन व्यूहरचना राबवावी लागते. व्यवसाय संस्थेचा नफा विपणन प्रक्रियेवर अवलंबून असतो. त्यामुळे विपणन व्यूहरचनेची माहिती जाणून घेणे योग्य ठरेल.

१.५.१ अर्थ :

विपणन व्यूहरचना हे एखाद्या व्यवसायसंस्थेचे विपणन उद्दिष्टे पूर्ण करण्यासाठी आखलेला परिपूर्ण आणि उत्कृष्ट अशी योजना किंवा साधन असते. विपणन उद्दिष्टे आपल्याला व्यवसायसंस्था काय करू इच्छिते हे सांगते, तर विपणन व्यूहरचना ही उद्दिष्टे पूर्ण करण्यासाठी मार्ग दाखविते.

१.५.२ व्याख्या :

विपणन व्यूहरचनेच्या व्याख्या पुढीलप्रमाणे स्पष्ट करता येतील :

१) मायकेल इ.पोर्टर :

"विपणन व्यूहरचनेचा प्रमुख हेतू स्पर्धेशी सहकार्य करणे हा असतो. पाच प्रकारचे मुख्य आणि महत्त्वाचे घटक असतात जे स्पर्धेची तीव्रता आणि स्वरूप स्पष्ट करते. यामध्ये नवीन स्पर्धकांची भीती, ग्राहकांची सौदाशक्ती, पुरवठादारांची सौदाशक्ती, पर्यायी उत्पादनाची भीती आणि अस्तित्वात असणाऱ्या स्पर्धकांची स्पर्धा यांचा समावेश होतो. या सर्व घटकांची एकत्रित शक्ती उद्योगाचा अंतिम नफा शक्ती निश्चित करतात आणि व्यूहरचनाकारांचे ध्येय ज्या ठिकाणी त्यांची कंपनी वा घटकांशी स्पर्धा करून त्यांचा उपयोग कंपनीच्या फायद्यासाठी करून घेतील अशी स्थिती शोधणे हे असते. व्यूहरचनेकडे स्पर्धात्मक घटकांच्या विरुध्द संरक्षणात्मक वातावरण निर्माण करणे या उद्देशाने पाहिले जाऊ शकते."

२) जे. रोम. मॅकार्थी :

"व्यूहरचना हा विपणनाचा सर्वात महत्त्वाचा भाग असतो. व्यूहरचना कंपनी कोणता व्यवसाय करणार आहे हा नियोजनाचा एकदाच घेतला जाणारा निर्णायक असा निर्णय असतो. आणि कोणती सर्वसाधारण व्यूहरचना अंमलात आणावयाची हा अत्यंत महत्त्वाचा निर्णय म्हणजे विपणन व्यूहरचना होय."

१.५.३ विपणन व्यूहरचनेचे महत्त्व :

विपणन व्यूहरचनेचे महत्त्व खालील मुद्द्यांच्या साहाय्याने स्पष्ट करता येईल :

१) गोंधळ टळतो :

विपणन व्यूहरचना विपणन विभागात उद्दिष्ट निश्चित करणे आणि त्यासाठी कार्यक्रम आखणे याबरोबर विपणनाची सुरूवात होते. या व्यूहरचनेमध्ये विपणन विभागातील राबविण्यात येणाऱ्या सर्व उपक्रमांचा आराखडा तयार केला जातो. त्याच्या साहाय्याने विपणन उद्दिष्टे पूर्ण करण्याचे मार्ग दिसतात. संस्थेला निश्चितपणे कोणते कार्य करावयाचे आहे हे निश्चित झाल्याने गोंधळाची परिस्थिती टळते.

२) विपणन कर्मचारी वर्गास मदत :

विपणन व्यूहरचनाकार विपणन कर्मचारी वर्गाला त्यांचे भविष्यातील कार्यक्रम पद्धतीशीर रीतीने पूर्ण करण्यासाठी मदत करतात. ज्यामुळे आखण्यात आलेल्या योजनांचा संस्थेला जास्तीतजास्त फायदा मिळविण्यात येतो. विपणन व्यूहरचनेमुळे विपणन विभागातील सर्व उपक्रम अगोदरच निश्चित केल्यामुळे ते क्रमवार आणि समन्वयाने प्रत्यक्षात आणणे सत्य होते आणि संस्थेची सर्वमान्य विपणन ध्येय पूर्ण करण्यासाठी त्याची मदत होते.

३) मितव्ययी :

विपणन व्यूहरचनेमध्ये विपणन प्रक्रियेतील अधिकाधिक लाभ देणारी कृतीशील योजना निश्चिती केली जाते. परिणामस्वरूपी कमीतकमी खर्चात अधिकाधिक फायदा मिळविता येतो.

४) संस्थात्मक परिणामकारतेत वाढ :

व्यवसायसंस्थेतील केवळ कार्यक्षमता पुरेशी नसते तर या कार्यक्षमतेमुळे उत्पादकता आणि परिणामकारकता वाढविली पाहिजे. विपणन व्यूहरचना विपणन व्यवस्थापकाला निश्चित केलेल्या विपणन उद्दिष्टांच्या संदर्भात संस्थेची परिणामकारकता मोजणे शक्य होते आणि ते त्या दृष्टीने योग्य ती पुढील कार्ये निश्चित करू शकतात.

५) प्रभावी नियंत्रण :

विपणन व्यवस्थापनाचे नियंत्रण कार्ये नियोजित कार्यक्षमता आणि प्रत्यक्ष कार्यक्षमता यांची तुलना करण्याशी संबंधित असते. जर योजना नसतील तर व्यवस्थापकाला कार्यक्षमता नियंत्रणाची प्रमाणके उपलब्ध नसतात. विपणन व्यूहरचना अशा योजना पुरवून निर्णय कार्य परिणामकारक बनवितात.

१.५.४ विपणन व्यूहरचनेची उद्दिष्टे :

कोणताही व्यवसाय सुरु करत असताना सक्षम विपणनाच्या व्यूहरचना विकसित करणे हे अत्यंत आवश्यक असते. विपणनाच्या व्यूहरचनांद्वारे कंपनीची संसाधने आणि विपणनाची उद्दिष्टे साध्य करण्यासाठीचे जे मार्ग आहेत त्यांच्या मूलभूत गरजा आणि कंपनीचे भागधारक, ग्राहक, गुंतवणूकदार, कर्मचारी या ज्या व्यक्ती आहेत त्यांचा गरजा देखील लक्षात घेतल्या जातात. विपणन व्यूहरचना ह्या प्रामुख्याने लक्ष्य बाजारपेठेची निवड, विशिष्ट विपणन व्यूहरचना आणि विपणन मिश्राची निर्मिती या तीन घटकांवरती अवलंबून असतात. विपणन व्यूहरचनेची उद्दिष्टे पुढीलप्रमाणे सांगता येतील :

१) संभाव्य बाजारपेठेची निवड :

व्यूहरचनात्मक नियोजन प्रक्रिया आराखडा तयार करण्यासाठी कंपनीचा सर्वात महत्त्वाचा निर्णय म्हणजे संभाव्य लक्ष्य बाजारपेठेची निवड करणे होय. सर्वप्रथम कंपनीने ते ज्या विपणनाच्या कृती करत आहेत त्याच्याआधारे त्यांनी त्यांची बलस्थाने आणि दोष यांचा विचार करून ग्राहकांना कसे आकर्षित करता येईल? याचा निर्णय घेणे आवश्यक असते.

२) विशेषीकरण :

व्यवसायाद्वारे नक्की कोणती बाजारपेठ संपादित करावयाची आहे? याचे निर्धारण केले जाणे आवश्यक आहे ज्यावेळस कंपनीला बाजारपेठेतील सर्वात मोठा हिस्सा प्राप्त होतो आणि बाजारातील स्पर्धेवरती ते वर्चस्व प्राप्त करतात त्यावेळेस त्या व्यावसायिक संघटना या बाजारपेठेतील नेतृत्व प्राप्त करतात. ज्यावेळेस एखादी उद्योग-व्यवसाय संस्था ही बाजारपेठेतील नेतृत्व करते त्यावेळेस ती संघटना ही बाजारपेठेत आव्हानात्मक म्हणून समोर येते. या बाजारपेठेतील नेतृत्व करणाऱ्या या कंपनीचे अनुकरण आणि त्यांच्या व्यूहरचनांचे निर्धारण देखील या कंपन्या करतात.

३) विपणन मिश्राची निर्मिती :

लक्ष्य बाजारपेठेची निवड झाल्यानंतर आणि कंपनीचे बाजारातील स्थान निश्चित झाल्यानंतर कंपनी ग्राहकांच्या गरजा आणि अग्रक्रम निश्चित करण्यासाठी कंपनी संशोधनाचे विविध प्रकल्प हाती घेते. या टप्प्यावरती कंपनी विपणन मिश्र जे आहेत म्हणजेच उत्पादन, किंमत, वृद्धी/प्रवर्तन आणि स्थळ यांची निश्चिती करते. ज्यामुळे कंपनीला स्पर्धात्मक लाभ प्राप्त करता येतात.

१.५.५ विपणन व्यूहरचनेची निर्मिती :

कोणत्याही संस्थेची व्यूहरचना त्या संस्थेने लक्ष्य केलेली बाजारपेठ आणि विपणन मिश्र यावरून लक्षात येते. बाजारपेठ लक्ष्यसंस्था कोणाला आपले उत्पादन विकू इच्छिते हे दर्शविते, याबरोबरच ते त्या संस्थेचे विपणन व्यूहरचना व्यासपीठ असते. अशा प्रकारे बाजारपेठ विभागीकरण आणि बाजारपेठ लक्ष्यसंस्था निर्मिती हे संस्थेच्या विपणन व्यूहरचनेमध्ये अत्यंत महत्त्वाची भूमिका बजावितात. विपणन व्यूहरचना निर्मितीमध्ये खालील दोन टप्प्यांचा समावेश होतो :

अ) बाजार लक्ष्य निवड :

बाजार लक्ष्य निवड हा विपणन व्यूहरचनेचा एक भाग आहे. बाजार लक्ष्य निवडीबरोबरच विपणन व्यूहरचनेतील एक अत्यंत महत्त्वाचा भाग निश्चित केला जातो. बाजारपेठ विभागणी आणि विपणन लक्ष्य प्रक्रिया निरनिराळ्या लाभप्रदत्ता आणि जोखीमा यांचे प्रमाणासह अनेकविध बाजारपेठ विभागांवर प्रकाश टाकतात. व्यवसायसंस्था या सर्वच विभागांमध्ये भाग घेऊ इच्छित नाही. या विभागांमध्ये असे काही विभाग असतात ज्यामध्ये काही विभाग त्वरित लाभ देणारे असतात. मात्र तेथे बाजारपेठ विकासाच्या मार्गाने मोठ्या प्रमाणावर गुंतवणुकीची मागणी असते. काही विभाग मोठ्या प्रमाणावर फायदे दर्शवितात; परंतु तेथे प्रवेश करणे अत्यंत अवघड असते. अशा परिस्थितीत योग्य बाजारपेठ विभाग निवडणे अत्यंत महत्त्वाचे असते. येथे संस्था लाभप्रदत्ता आणि जोखीमा यांचे विश्लेषण करून विविध विभागातील स्पर्धेचे स्वरूप निश्चित करू शकतात. असे असले तरीही संस्थेला सहजासहजी लक्ष्य केलेला विभाग स्वीकारणे शक्य नसते. अशा वेळी योग्य विभागाची निवड हा व्यूहरचना क्षेत्रातील महत्त्वाचा निर्णय असतो.

व्यवसायसंस्थेला संस्थेची उद्दिष्टे आणि संसाधने लक्षात घेऊन विविध विभागांच्या आकर्षकपणामधील संतुलन पाहावे लागते. उपलब्ध असलेल्या अनेक पर्यांयामधून संस्थेला एक चांगला पर्याय निवडावा लागतो आणि हे विपणन व्यूहरचना सूत्रीकरणामधील पहिले महत्त्वाचे काम असते. ज्यावेळी संस्थेसाठी योग्य बाजारपेठेची निवड केली जाते त्याचवेळी विपणन व्यूहरचनेतील अर्धे काम पूर्ण होते. एका मार्गाने बाजारपेठ विभाग निवडीबरोबर विपणनाचे अर्धे काम पूर्ण होते. विपणन व्यूहरचना सूत्रीकरणामध्ये बाजारपेठ लक्ष्य निवड ही एक मूलभूत अशी प्रक्रिया आहे. विपणन व्यूहरचनेचे उद्दिष्टच बाजारपेठ लक्ष्याला प्रभावीपणे आणि यशस्वीपणे सेवा देणे हे असते.

ब) विपणन मिश्रची जुळणी :

विपणन मिश्रची जुळणी म्हणजे विपणनातील चार महत्त्वाच्या घटकांचा योग्य संयोग करणे होय. या प्रक्रियेमध्ये योग्य विपणन क्रिया निवडणे आणि त्या प्रत्येक क्रियेसाठी योग्य विपणन प्रयत्न प्रदान करणे यांचा समावेश होतो. उत्पादन व्यूहरचना हा या प्रक्रियेचा एक भाग असतो. उत्पादने बाजारपेठांच्या गरजा आणि ग्राहकांच्या अपेक्षा यांच्याशी मिळत्या जुळत्या असाव्यात हा उत्पादन व्यूहरचनेचा भाग असतो. वितरण व्यूहरचना हा या प्रक्रियेचा दुसरा भाग असतो. ग्राहकांना जेथे हवे असेल तेथे उत्पादन त्याला सोयीस्कर होईल अशा पध्दतीने वेळेवर पोहचविणे हा वितरण व्यूहरचनेचा अत्यंत महत्त्वाचा भाग असतो. किंमत निश्चिती, जाहिरातबाजी आणि वृध्दी हे इतर घटक असतात. यासर्व घटकांची एकसंघपणे हाताळणी हे विपणन मिश्रमध्ये आवश्यक असते.

विपणन मिश्र जुळणी करताना खालील मुद्दे लक्षात घेणे आवश्यक असते. हे मुद्दे विपणन व्यूहरचनेत प्रतिबिंबित झाले पाहिजेत.

१) विपणन मिश्रला ग्राहक किंवा बाजारपेठांमधून मार्ग निवडावा लागतो.
२) विपणन मिश्राची जुळणी करताना वातावरणातील घटकांचे सखोल ज्ञान असणे आवश्यक असते.
३) विपणन मिश्रातील विविध घटकांची हाताळणी एकसंघ पध्दतीने केली गेली पाहिजे.
४) विपणन मिश्र स्थिर नसते.
५) विपणन मिश्रावर निर्णय घेताना व्यवसायसंस्थेच्या संसाधनांचा विचार केला गेला पाहिजे.

६) अनेक व्यवसाय असणाऱ्या व्यवसायसंस्थांचे विपणन मिश्राचे निर्णय अधिक गुंतागुंतीचे असतात.

७) विपणन मिश्र हा विपणन व्यूहरचनेचा अधिक दृष्य असा भाग आहे.

१.५.६ विपणन व्यूहरचनेच्या निर्मितीचे आधार :

विपणन व्यूहरचना ह्या ग्राहकांपर्यंत पोहचण्यासाठी आणि ग्राहकांचे लक्ष्य हे कायमच उत्पादन आणि सेवांवरती केंद्रित ठेवण्यासाठी विपणन व्यूहरचना मदत करतात. विपणन आराखड्यांचा हे कंपनीची जी बलस्थाने आहेत त्यांवरती लक्ष्य केंद्रित करून बाजारपेठेतील ज्या संधी आहेत त्यांचा वापर हा विक्री वृद्धी करण्यासाठी कशाप्रकारे उपयुक्त ठरतील? याचा विचार केला जातो. विपणन व्यूहरचना ह्या कंपनीचा विपणन व्यूहरचनात्मक आराखडा जो असतो त्याद्वारे उत्पादन आणि सेवा यांचे विकसन करण्यास मदत केली जाते. मागणीमध्ये वाढ कशी घडवून आणायची?, विपणनाच्या विविध वाहिन्यांचे निर्धारण कसे करावयाचे?, किंमत कशी निश्चित करावयाची? याचे निर्धारण हे विपणन व्यूहरचनाच्या माध्यमातून केले जाते. विपणन व्यूहरचनेचे घटक म्हणून उत्पादन आणि सेवांची संकल्पना, प्रवर्तन/वृद्धी, किंमतीकरण आणि वितरण यांचा समावेश होतो. विपणन व्यूहरचना निर्मितीचे आधार पुढीलप्रमाणे स्पष्ट करता येतील :

१) बाजारपेठेची निवड :

विपणन व्यूहरचनेचा एक महत्त्वाचा भाग म्हणजे बाजारपेठेची निवड करणे होय. या बाजारपेठेच्या निवडीच्या माध्यमातून ज्या बाजारपेठेमध्ये उत्पादन आणि सेवा या वितरित करावयाच्या आहेत त्याची कल्पना कंपनीला येते. कंपनीची उत्पादने ही काही वेळेस एका बाजारातच विकली जाणारी असतात अशावेळेस संबंधित उत्पादने ही त्या-त्या बाजारपेठेत पोहोचणे आवश्यक असते. त्यामुळे विपणनाची व्यूहरचना निर्धारित करत असताना बाजारपेठेची निवड केली जाणे हा महत्त्वाचा भाग असतो.

२) वितरण वाहिन्या :

विपणन व्यूहरचना निर्धारित होत असताना वितरण वाहिन्या की, ज्यांच्या माध्यमातून उत्पादन आणि सेवा ह्या ग्राहकांपर्यंत पोहचणार असतात त्यांचे निर्धारण करणे आवश्यक असते. किरकोळ आणि घाऊक वाहिन्यांच्या माध्यमातून वस्तू आणि सेवा ह्या अंतिम उपभोगकत्यापर्यंत पोहोचत असतात. समग्र संप्रेषण व्यूहरचना ह्या जाहिरातींच्या माध्यमातून जे संभाव्य ग्राहक आहेत त्यांच्यापर्यंत उत्पादनाची माहिती ही सविस्तरपणे पोहचवते. जाहिरातींसाठी टी. व्ही., प्रत्यक्ष स्वरूपात केले जाणारे ई-मेल, रेडिओ, वृत्तपत्रे आणि व्यक्तिगत विक्री यांचा वापर केला जातो.

३) किंमतीकरण :

किंमतीकरण हा कोणत्याही विपणनाच्या कार्यक्रमांचा एक महत्त्वाचा घटक असतो. भागधारकांचे मूल्य निर्धारित करण्यासाठी प्रत्यक्ष स्वरूपाचा एक घटक म्हणून किंमतीकरणाकडे पाहिले जाते. ग्राहकांचे विविध वर्ग लक्षात घेऊन कंपनीने उत्पादनाच्या किंमती या निर्धारित करणे आवश्यक असते. हे किंमत निर्धारण करत असताना ग्राहकांची खरेदी क्षमता, ते देऊ शकणारी किंमत, मध्यस्थांची दलाली, घाऊक आणि किरकोळ विक्रेत्यांचे द्यावयाचे पैसे, उत्पादनासाठी येणारा खर्च या सर्वांचा विचार करून उत्पादनाचे किंमतीकरण केले जाते.

४) उत्पादनाची संकल्पना :

ज्यावेळेस एखाद्या उद्योग-व्यवसाय संस्थेकडून एखाद्या विशिष्ट वस्तू आणि सेवेची निर्मिती केली जाते त्यावेळेस सर्वप्रथम ते जे उत्पादन तयार केले जाते ते विविध घटकांनी मिळून तयार केलेले असते. संभाव्य बाजारपेठेची मागणी आणि ग्राहकांचे असणारे जे कल आहेत ते कल लक्षात घेऊन वस्तू आणि सेवा तयार केल्या जातात.

उत्पादनाच्या संकल्पनेत विविध प्रकारचे घटक आणि विविध प्रकारचे साहित्य समाविष्ट असते. उत्पादनाची संकल्पना मांडत असताना पुढील काही घटक आणि बाबी लक्षात घेणे आवश्यक असते. या बाबी किंवा घटक पुढीलप्रमाणे स्पष्ट करता येतील :

अ) नवीन उत्पादन विकास :

नवीन उत्पादन घेत असताना अनेक प्रकारच्या अवस्थांचा त्यामध्ये समावेश असतो. यामध्ये उत्पादनाच्या निर्मितीची संकल्पना, त्यातील विश्वासार्हता आणि बाजारातील मागणी यांचा विचार केला जातो. या अवस्थेमध्ये नवीन उत्पादनासाठी आवश्यक असणारा जो कच्चा माल आहे आणि अन्य घटक जे आहेत त्यांची निर्धारिणा केली जाते. याकरिता काही प्रमाणात संशोधन आणि विकसन केले जाते.

ब) उत्पादन मिश्र :

उत्पादन मिश्रामध्ये तंत्रज्ञान, स्पर्धा, कार्यसंचलन क्षमता आणि बाजारपेठेतील घटकांचा समावेश केला जातो. विपणक या सर्व घटकांना लक्षात घेऊन विपणनाच्या व्यूहरचनाचे निर्धारिण करतो व त्यानुसार उत्पादनाचे विपणन केले जाते.

क) कंपनीचे घटक :

कोणतेही उत्पादन घेत असताना कंपनीला योग्य वाटणारे जे घटक आहेत आणि उत्पादन आहेत त्यांचीच प्रक्रिया ही केवळ कंपनी मार्फत केली जाते. कंपनीच्या घटकांमध्ये प्रामुख्याने उत्पादनाची क्षमता, संशोधन आणि विकासाची गुणवत्ता, उत्पादनासाठी घेतले जाणारे प्रयत्न, कंपनीतील मनुष्यबळाची क्षमता यांचा विचार केला जातो.

५) सेवेची संकल्पना :

ग्राहक सेवा हा कोणत्याही कंपनीच्या विपणाच्या आणि व्यूहरचनात्मक आराखड्याचा एक महत्त्वाचा घटक असतो किंबहुना तो एक अविभाज्य भाग असतो. ग्राहकांना ज्यावेळेस एखादे उत्पादन विकले जाते किंवा एखादे उत्पादन हे बाजारपेठेपर्यंत आणले जाते त्यावेळेस त्या उत्पादनाचे जे सुटे भाग आहेत ते सुटे भाग, तांत्रिक सहकार्य आणि वित्तीय सहकार्य यांचा महत्त्वाने आणि प्राधान्याने विचार केला जातो. परिणामी ग्राहक समाधान साध्य करण्यासाठी ग्राहकांना नेमक्या कोणकोणत्या सुविधा देता येतील? याचा विचार कंपनीला करावा लागतो.

६) प्रवर्तन/वृद्धी :

औद्योगिक विपणन व्यूहरचना निर्माण करत असताना विपणकाला जाहिरात, व्यक्तिगत विक्री आणि विक्री वृद्धी यांच्या दृष्टिकोनातून विचार करावा लागतो. या प्रवर्तनाच्या किंवा वृद्धीच्या मार्गांच्या माध्यमातून बाजारातील उत्पादनाला असणारी जी मागणी आहे ती वाढते. विपणनाच्या सर्वच कृतींचा विचार करत असताना ग्राहकांना वस्तू खरेदी करण्यास कशा प्रकारे तयार करता येईल? हा सर्वात मोठा प्रश्न असतो. त्यामुळे प्रवर्तन किंवा वृद्धीचे नियोजन करत असताना पुढील बाबींचा विचार करावा लागतो :

अ) जाहिरातीचा वापर कसा करावा?

ब) व्यक्तिगत विक्री तंत्राचा वापर कोणत्या मर्यादेपर्यंत करावा?

क) जाहिरात आणि व्यक्तिगत विक्री या सर्वांच्या पलीकडे अन्य कोणत्या मार्गाचा वापर हा वृद्धीसाठी करता येईल याचा ही विचार यामध्ये केला जावा.

७) वितरण वाहिन्या :

बाजारपेठेमध्ये वस्तू आणि सेवांचे वितरण करता यावे यासाठी विविध वितरण वाहिन्यांचा उपयोग करावा लागतो. उत्पादनाचे स्वरुप आणि बाजारपेठेचे स्थान, आकारमान आणि ग्राहक यांचा विचार करून वितरण वाहिन्यांची निश्चिती केली जाते.

➪ १.६ हरित विपणन :

आज आपला समाज नैसर्गिक पर्यावरणाविषयी खूप काळजी दाखवत आहे. समाजाची ही बदलती मानसिकता, भूमिका लक्षात घेऊन व्यवसायांनी म्हणजेच संघटनांनी व व्यावसायिकांनी त्यांच्या वर्तनात सुधारणा घडवून आणून संघटनात्मक उपक्रमांमध्ये पर्यावरणीय प्रश्नांचे, मुद्यांचे एकात्मिकरण करण्यास सुरूवात केलेली आहे. विविध विद्याशाखांनी सुद्धा पर्यावरणीय प्रश्नांचा, मुद्यांचा अंतर्भाव त्यांच्या साहित्यात करावयास सुरूवात केली आहे. यामुळे विपणनासारख्या विषयांत देखील ''हरित विपणन'' यांसारख्या संकल्पनांचा समावेश आणि पर्यावरणीय विपणनाचा अलिकडील दिवसांत वारंवार समावेश केला गेला.

१.६.१ अर्थ :

हरित विपणन, ज्याला पर्यावरण किंवा परिस्थितीकीय विपणन म्हणून देखील ओळखले जाते त्यामध्ये अशा मानवी गरजा आणि आकांक्षांची पूर्ती करण्याचा प्रयत्न केला जातो की ज्यामुळे नैसर्गिक पर्यावरणाला कमीत कमी हानी पोहोचून त्याचा प्रभाव निर्माण होईल अशा उपक्रमांची आखणी केली जाऊन कोणत्याही संकल्पनेचे विनिमयन केले जाते. यामध्ये विस्तृत श्रेणींमधील कृतींचा समावेश होतो. ज्यामध्ये उत्पादन सुधारणा, उत्पादन प्रक्रियेतील बदल, आवेष्टनांतील बदल तसेच हरित विपणनाला अनुसरून केलेली जाहिरात या विस्तीर्ण कृतींचा त्यामध्ये समावेश होतो.

१.६.२ व्याख्या :

हरित विपणनाच्या व्याख्या पुढीलप्रमाणे सांगता येतील :

१) अमेरिकन मार्केटिंग असोसिएशन :

''हरित विपणन म्हणजे अशा उत्पादनांचे विपणन की जी उत्पादने पर्यावरणीयदृष्ट्या सुरक्षित मानली गेली आहेत.''

२) पोलोन्स्की :

''हरित किंवा पर्यावरणीय विपणन यामध्ये अशा सर्व कृतींचा किंवा कार्यांचा समावेश अथवा निर्मिती केली जाते की ज्याद्वारे पर्यावरणीय हानी कमीत कमी होऊन मानवी गरजा किंवा इच्छांचे समाधान करण्याचा प्रयत्न केला जातो.''

३) प्राईड ॲन्ड फेरेल :

''हरित विपणनाला पर्यावरणीय विपणन या पर्यायी नावाने ओळखले जाते. याद्वारे संघटनेकडून पर्यावरणाला कमीत कमी हानी पोहोचेल अशा स्वरूपाच्या उत्पादनांच्या आरेखनाची, प्रवर्तनाची , किंमतीकरणाची आणि वितरणाची अपेक्षा केली जाते.''

४) पीट्टी :

''हरित विपणन हे समग्र व्यवस्थापन असून याद्वारे ग्राहक आणि समाजाच्या आवश्यकता ओळखून पूर्वानुमान करून त्याचे समाधान नफाक्षम आणि शाश्वत मार्गाने केले जाते.''

१.६.३ हरित विपणनाचे महत्त्व :

हरित विपणनाचे महत्व पुढील मुद्यांच्या आधारे स्पष्ट करता येईल :

१) मर्यादित स्त्रोतांचा संवेदनशील वापर :

हरित विपणनापासून मिळणारा एक सर्वात मोठा महत्त्वपूर्ण फायदा म्हणजे ज्यावेळेस या विपणनाच्या माध्यमातून उत्पादनांची विक्री केली जाते तेव्हा पृथ्वीचे पर्यावरणीय धोके आणि प्रदुषके यांपासून संरक्षण प्राप्त होते. तसेच

पृथ्वीवरील जी मर्यादित साधनसंपत्ती आहे तिच्यात देखील बचत होते. तसेच होणारा दुसरा लाभ म्हणजे काही इको-फ्रेंडली उत्पादने जी आहेत त्यांच्यासाठी मोठ्या प्रमाणावर विपणन मोहिमा तयार करण्याची अथवा त्यांची जाहिरात करायची गरज नसते. कारण ती उत्पादने स्वत:च त्यांची विशेषत: वापराद्वारे दर्शवतात.

२) लोकांमध्ये सकारात्मक प्रतिमा :

हरित विपणन म्हणजे कंपन्यांनी जुन्या होत जाणाऱ्या पृथ्वीसंबंधी आणि समाजाविषयी दाखवलेली चिंता असून त्याद्वारे कंपनी तिच्या समाजाप्रती असणाऱ्या व पृथ्वीप्रती असणारी जी सामाजिक जबाबदारी आहे तिची पूर्तता करण्याचा प्रयत्न करत आहोत असे दाखवणे असते. कंपनीने जर हरित विपणनाला सुरवात केली तर त्या कंपनीबद्दलची समाजातील लोकांच्या मनात जी प्रतिमा आहे ती सकारात्मक होऊन ग्राहकांच्या संख्येत विस्तार होत जातो.

३) जाणीव जागृतीची निर्मिती :

हरित विपणन हे स्वत:च एक लाभ मिळवून देण्याच्या दृष्टिने फायदेशीर असून याद्वारे पृथ्वीला असमतोलापासून वाचवण्याच्या कल्पनांना उत्तेजन दिले जाते. अशा प्रकारच्या प्रवर्तनात्मक उपायांमुळे अधिकाधिक लोकांच्या मनात जागरूकता निर्माण केली जाते. म्हणून हरित विपणनाद्वारे लोकांच्या मनामध्ये जागरूकता निर्माण करून पृथ्वीला पर्यावरणीय असमतोलापासून वाचवण्याची उत्तम संधीच प्राप्त होत आहे.

४) व्यक्तिगतता :

हरित विपणनामुळे कंपनीला अन्य कंपन्यांपेक्षा वेगळ्या गुणवत्तेचे आणि किंमतीची उत्पादने करता येतात की ज्याद्वारे कंपनी दुसऱ्यांपेक्षा तिचे वेगळेपण दर्शवते. हरित विपणन हे त्या कंपनीची अधिक विचारपूर्ण, जबाबदार कॉर्पोरेट प्रतिमा तयार करण्याचा प्रयत्न करते. जे ग्राहक पर्यावरण विषयक प्रश्नांना अग्रक्रम देत नाहीत त्यांच्यासाठीसुद्धा ही बाब महत्त्वाची ठरते. याद्वारे कंपनीच्या विपणन साधनांची विस्तीर्ण श्रेणी निर्माण होऊन ग्राहकांनी नेहमीच ऐकलेल्या कमी किंमत टिकाऊपणा आणि शैली यांबद्दल चर्चा होते.

५) परिचालन आणि उत्पादन खर्च कमी करणे :

विपणनाची सुरूवात एखादा उद्योग त्याच्या उत्पादनांची जाहिरात किंवा प्रवर्तक करण्यास आरंभ करण्या अगोदर होते. त्यामध्ये उत्पादनाचा विकास, मूल्यांकन आणि वितरण यांच्या रणनीतिचा समावेश होतो. विक्री वाढण्यास मदत करण्याच्या जोडीला हरित विपणन कंपन्यांना परिचालन आणि उत्पादन खर्चात कपात करण्यास मदत करते. विशेषत: उर्जा वापरात कपात करून पर्यावरणदृष्ट्या संवेदनशील कंपन्या संभाव्य कर्मचाऱ्यांना आकर्षक वाटतात जे सकारात्मक कंपनी संस्कृतीचा एक भाग बनू इच्छितात.

६) कचऱ्याचे कमी प्रमाण :

जेव्हा उद्योग उर्जेबाबत कार्यक्षम विद्युतीकरणाचा योग्य वापर करते. तीचा पाण्याचा वापर कमी करते कार्यालयीन साहित्याचा पुनर्वापार करते. सार्वजनिक स्वच्छतेचा कार्यक्रम कर्मचाऱ्यांसह आयोजित करते. पुनर्वापराचे साहित्य वापरते आणि कमी कचरा निर्माण करते. त्यावेळी ती कंपनी समाजात उद्योगांमध्ये आणि ग्राहकांशी सकारात्मक जन संपर्क निर्माण करते. तीला तीची स्वत:ची जाहिरात हरित कंपनी म्हणून करता येते किंवा तीच्या उत्पादनांच्या वेष्टणावर हरित म्हणून उल्लेख करता येतो, तसेच तीच्या जाहिरातीत आणि तीच्या वेबसाईटवर हरित म्हणून उल्लेख करता येतो. यामुळे छाप पसंती किंवा निष्ठा निर्माण होऊन विक्रीत वाढ होते आणि नफा वाढतो. हरित विक्रेत्यांना सरकारी एजन्सीज आणि व्यवसायांमध्ये विक्रेता आणि पुरवठादार म्हणून पात्रता मिळवता येते, जे त्यांचा व्यवसाय अशा प्रकारच्या उद्योगांशी करणे पसंत करतात.

१.६.४ हरित विपणनासमोरील आव्हाने :

हरित विपणनासमोरील आव्हानांची चर्चा पुढीलप्रमाणे करता येईल :

१) प्रमाणीकरणाची गरज :

हरित विपणनामधून जे संदेश लोकांमध्ये वितरित केले जातात त्यापैकी फक्त ५% संदेश हे सत्य स्वरूपात असतात. बाकीच्या संदेशांची सत्यता पडताळून पाहण्यासाठी प्रमाणीकरण करता येत नाही. सध्याच्या स्थितीला एखादे उत्पादन हे सेंद्रिय आहे याचे प्रमाणपत्र देणारे कार्यक्षम मानक अस्तित्वात आणावे लागते. या प्रमाणीकरणासाठी एखादे नियामक मंडळ जोपर्यंत प्रस्थापित होत नाही तोपर्यंत सत्यता पडताळली जाणार नाही. उच्च गुणवत्ता नियंत्रण मंडळ हे अशा स्वरूपाच्या परवान्याकरिता आणि लेबलिंग करिता आवश्यक आहे व त्यांनी पारदर्शी, कार्यक्षम काम करणे आवश्यक आहे.

२) नवी संकल्पना :

हरित उत्पादनांच्या संदर्भात भारतातील सुशिक्षित आणि शहरी ग्राहक हे जास्त जागरूक होत आहेत. पण तरीही अजूनही बहुसंख्यांक लोकांसाठी ती नवीन, अपरिचित अशीच संकल्पना आहे. ग्राहकांना पर्यावरणीय समस्यांच्या बाबतीत सुशिक्षित आणि जागरूक करणे गरजेचे आहे. नवीन हरित चळवळीने बहुसंख्यांक जनतेपर्यंत पोहोचणे गरजेचे आहे, अर्थात याच्यासाठी खूप वेळ लागणार असून प्रयत्नदेखील भरपूर करावे लागणार आहेत. भारताला जी आयुर्वेदिय परंपरा आहे त्याच्या वापरातून भारतीय उपभोक्त्यांनी नैसर्गिक व आयुर्वेदिय उत्पादनांचा वापर करून त्याचे महत्त्व सांगितले पाहिजे. भारतीय ग्राहकांनी योग्य आणि नैसर्गिक आरोग्यपूर्ण जीवनशैली जसे की योगा आणि नैसर्गिक अन्नाचा उपभोग घेणे या बाबी परिचित आहे. या दृष्टिकोनांचा विचार करता ग्राहक हे आधीच जागरूक असून त्यांनी काही प्रमाणात हरित उत्पादनांचा स्वीकार करण्यास सुरवात केलेली आहे.

३) संयम आणि चिकाटी :

गुंतवणुकदार आणि कंपन्या यांनी पर्यावरणाकडे दीर्घ कालीन गुंतवणूकीची संधी म्हणून बघायला हवे. विक्रेत्यांनी या नवीन हरित चळवळीपासून दीर्घ कालीन फायदे मिळवण्यासाठी पहाण्याची गरज आहे. त्यासाठी बराच संयम लागेल आणि ताबडतोब परिणाम प्राप्त होणार नाही. ही नवीन संकल्पना आणि क्लृप्ती असल्याने, तीचा स्वीकार करण्यास वेळ लागेल.

४) हरित लघु–विचार टाळणे :

हरित विपणनाचा पहिला नियम म्हणजे ग्राहकांच्या फायद्याकडे लक्ष देणे म्हणजे पहिले म्हणजे ग्राहकांनी ठराविक उत्पादने का घ्यायची, हे योग्य पद्धतीने सांगा आणि ग्राहकांना छाप बदलण्यासाठी प्रोत्साहन द्या; किंवा हरित पर्यायासाठी जादा किंमत का द्यायची ते सांगा. जर एखादे उत्पादन सर्व बाबतीत हरित म्हणून विकसित केले आहे परंतु ग्राहकाच्या समाधानाचे निकष पूर्ण करीत नाही तर त्याचा उपयोग नाही. ते हरित लघु विचाराकडे वळेल. आणि जर हरित उत्पादने फार मोठ्या किंमतीची असतील तर बाजारात त्याची स्विकृती होणार नाही.

➪ १.७ विपणन नवकल्पना :

विपणन नवकल्पना हे उत्प्रेरक आहे जे भविष्यात व्यवसायांना चालना देते, अत्याधुनिक तंत्रज्ञान, तथ्य आधारित माहिती आणि सर्जनशील धोरणांसह पारंपारिक विपणन दृष्टिकोनांमध्ये क्रांती घडवून आणते. नावीन्यपूर्णतेचा स्वीकार करून, कंपन्या ग्राहकांना सखोल पातळीवर गुंतवून ठेवू शकतात, वैयक्तिकृत अनुभव तयार करू शकतात आणि बाजारपेठेतील वाढत्या मागणीचा अंदाज लावू शकतात. अशाप्रकारे आजच्या गतिमान आणि सतत बदलत्या व्यवसायाच्या जगात स्पर्धात्मक धार मिळवू शकतात.

१.७.१ अर्थ :

विपणन नवकल्पना हे ग्राहकांच्या गरजा चांगल्या प्रकारे समजून घेण्यासाठी आणि त्यांची पूर्तता करण्यासाठी, अनन्य आणि आकर्षक ब्रँड अनुभव तयार करण्यासाठी व बाजारपेठेमध्ये स्पर्धात्मक फायदा मिळवण्यासाठी विपणनाच्या क्षेत्रात नवीन आणि परिवर्तनीय धोरणे, तंत्रज्ञान किंवा दृष्टिकोन सादर करण्याच्या प्रक्रियेचा संदर्भ देते. यात नवनवीन कल्पना आत्मसात करणे, उदयोन्मुख तंत्रज्ञानाचा उपयोग करणे आणि वक्रतेच्या पुढे राहण्यासाठी व वेगाने बदलणाऱ्या व्यावसायिक पर्यावरणात शाश्वत वृद्धी साध्य करण्यासाठी सतत विकसित होत असलेल्या ग्राहक परिदृश्याशी जुळवून घेणे यांचा समावेश आहे.

१.७.२ व्याख्या :

विपणन नवकल्पनेच्या काही व्याख्या पुढीलप्रमाणे आहेत :

१) फिलिप कोटलर आणि फर्नांडो ट्रायस डी बेस :

''विपणन नवकल्पना म्हणजे अपूर्व विपणन पद्धती, कल्पना आणि धोरणे तयार करणे व अंमलबजावणी करणे, ज्यात उत्पादने सादर, प्रचार आणि ग्राहकांना वितरित करण्याच्या पद्धतीमध्ये लक्षणीय बदल होतो, ज्यामुळे स्पर्धात्मक फायदा प्राप्त होतो.''

२) स्टीफन स्टीग्लिट्झ आणि टिमो वॅन्डहोफर :

''विपणन नवकल्पना म्हणजे नवीन आणि प्रगत तंत्रज्ञान, सोशल मीडिया प्लॅटफॉर्म्स आणि डेटा ॲनालिटिक्सचा वापर विपणन धोरणांमध्ये परिवर्तन करण्यासाठी आणि ग्राहकांच्या वर्तनाची व प्राधान्यांची सखोल माहिती मिळवण्यासाठी करणे.''

३) ग्रेग सॅटेल :

''विपणन नवकल्पनेमध्ये नवीन विपणन संकल्पना, प्रक्रिया किंवा तंत्रांचा समावेश होतो ज्यामुळे उत्पादने आणि सेवांचे स्थान, विपणन आणि वितरण केले जाते, परिणामी ग्राहक मूल्य व बाजारपेठेतील हिस्सा वाढतो.''

१.७.३ विपणन नवकल्पनेचे महत्त्व :

विपणन नवकल्पनेचे महत्त्व खालील मुद्यांद्वारे स्पष्ट करता येईल :

१) स्पर्धात्मक फायदा :

विपणन नवकल्पना व्यवसायांना नवीन पध्दती, तंत्रज्ञान आणि रणनीतींचा अवलंब करून प्रतिस्पर्ध्यांपासून स्वतः ला वेगळे करू देते. हे कंपन्यांना अनन्य उत्पादने, सेवा किंवा ब्रँड अनुभव प्रदान करण्यास सक्षम करते जे ग्राहकांना आकर्षित करतात आणि टिकवून ठेवतात, ज्यामुळे बाजारपेठेत स्पर्धात्मक धार येते.

२) ग्राहकांच्या गरजांशी जुळवून घेणे :

ग्राहकांची प्राधान्ये आणि वर्तन सतत विकसित होत आहेत. विपणन नवकल्पना ग्राहकांच्या गरजा समजून घेण्यासाठी आणि प्रतिसाद देण्यासाठी डेटा ॲनालिटिक्स आणि ग्राहकांच्या अंतर्दृष्टीचा फायदा घेऊन, उत्पादने व विपणन प्रयत्न संबंधित राहतील याची खात्री करून व्यवसायांना या बदलांशी जुळवून घेण्यास मदत करते.

३) वर्धित ग्राहक अनुभव :

विपणन नवकल्पनेद्वारे, कंपन्या वैयक्तिकृत आणि अखंड ग्राहक अनुभव तयार करू शकतात. उदयोन्मुख तंत्रज्ञान आणि तथ्य आधारित अंतर्दृष्टी वापरून, व्यवसाय त्यांच्या सेवा वैयक्तिक प्राधान्यांनुसार तयार करू शकतात, ग्राहकांचे समाधान आणि निष्ठा सुधारू शकतात.

४) बाजारपेठेतील वाढीव पोहोच :

नाविन्यपूर्ण विपणन धोरणांमध्ये अनेकदा नवीन माध्यमे आणि प्लॅटफॉर्म्सचा अधिक व्यापक व अधिक वैविध्यपूर्ण प्रेक्षकांपर्यंत पोहोचण्याचा समावेश असतो. या विस्तारित बाजारपेठेमुळे ब्रँड दृश्यमानता वाढते आणि न वापरलेल्या बाजारपेठांमध्ये प्रवेश प्राप्त होतो.

५) ब्रँड निर्मिती आणि जागरूकता :

सर्जनशील विपणन नवकल्पना ग्राहकांचे लक्ष वेधून घेऊ शकते, चर्चा निर्माण करू शकते आणि ब्रँड जागरूकता वाढवू शकते. हे व्यवसायांना एक अद्वितीय ओळख प्रस्थापित करण्यास आणि ग्राहकांच्या मनात स्वतःला प्रभावीपणे स्थान देण्यास अनुमती देते.

६) खर्च कार्यक्षमता :

नाविन्यपूर्ण विपणन दृष्टिकोन संसाधन वाटप अनुकूल करू शकतात, ज्यामुळे किफायतशीर विपणन मोहिमा सुरू होतात. तथ्य आधारित अंतर्दृष्टीद्वारे योग्य संदेशासह योग्य प्रेक्षकांना लक्ष्य करून, कंपन्या वायफळ खर्च कमी करू शकतात आणि गुंतवणुकीवर जास्तीत-जास्त परतावा मिळवू शकतात.

७) बदलत्या परिप्रेक्षात लवचिकता :

बाजार आणि उद्योग सतत व्यत्यय व बदलांच्या अधीन आहेत. विपणन नवकल्पना व्यवसायांना नवीन प्रवाह, तंत्रज्ञान आणि ग्राहकांच्या वर्तणुकीशी झटपट जुळवून घेण्यास सक्षम करते. सतत विकसित होत असलेल्या व्यवसायाच्या परिप्रेक्षात दीर्घकालीन व्यवहार्यता आणि लवचिकता सुनिश्चित करते.

८) नवोपक्रमाच्या संस्कृतीला प्रोत्साहन देणे :

विपणन नवकल्पना स्वीकारल्याने संस्थेमध्ये सर्जनशीलता आणि प्रयोगांची संस्कृती वाढीस लागते. ही संस्कृती कर्मचाऱ्यांना चौकटीबाहेर विचार करण्यास, नवीन कल्पना मांडण्यास आणि विपणन प्रयत्नांमध्ये सतत सुधारणा करण्यास प्रोत्साहित करते.

९) व्यवसाय वाढीला चालना :

विपणन नाविन्यपूर्णतेचा उपयोग करून, व्यवसाय न वापरलेल्या संधी ओळखू शकतात, नवीन उत्पादन प्रकार सादर करू शकतात आणि नवीन बाजारपेठांमध्ये विस्तार करू शकतात, एकूण व्यवसाय वृद्धी आणि नफा वाढवू शकतात.

१०) व्यवसायाचे भविष्य-प्रचीती :

व्यवसायाची परिप्रेक्ष जसजसे अप्रत्याशित होत जाते, तसतसे विपणन नवकल्पना भविष्यातील प्रचीतीसाठी एक सक्रिय दृष्टीकोन प्रदान करते. ज्या कंपन्या नवकल्पना स्वीकारतात त्यांना बाजारातील बदलांचा अंदाज येण्याची आणि उदयोन्मुख आव्हानांना प्रभावीपणे प्रतिसाद देण्याची अधिक शक्यता असते.

बहुविकल्पी प्रश्न

१) ------- ही अशी प्रक्रिया आहे की जिच्यामुळे बाजारपेठेच्या ठिकाणी साधने व विशिष्ट ज्ञानाचे आर्थिक मूल्यात परिवर्तन घडून येते.
अ) विपणन ब) जाहिरात क) बाजारपेठ ड) वाहतूक

२) ------- हे विपणनाचे सर्वात महत्त्वाचे उद्दिष्ट आहे.
अ) नफा कमविणे ब) बाजारपेठ काबीज करणे
क) लोकांच्या गरजा भागविणे ड) आर्थिक विकास

३) ------- ही विपणनाची प्रारंभिक अवस्था मानली जाते.
अ) ई-कॉमर्स ब) खरेदी-विक्री क) वाहतूक ड) वस्तू विनिमय

४) ------- हा विपणनाचा सर्वात महत्त्वाचा घटक आहे.
अ) साठवणूक ब) जाहिरात क) वाहतूक ड) भांडवल

५) विपणन ज्या ठिकाणी घडून येते त्यास सर्वसाधारणपणे ------- म्हणतात.
अ) बाजारपेठ ब) वखार क) गोदाम ड) साठवण

६) ------- हे विपणनाचे एक मुलभूत कार्य आहे.
अ) संशोधन ब) विक्री क) ग्राहक संपर्क ड) जाहिरात

७) पुढीलपैकी विपणनाचे सहाय्यकारी कार्ये कोणते?
अ) विक्री ब) खरेदी क) जाहिरात ड) वाहतूक

८) ------- पर्यावरणात अशा आर्थिक, शासकीय, बाजारपेठ, पुरवठादार, तांत्रिक, भौगोलिक व सामाजिक घटकांचा समावेश होतो की जे व्यवसायाच्या संधी व धोके निर्धारित करतात.
अ) अंतर्गत ब) बाह्य क) सूक्ष्म ड) विपणन

९) विपणनाचे ------- पर्यावरण म्हणजे व्यवसायातील असे छोटे प्रवाह ज्यांच्या व्यवसायाच्या ग्राहकांची सेवा करण्याच्या क्षमतेवर परिणाम होतो.
अ) अंतर्गत ब) बाह्य क) सूक्ष्म ड) समग्र

१०) विपणनाचे ------- पर्यावरण म्हणजे मोठ्या प्रमाणावरील सामाजिक प्रवाह जे सूक्ष्म पर्यावरणास प्रभावित करतात.
अ) अंतर्गत ब) बाह्य क) सूक्ष्म ड) समग्र

११) व्यवसायाच्या सूक्ष्म पर्यावरणात पुढीलपैकी कोणत्या घटकाचा समावेश होत नाही.
अ) कंपनी ब) पुरवठादार क) गुंतवणुकदार ड) तंत्रज्ञान

१२) व्यवसायाच्या अंतर्गत पर्यावरणात पुढीलपैकी कोणत्या घटकाचा समावेश होत नाही.
अ) मानवी संसाधन ब) व्यवस्थापन संरचना
क) पुरवठादार ड) भौतिक मालमत्ता

१३) ग्रीन विपणनाचा आधार कोणता आहे?
अ) ग्रीन हाऊस गॅस कमी बाजार ब) भांडवल प्रवाह
क) कार्यक्रम ड) उत्पादन

१४) विपणन व्यूहरचना म्हणजे अशी कृती की, ज्यामध्ये उद्योग-व्यवसाय संस्था ह्या विविध विभागांमध्ये विक्री करतात आणि भिन्न उत्पादने ही ------ नुसार वर्गीकृत करतात.

अ) व्यक्तिगत विपणन **ब)** वैविध्येकरण विपणन

क) मास विपणन **ड)** निश विपणन

१५) विपणन व्यूहरचनाची निर्मिती/आरेखन हे ------ आणि नफा विनिमय यावरती प्रभाव टाकण्यासाठी केले जाते.

अ) ग्राहक निर्णय **ब)** विक्री व्यूहरचना

क) जाहिरात व्यूहरचना **ड)** निर्यात व्यूहरचना

१६) ज्या विपणनाच्या व्यूहरचनेमध्ये मोठ्याप्रमाणावरील ग्राहकांना विक्री आणि महत्तम प्रतिमा यांचे निर्धारण केले जाते त्या व्यूहरचनेचे वर्गीकरण हे ------ यामध्ये केले जाते.

अ) वैविध्येकरण विपणन **ब)** अवैविध्येकरण विपणन

क) मास विपणन **ड)** 'अ' आणि 'ब' दोन्हीही

१७) ग्राहकांच्या मानसिकतेवरती परिणाम करणाऱ्या विपणन व्यूहरचनेची जी क्षमता असते त्याला ------ असे म्हणले जाते.

अ) विकसन गुणक **ब)** प्रोग्राम गुणक **क)** बाजार गुणक **ड)** ग्राहक गुणक

१८) विपणनाच्या व्यूहरचनेच्या निर्मितीमध्ये ------ चा समावेश असतो.

अ) विपणन उद्दिष्टे आणि व्यूहरचना **ब)** अपेक्षित परिणामांचे अंदाजन

क) पर्यायी आराखड्याची निर्मिती करणे **ड)** वरीलपैकी सर्व

१९) विपणन नियोजनामध्ये ------ घटकांचा समावेश होतो.

अ) धोरणे **ब)** कार्यपद्धती **क)** वरीलपैकी सर्व **ड)** नियम

२०) विपणन नियोजनासाठी पुढीलपैकी महत्त्वाचे काय आहे?

अ) भविष्यकाळातील अनिश्चिततेचा विचार **ब)** कार्यात्मक अर्थव्यवस्था

क) समन्वयामध्ये मदत **ड)** वरीलपैकी सर्व

उत्तरे : १) अ, २) क, ३) ड, ४) ब, ५) अ, ६) ब, ७) क, ८) ड, ९) अ, १०) ब, ११) ड, १२) क, १३) अ, १४) ब, १५) ड, १६) ड, १७) ब, १८) ड. १९) क, २०) ड.

सरावासाठी प्रश्न

प्र. १. विपणन म्हणजे काय? विपणनाचे घटक आणि उद्दिष्टे स्पष्ट करा.

प्र. २. विपणन या शब्दाची व्याख्या करा. विपणनाची उद्दिष्टे आणि महत्त्व स्पष्ट करा.

प्र. ३. विपणनाचे फायदे आणि मर्यादा सांगा.

प्र. ४. विपणनाच्या उत्क्रांतीबद्दल विवेचन करा.

प्र. ५. विपणनाची व्याप्ती स्पष्ट करा.

प्र. ६. विपणनाच्या अभ्यासाच्या दृष्टीकोनांचे वर्णन करा.

प्र. ७. विपणन पर्यावरण काय आहे? विपणन पर्यावरणावर परिणाम करणारे अंतर्गत आणि बाह्य घटक स्पष्ट करा.

प्र. ८. विपणन पर्यावरणावर परिणाम करणारे घटक स्पष्ट करा.

प्र. ९. विपणन नियोजन म्हणजे काय? विपणन नियोजनाचे स्वरूप आणि व्याप्ती स्पष्ट करा.

प्र. १०. विपणन नियोजनाचे महत्त्व स्पष्ट करा.

प्र. ११. विपणन अंमलबजावणी या शब्दाची व्याख्या करा. विपणन अंमलबजावणीची प्रक्रिया स्पष्ट करा.

प्र. १२. विपणन व्यूहरचना म्हणजे काय ? विपणन व्यूहरचनेची निर्मिती स्पष्ट करा.

प्र. १३. विपणन व्यूहरचनेची प्रक्रिया विशद करा.

प्र. १४. हरित विपणन म्हणजे काय? हरित विपणनाचे महत्त्व आणि आव्हाने स्पष्ट करा.

प्र. १५. विपणन नवकल्पनेची संकल्पना आणि महत्त्व स्पष्ट करा.

प्र. १६. **खालील विषयांवर टिपा लिहा :**

अ) विपणनाची उत्क्रांती.

ब) विपणन पर्यावरण.

क) अंतर्गत विपणन पर्यावरण.

ड) बाह्य विपणन पर्यावरण.

इ) विपणन नियोजन.

ई) विपणन अंमलबजावणी.

फ) विपणन व्यूहरचना.

ग) हरित विपणन.

ह) विपणन नवकल्पना.

उत्पादन मिश्र आणि किंमत मिश्र

प्रकरण २

प्रास्ताविक :

बाजारपेठ धारकाद्वारे लोकांच्या उपभोग्य गरजा पूर्ण करण्यासाठी विक्रीस आणल्या जाणाऱ्या कुठल्याही मूर्त घटकास वस्तू असे म्हटले जाते. वस्तू ही बाजारात विविध प्रक्रिया करूनच उपलब्ध होत असते. त्याचे पॅकिंग, त्यावर कंपनीचे चिन्हांकन, किंमत, हॉलमार्क इत्यादी उद्योजकासाठी महत्त्वाची गोष्ट आहेत. कारण त्याच्यामुळेच व्यवसायाची योग्य दिशा तयार होते. उत्पादन कोणते, कसे, किती हे उद्योजक निर्णय घेतो त्यासाठी मागणी, गरज, बाजारातील उत्पादनाचे चालू विक्रीमूल्य या गोष्टींचा साकल्याने विचार करूनच उद्योजक योग्य निर्णय घेत असतात. विपणन मिश्रच्या चार घटकांपैकी किंमत हा एक महत्त्वाचा घटक आहे. ज्यावेळेस विपणन मिश्रचे अन्य घटक हे पैसा खर्च करत असतात त्याचवेळेस किंमत मिश्र हा असा घटक आहे की जो उद्योग व्यवसाय संस्थेला महसूल प्राप्त करून देत असतो. किंमत ही थेट स्वरूपात संघटनेच्या उत्पन्नावर आणि नफा क्षमतेवर प्रभाव टाकत असते जर कंपनीने तिच्या उत्पन्नाकरिता कमी किंमत आकारली तर तिला पुरेशा आणि अपेक्षित प्रमाणात नफा प्राप्त होणार नाही आणि जर उत्पादनाची किंमत कंपनीने जास्त आकारली तर त्या उत्पादनाची अपेक्षित विक्री होणार नाही. काही उत्पादनांच्या बाबतीत त्याची आकारली जाणारी किंमत ही ग्राहकाच्या निवडीचा महत्त्वाचा निर्धारक असतो. जरी अलिकडील काळात बिगर किमतीचे घटक हे ग्राहकाच्या वर्तनावर परिणाम करत असले तरी कंपनीचा बाजारपेठेतील नफा आणि हिस्सा हे निर्धारित करण्यासाठी आजही किंमत घटकाचा मोलाचा वाटा आहे. त्यामुळे किंमत निर्धारण आणि निश्चिती ही करत असताना अनेक विपणकांना समस्यांना सामोरे जावे लागते. कंपनी किंमत निर्धारणाचे हे धोरण विविध घटकांवर अवलंबून असते. लहान आकाराच्या कंपन्यांमध्ये किमती या नेहमीच उच्चस्तरीय व्यवस्थापनाकडून निश्चित केल्या जाते. मोठ्या आकाराच्या कंपन्यांकडून उच्चस्तरीय व्यवस्थापन हे किंमत निर्धारणाच्या संदर्भातून मार्गदर्शनपर सूचना देत असते. मध्यमस्तरीय व्यवस्थापक किंमत निश्चिती करतात. परिणामी कंपनीची नफाक्षमता, विक्री, बाजारपेठेमधील हिस्सा ठरविण्याकरिता किंमत हा घटक खूपच महत्त्वाचा ठरतो.

विपणना संबंधी सर्वोत्तम यश मिळविण्यासाठी विपणन कर्ता विविध घटकांचे उत्तम मिश्रण करतो. अपेक्षित नफा प्राप्त होण्यासाठी विशिष्ट संस्थेची/आकाराची विक्री होणे आवश्यक असते. अशी विक्री होण्यासाठी विक्रेता विक्री संबंधी विविध घटकांचे मिश्रण साधून विक्रय डावपेच ठरवतो. या विविध घटकांनाच विपणन मिश्र असे म्हणले जाते.

➯ २.१ विपणन मिश्र :

विपणन प्रक्रियेच्या दृष्टीने विपणन मिश्र ही संकल्पना महत्त्वाची मानली जाते. विपणन विषयक डावपेच किंवा व्युहरचना यांची आखणी करताना विविध विपणन पद्धती व तंत्रे यांचे मिश्रण साधले जाते. विपणन प्रक्रिया यशस्वी व्हावी यासाठी ही विविध तंत्रे उपयुक्त ठरत असतात. त्यामुळे विपणन व्यवस्थापकाद्वारे या तंत्रांचा एकत्रितपणे वापर करुन घेण्यासाठी वापरली जाणारी प्रक्रिया ही विपणन मिश्र म्हणून ओळखली जाते. विपणन मिश्र ही संकल्पना जाणून घेणे योग्य ठरेल.

२.१.१ अर्थ :

विपणन मिश्र ही संकल्पना विपणन क्षेत्रातील महत्त्वाचा विकास आहे. कोणत्याही प्रकारचे विपणन उपक्रम आखतांना विपणन मिश्रची निश्चिती हा आधार घ्यावा लागतो. काही ठरावीक उत्पादनांच्या विपणनासाठी विपणन मिश्र उपयोगी ठरते. विपणन संशोधनासाठी विपणन मिश्र केले जाते. अशा प्रकारे विपणन मिश्र हे किंमत निश्चिती, जाहिरातबाजी, विक्री आणि वितरण इत्यादीशी संबंधित आहे. तसेच ते आर्थिक स्पर्धा, संस्कृती आणि तंत्रज्ञान या पर्यावरणीय घटकांशी संबंधित आहे.

प्रत्येक उत्पादनाचे विपणन मिश्र भिन्न असते. कधीकधी एकाच प्रकारच्या उत्पादनाचे विपणन मिश्र वेगवेगळ्या बाजारपेठांसाठी वेगवेगळे असू शकते. ते ठरावीक कालावधीसाठी वापरले जाते. हा कालावधी पूर्ण झाल्यानंतर त्याची परिणामकारकता मोजली जाते.जर ती परिणामकारक नसेल तर विपणन मिश्र बदलले जाते. विपणन क्षेत्रात हे अत्यंत महत्त्वाचे असते. त्यामुळे विपणन मिश्र निर्णय हा काळजीपूर्वक घेतला गेला पाहिजे. अशा प्रकारे विपणन मिश्र म्हणजे व्यवसाय संघटनेने त्यांच्या वस्तू/उत्पादन यांचे विपणन करताना घेतलेल्या विविध विपणन निर्णयांचा तो संयोग असतो. कोणतेही उत्पादन बाजारात आणण्यापूर्वी बाजारपेठ संशोधन केले जाते. बाजारपेठांबाबत माहिती गोळा केली जाते. अशी माहिती गोळा केल्यानंतर विपणन कार्यक्रम ठरविले जातात.

२.१.२ व्याख्या :

विपणन मिश्रच्या व्याख्या पुढीलप्रमाणे पाहता येतील :

१) फिलिप कोटलर :

''व्यवसाय संघटनेने लक्ष्य म्हणून ठरविलेल्या बाजारपेठांमध्ये त्यांच्या विपणन उद्दिष्टांच्या पूर्तीसाठी व्यवसाय संघटना वापरीत असलेल्या, विपणन साधनांच्या समूहाला विपणन मिश्र असे म्हणतात.''

२) किले आणि लेझर :

'' एखादे विशिष्ट उत्पादन/वस्तू खरेदी करण्यासाठी ग्राहकाला भाग पाडण्याच्या दृष्टीने वापरण्यात येणाऱ्या विविध मार्गापासून /साधनांपासून विपणन मिश्र तयार केले जाते.''

३) आर. एस. डावर :

''बाजारपेठेत यश मिळविण्यासाठी उत्पादक अगर निर्मात्यांनी अंगीकारलेल्या विविध धोरणांचा विपणन मिश्रात समावेश होतो.''

२.१.३ विपणन मिश्रचे घटक :

विपणन मिश्रचे घटक हे फोर पीज् या नावाने ओळखले जातात. उत्पादन (Product), किंमत (Price), विक्रयवृद्धी (Promotion) व स्थल (Place) हे ते चार घटक होत. या चारही घटकांतील पहिले आद्याक्षर 'झ' असून त्यापासून 'four Ps' हा शब्द तयार झाला आहे.

विपणन मिश्रचे घटक म्हणून 'four Ps' ही संज्ञा जरी प्रसिद्ध पावली असली तरी विपणन मिश्र घटकांचे वर्गीकरण वेगवेगळे तज्ज्ञ वेगवेगळ्या पद्धतीने देत असतात. 'four Ps' बद्दलची तपशीलवार माहिती घेण्यापूर्वी या इतर वर्गीकृत घटकांची माहिती घ्यायला हवी.

लेझर व केल यांनी विपणन मिश्रचे घटक तीन प्रकारात विभागले आहेतः

१) वस्तू व सेवांचे मिश्रण, २) वितरण मिश्र, ३) संज्ञापन मिश्र.

श्रीवास्तव यांनी विपणन मिश्रचे पुढील घटक सांगितले आहेत :

१) बाजारपेठ संशोधन, २) विपणन नियोजन, ३) उत्पादन, ४) किंमत, ५) वितरण मार्ग, ६) विक्रयवृद्धी, ७) अविपणन, ८) विक्रयोत्तर सेवा.

आणखी एक तज्ज्ञाने उत्पादकाच्या विपणन मिश्रचे घटक पुढीलप्रमाणे सांगितले आहेत :

१) वस्तू नियोजन, २) किंमत, ३) चिन्हांकन, ४) वितरण मार्ग, ५) व्यक्तिगत विक्री, ६) जाहिरात, ७) विक्रयवृद्धी, ८) बांधणी, ९) प्रदर्शन, १०) सेवा, ११) मालहाताळणी, १२) तथ्य संशोधन व विश्लेषण असे असले तरी विपणन मिश्रचे घटक म्हणून 'four Ps' हेच सर्वाधिक लोकप्रिय आहेत.

खालील आकृतीवरून विपणन मिश्रचे घटक अधिक स्पष्ट होतात.

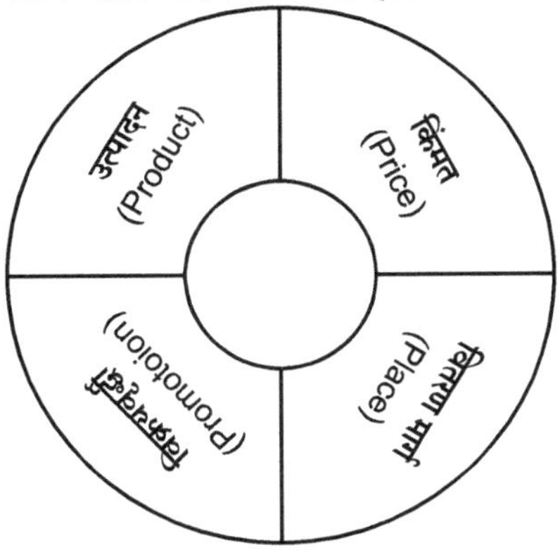

विपणन मिश्रच्या चार पीज्‌मध्ये कार्य अंतर्भूत असते. त्यांची माहिती पुढीलप्रमाणे पाहता येतील :

१) उत्पादन, वस्तू नियोजन व विकास (Product) :

वस्तूचा दर्जा, वैशिष्ट्ये, उपलब्ध पर्याय, शैली, मुद्रानाम, बांधणी, आकार, सेवा, वॉरंटी व वस्तूपासून होणारे उपयोग किंवा उपयुक्तता मूल्य यांचा विचार या विपणन घटकात केला जातो.

२) किंमत (Price) :

किंमतविषयक धोरण, किंमतविषयक डावपेच, सूट, भत्ता, उधारविषयक धोरणे, मालाचे पैसे देण्याच्या पद्धती व कालावधी, गुंतवणुकीवर मिळणारा फायदा, परतावा या सर्वांचा विपणन मिश्रच्या या घटकात विचार केला जातो.

३) विक्रयवृद्धी (Promotion) :
विक्रयवृद्धी, जाहिरात, प्रभावी माध्यमे, जत्रा व प्रदर्शने, वितरकांच्या भेटी, ग्राहकांना द्यावयाच्या भेटवस्तू आणि प्रसिद्धी या सर्वांचा या घटकात विचार केला जातो.

४) वितरण मार्ग (Place) :
विपणन मिश्रच्या या घटकात वितरण मार्ग संरक्षण, गुदामसंग्रहण, वाहतूक आणि मालसाठ्यावरील नियंत्रण या बाबींचा विचार केला जातो.
काही तज्ज्ञांनी विपणन मिश्रचा घटक म्हणून संज्ञापन मिश्र व सेवा मिश्र या वेगळ्या घटकांचाही उल्लेख केला आहे. त्यांचा तपशीलही थोडक्यात पाहू.

५) संज्ञापन मिश्र :
ग्राहकांना वस्तूंची संपूर्ण माहिती देणे या घटकात अंतर्भूत आहे. तसे न झाल्यास कोणत्या वस्तू उपलब्ध आहेत हे ग्राहकांना कळणारच नाही. वस्तू ग्राहकांपर्यंत सहजासहजी कशी पोहोचेल याचा विचार करावा लागतो. वस्तूच्या मागणीशीसुद्धा त्याची सांगड घालावी लागते.
वर विचार केलेल्या वितरण मार्ग या घटकाच्या जवळपास संज्ञापन मिश्र हा घटक जातो, पण काही बाबतीत तो वेगळाही आहे.

६) सेवा मिश्र :
बाजारपेठेवर ताबा मिळविण्यासाठी ग्राहकांना विक्रीपूर्व आणि विक्रयोत्तर अशी दोन्ही प्रकारची सेवा पुरवावी लागते. 'सेवा मिश्रच्या' घटकामुळे ग्राहकांना समाधान प्राप्त केले. आधुनिक विपणन व्यवस्थापन हे विपणन मिश्रच्या संकल्पनेवर आधारलेले आहे. विपणन मिश्रचे सर्व घटक एकमेकांशी संबंधित असे आहेत. एका घटकासंबंधी घेतलेला निर्णय विपणन मिश्रच्या अन्य घटकांवर परिणाम करीत असतो हे विपणनकर्त्यास लक्षात ठेवावे लागते. विपणन यशस्वी होईल अशा पद्धतीनेच सर्व घटकांचे मिश्रण साधले जायला हवे.
कोणत्याही व्यवसाय संस्थेच्या विपणन मिश्रविषयक निर्णयांवर उत्पादन, वित्त, कर्मचारी व्यवस्थापन या इतर विभागांच्या कार्यपद्धतीचा प्रभाव पडतोच पण संस्थेची समाजातील प्रतिमा, मालकी, औद्योगिक शांतताविषयक धोरण, संस्था जिथे कार्यरत आहे ते ठिकाण या मुद्यांचाही प्रभाव पडत असतो.

⇨ २.२ उत्पादन मिश्र :

वस्तू व उत्पादन हा विपणन कार्यक्रमातील अत्यंत महत्त्वाचा आणि दृश्य असा घटक आहे. वस्तू किंवा उत्पादन नसेल तर वितरण करणे, वृद्धी करणे, किंमत करणे इत्यादींचा प्रश्नच येत नाही. वस्तू हे असे साधन आहे की ज्यामार्फत कंपनी ग्राहक समाधान प्राप्त करते.

२.२.१ वस्तू/उत्पादनाची संकल्पना :

मर्यादित संकल्पनेनुसार वस्तू म्हणजे 'मूर्त-माल' जो एका विशिष्ट नावाने ओळखला जातो. प्रत्येक वस्तूस नाव असते. उदा. मोटार, घड्याळ, सायकल इत्यादी. ग्राहक ज्यावेळी खरेदी करत असतो त्यावेळी तो मूर्त आणि अमूर्त दोन्ही गुणवत्ता पारखत असतो. उदा. मोटार ही मूर्त वस्तू झाली. त्याचबरोबर तिचा टिकाऊपणा, रंग, उत्पादकाचे नाव इत्यादी या अमूर्त गोष्टी झाल्या म्हणजे ग्राहक प्रथम मोटार कशी आहे बघणार (मूर्त गोष्टी) बसण्याची क्षमता, अंतर्गत सोयी इत्यादी त्यानंतर तो अन्य गोष्टी बघणार (अमूर्त गोष्टी) त्यामुळे चांगले उत्पादन ही यशाची गुरूकिल्ली असते. वस्तू नेहमी बाजारातील मागणी व गरज बघूनच बाजारात आणायच्या असतात. वस्तूची संकल्पना ही व्यवस्थापनाभिमुखच असते. ग्राहकाची उत्पादनाविषयीची अपेक्षा ही उत्पादनाची गुणवत्ता, स्वरूप व किंमत या

वस्तूंवर अवलंबून असते. त्यामुळे व्यवस्थापन त्यावर विचार करूनच स्वत:च्या उत्पादनात सुधारणा घडवून आणत असते. म्हणूनच उत्पादनाच्या संकल्पनेत अपेक्षित पण अव्यक्त गोष्टी असतात. त्या पुढीलप्रमाणे आहेत :

i) ग्राहक गरज म्हणूनच वस्तू खरेदी करतात.

ii) ग्राहकांची पसंती, वस्तूची गुणवत्ता व स्वरूप गोष्टी निर्णयावर परिणाम करतात.

iii) स्पर्धक कंपन्यांच्या उत्पादनामध्ये कोणत्या प्रकारची गुणवत्ता आहे हे पाहूनच ग्राहक दोन्हीपैकी कोणती वस्तू पसंत करायची हे ठरवतात.

iv) उत्पादकाची जबाबदारी असते की वरील तिन्ही गोष्टींचा विचार करून वस्तूत सुधारणा करायची त्यामध्ये नाविण्यपूर्ण पर्याय देऊन ग्राहक समाधान पातळी वाढवितो.

अ) अर्थ :

विपणन क्षेत्रात वस्तू म्हणजे गरजा व मागणीचे समाधान करणारी कोणती ही गोष्ट असा अर्थ घेतला जातो. किरकोळ व्यापारात वस्तूचा अर्थ 'वाणिज्य वस्तू' असा असतो. उत्पादन क्षेत्रात कच्च्या मालापासून बनविलेला पक्का माल म्हणजे वस्तू असा अर्थ घेतला जातो. वस्तू म्हणजे विक्रेय वस्तू असा अर्थ विक्रेता घेत असतो की जी वस्तू बाजारात उपलब्ध आहे व विनिमयाद्वारे वितरीत करावयाची आहे.

ब) व्याख्या :

वस्तू/उत्पादनाच्या व्याख्या पुढीलप्रमाणे सांगता येतील :

१) डब्ल्यू अॅन्डरसन :

''वस्तू ही मूर्त व अमूर्त गुणांचा समुच्चय असते जो विविध रंग, गुणवत्ता, उत्पादकाची पत या सर्वांनी युक्त असते. वस्तू म्हणजे मूर्त स्वरूपातला कच्चा माल, सेवा कल्पना.''

२) फिलीप कोटलर :

''अशी कोणती ही गोष्ट जी विपणनाचे लक्ष वेधून घेते, विपणक ती ताब्यात घेऊन विनिमयाद्वारे तिचा विनियोग करतो व विपणन क्षेत्रातील मागण्यांचे समाधान करते, ती गोष्ट म्हणजे वस्तू''.

३) विल्यम स्टँटोन :

''वस्तू म्हणजे, मूर्त व अमूर्त गुणांचा समुच्चय जो विविध रंगामध्ये, किमतीच्या लेबलामध्ये, गुणवत्ता व वस्तूच्या प्रतीवर उपलब्ध असते.''

२.२.२ उत्पादन मिश्रची संकल्पना :

उत्पादन मिश्रमध्ये योग्य प्रकारच्या अशा उत्पादनाचा विकास आणि नियोजन यांचा समावेश होतो की जे ग्राहकांच्या पूर्ण गरजांचे समाधान करतील. उत्पादनाला विविध परिमाण असतात. या परिमाणांना एकत्रितपणे उत्पादन मिश्र म्हणतात. उदा. उत्पादनाचे आकारमान व वजन, उत्पादन परिमाण, उत्पादन गुणवत्ता, उत्पादन आराखडा/रचना, उत्पादन श्रेणी, व्यापारी चिन्हाचे नाव, योजना उत्पादन तपासणी/चाचणी, खरेपणाची हमी, आणि विक्रीनंतरच्या सेवा यांसारख्या गोष्टींचा समावेश होतो.

२.२.३ उत्पादन मिश्रचे घटक :

उत्पादन मिश्रचे घटक पुढीलप्रमाणे पाहता येतील :

१) उत्पादन रेषेची लांबी :

उत्पादन रेषेची लांबी, उत्पादन रेषेतील विविध उत्पादनांची संख्या दर्शविते. मोठ्या उत्पादन रेषेत मोठ्या प्रमाणात विविध उत्पादन असतात आणि लहान उत्पादन रेषेत कमी प्रमाणात विविध उत्पादन असतात. उत्पादन रेषेत

किती उत्पादन समाविष्ट होतात यावर कार्यरत असणे हे उत्पादन व्यवस्थापकाचे काम असते. जर उत्पादन रेषेत खूप उत्पादनांचे प्रकार असतील तर त्यांच्यात एकमेकांमध्ये स्पर्धा सुरू होईल,किंमत आवश्यकता नसताना वाढेल आणि ग्राहकांमध्येही गोंधळाची परिस्थिती निर्माण होईल. जर उत्पादन रेषा अधिक छोटी असेल, तर ती ग्राहकांच्या आवडीवर मर्यादा आणेल आणि ग्राहकांना उत्पादनांच्या मोठ्या निवडीबरोबर स्पर्धकांकडे पाठवेल.

२) उत्पादन रेषेची खोली :

उत्पादन रेषेतील काही उत्पादन मिश्र गटांमध्ये फुट पाडु शकतात. उत्पादन रेषेची खोली, उत्पादन रेषेत किती उपगट समाविष्ट होतात हे दर्शविते. उदा. सॅमसंगने त्यांचे मोबाईल फोन पुढील उत्पादन रेषेत विभागले-Touch screens, slider/folders, QWERTY Keyboard व bars phones.

३) उत्पादन मिश्र रुंदी :

उत्पादन मिश्र रुंदी ही उत्पादन मिश्रमधील उत्पादन रेषेची संख्या आहे. मोठ्या प्रमाणातील उत्पादन मिश्र संस्था ध्येय बनवू शकेल अशा ग्राहकांच्या प्रकारांत वाढ करते तसेच यामध्ये भरपूर कामाचा समावेश असु शकतो कारण प्रत्येक उत्पादन रेषेत व्युहरचना आणि व्यवस्थापन यांची आवश्यकता भासते. उत्पादन मिश्र रुंदी विशेषीकरण ही कमी करू शकते कारण जर तुम्ही मोठ्या प्रमाणात विविध प्रकारच्या उत्पादनांची विक्री करत असाल तर प्रत्येक उत्पादन प्रकाराला भिन्न उत्पादन देऊ करणे हे कठीण असते. निमुळते उत्पादन मिश्र हे संस्थेला विशिष्ट उत्पादन व उत्पादनाचा प्रकार यांमध्ये विशेषीकरणास मान्यता देण्यासाठी व ते हाताळण्यासाठी सोपे होऊ शकते.

४) उत्पादन रूंदी :

समान उत्पादन परंतु एकाच प्रकारातील उत्पादनात पडते हे त्यांच्या मुख्य वैशिष्ट्यांशी संबंधित असते. उत्पादन रुंदीसाठी संस्थेद्वारे विक्री केलेल्या उत्पादन रेषेचा संदर्भ घेतला जातो. येथे उत्पादन रेषा हिंदुस्थान युनि-लिव्हरने उत्पादित केलेल्या उत्पादनांचा संदर्भ घेता येईल. उदा. साबण, पेय, धुण्याचा सोडा इ. साबण ही एक उत्पादन रेषा आहे आणि पेय ही दुसरी. परंतु या सर्व उत्पादन रेषांची रूंदी ही उत्पादन मिश्रची रूंदी आहे.

५) उत्पादन खोली :

विशिष्ट उत्पादनाच्या भिन्न उत्पादन संख्येला उत्पादनाची खोली असे म्हणतात. उदा. विशिष्ट ब्रँडचा शॅम्पू विचारात घेतला. समजा हेड न शोल्डर तर इतर प्रकारच्या Head n Shoulder ला उत्पादनाची खोली म्हणतात. उत्पादनाची खोली म्हणजे उत्पादनाच्या विशिष्ट रेषेतील व्यवसायाद्वारे देऊ केलेल्या उप-उत्पादनांची किंमत होय. संस्थेच्या उत्पादन खोलीतील वाढ यामध्ये अस्तित्वात असलेल्या उत्पादनाशी संबंधित आणि नवीन भर टाकणे किंवा देऊ केलेल्या विशिष्ट उत्पादनांच्या प्रकारांमध्ये वाढ करणे यांचा समावेश होऊ शकतो.

६) उत्पादन रेषा :

संस्था त्यांचे उत्पादन मिश्र गटांमध्ये जे उत्पादन रेषा म्हणून ओळखले जातात त्यांच्यात विभागणी करण्याचा निर्णय घेऊ शकते. उत्पादन रेषा ही एकाच प्रकारच्या वैशिष्ट्यांवर आधारलेल्या एकत्र उत्पादनांचे गट असतात. उत्पादन विभागणीसाठी वापरण्यात येणारे वैशिष्ट्य, संस्था आणि त्यांची उत्पादन व्युहरचना यांच्यावर आधारलेले असते. यामध्ये उत्पादन रेषा, उत्पादन गुणवत्ता, उत्पादनाचे ध्येय कुणाला बनवायचे (ध्येय गट) आणि उत्पादनाची ओळख/महत्व या गोष्टी समाविष्ट होतात.

उदा. सॅमसंगचे मोबाईल फोन खालील वैशिष्ट्यांच्या आधारावर उत्पादन रेषेत विभागलेले आहेत : Touch screens, slider/folders आणि QWERTY Keyboards व bar phones उत्पादन रेषा संस्थांना त्यांचे उत्पादन हाताळण्यास मदत करते. उत्पादन व्यूहरचना उत्पादन रेषेभोवती रचना केलेली असू शकते. जर संस्थेत वैयक्तिक उत्पादन व्युहरचनेचा प्रकारावर लक्ष केंद्रित करण्याची गरज कमी असेल व संस्थेत जास्त उत्पादन मिश्र असेल तर हे संस्थेसाठी फायदेशीर असते.

२.२.४ उत्पादन सुगमता :

उत्पादन सुगमता बदलत्या परिस्थितीनुसार उत्पादनाचे परिवर्तन करण्याशी संदर्भित आहे कारण, सुलभ उत्पादन आणि उत्पादनांचा सुरक्षित वापर याद्वारे सुलभ करण्याच्या दृष्टीने बाजारपेठेत बदल करावा लागतो. उत्पादन सुगमता सामान्यतः इलेक्ट्रॉनिक गॅझेट म्युझिक सिस्टीम, ग्राहक यंत्रे इ. मध्ये वापरली जाते.

सुगमतेचे फायदे

सुगमता म्हणजे विशिष्ट वस्तुचे उत्पादन टाळणे किंवा थांबविणे. विक्रेता किंवा वितरकाद्वारे बाजारपेठेत विकल्या जाणाऱ्या उत्पादनांवर मर्यादा आणण्याची ही एक प्रक्रिया आहे.

अ) खर्च कपात व नफ्यात वाढ करणे :

सुगमतेचे मुख्य ध्येय हे आहे की जी उत्पादने बाजारपेठेत अयशस्वी होतात किंवा त्यांची विक्रीची पातळी सतत कमी होत असते. अशा वस्तुंचे उत्पादन थांबविणे याप्रमाणेच संस्था गुंतवणूकीचा कमी परतावा मिळणाऱ्या वस्तुंचे उत्पादन टाळण्याचा तर्कशुद्ध निर्णय घेते. या मार्गाने, उत्पादनाचा खर्च पुष्कळ कमी होतो व या उत्पादन सहभागी असलेल्या लोकांना दुसरी कामगिरी सोपविली जाते. मनुष्याच्य कामाचे तास आणि यंत्राच्या कामाचे तास, इतर वस्तुंच्या उत्पादनात वळविले जातात. खर्च कपात ही हानी कपात, वितरण खर्च आणि विक्री खर्च यांच्यावर परिणाम करते. संस्था मोठ्या प्रमाणात मागणी असलेल्या वस्तुंची मोठ्या प्रमाणात विक्री करून नफ्यात वाढ करू शकते.

ब) विशेषीकरण :

सुगमता विशेषीकरण आणि प्रमाणबद्धता यांना मदत करते. कारण विशिष्ट उत्पादनाच्या मागणीसाठी विशिष्ट तंत्रे आणि प्रमाणबद्ध पद्धतींचा वापर केला जातो.

क) योग्य सुचनात्मक क्रिया :

संघटनेमध्ये योग्य सुचनात्मक उत्पादकता आणि विपणन क्रिया ज्यामुळे लोकांच्या कार्यक्षमतेत सुधारणा होते आणि योग्य स्वरूपात उपलब्ध मनुष्यबळाचा वापर करतात.

ड) काळजीपूर्वक स्पष्टीकरण :

सुगमतेमध्ये ग्राहक वर्तन स्पर्धेचे स्वरूप आणि प्रचलित बाजारपेठेची परिस्थिती यांचे काळजीपूर्वक विश्लेषण केले जाते. यामुळे बाजारपेठ परिस्थितींवर प्रभावी मर्यादा स्थापित होऊ शकतात, आणि विपणन पर्यावरणाच्या बदलाकडे वळण्यासाठी विपणन कार्यांवर आकार आणि ठसा उमटवता येऊ शकतो.

२.२.५ उत्पादन/वस्तू विविधीकरण :

एकापेक्षा अधिक वस्तू उत्पादित करण्याला वस्तू विविधीकरण असे म्हणतात. एका वस्तूवर आधारित असणारी उत्पादने सुरू करता येतात. याला पूरक उत्पादने असे म्हणतात. प्रचलित वस्तुंबरोबर या नवीन वस्तुंची विक्री करता येते. उदा. उसापासून साख तयार करताना गुळ, ग्लुकोज, काकवी, मध, कागद, बायोगॅस, डिझेल, कंपोस्ट खत इ. पूरक उत्पादने घेता येतात. ज्या व्यावसायिकांनी बाजारपेठ मिळविलेली असते त्यांना नवीन वस्तूंची विक्री करणे सोपे जाते. उदा. टाटांचे प्रमुख उत्पादन वाहने आहे; परंतु त्यांना चहा, साबण, मीठ, शेती अवजारे इ. उत्पादने सुरू करून ग्रामीण भागातील ग्राहक मिळविला आहे. गोदरेज कंपनी कपाट, कुलुप, टाईपराईटिंग मशिन्स, साबण, सौंदर्य प्रसाधने हेअर डाय, पशू आहार इ. विविध प्रकारची उत्पादने करते, रिलायन्स कंपनीने इलेक्ट्रीकल्सच्या वस्तू मोबाईल या क्षेत्रात अग्रेसर वाटा उचलला आहे. त्याशिवाय त्यांनी मॉल्स सुरू करून ग्राहकांना विविधपयोगी वस्तु उपलब्ध

करून दिल्या आहेत. बजाज कंपनीची टेम्पो, स्कुटर, रिक्षा प्रेशर कुकर शिलाई मशीन, पंखे अशी अनेक उत्पादने बाजारात आली आहे. वस्तू विविधीकरणाचे अनेक लाभ होतात.

अ) ग्राहकाला एका वस्तुसोबत दुसरी वस्तु खरेदी करणे व उत्पादकांना उत्पादन सोईचे जाते.

ब) पुरक उत्पादनांसाठी खर्च कमी येतो त्यामुळे अशा वस्तू वाजवी किंमतीला उपलब्ध करून देता येतात.

क) उत्पादकांचे बाजारपेठ नावलौकिक असल्यामुळे त्यांना नवीन वस्तूची जाहिरात करावी लागत नाही किंवा जाहिरात खर्च कमी येतो.

ड) ग्राहकांना मुख्य वस्तूची मुद्रा माहित असते. त्यावर त्यांचा विश्वास असतो वस्तुबाबत खात्री असल्यामुळे ते त्या उत्पादकाच्या नवीन वस्तुंना मागणी करतात.

इ) उत्पादकांना स्पर्धेत टिकून राहण्यासाठी वस्तू विविधीकरण करणे गरजेचे आहे कारण एका वस्तूचीमागणी कमी झाल्यास दुसऱ्या वस्तुद्वारे त्यांना नफा मिळतो त्यामुळे व्यवसायाचे अस्तित्व टिकवून ठेवता येते.

ई) बाजारामध्ये स्पर्धकांची संख्या कमी असल्यास बाजारपेठेतील संधीचा लाभ घेता येतो बाजारपेठेवर किंवा विशिष्ट प्रभागावर नियंत्रण ठेवता येते

ऊ) उत्पादक, मध्यस्थ आणि ग्राहक यामध्ये चांगले संबंध निर्माण होतात.

२.२.६ वस्तू वगळणे :

''एखादे चालू उत्पादन बंद करण्याच्या प्रक्रियेला वस्तु वगळणे असे म्हणतात.'' एखादे उत्पादन बाजारात चांगले नावलौकिक प्राप्त करते; परंतु अनेक कारणांमुळे त्याची मागणी कमी होते प्रयत्न करून जर त्या उत्पादनाची मागणी वाढली नाही तर तोटा होतो. अशा वेळी उत्पादन चालू ठेवण्यापेक्षा बंद करणे फायद्याचे ठरते काही वेळेला विविध उत्पादनापैकी एक उत्पादनच वगळावे लागते.

वस्तू वगळण्याची कारणे :

अ) अंतर्गत कारणे :

१) साधन सामुग्रीचा अभाव :

विशिष्ट प्रमाणात उत्पादन करण्यासाठी सामग्री पुरेशा प्रमाणात उपलब्ध होत नसल्यास किंवा ती उपलब्धतेची शक्यता नसल्यास.

२) उत्पादन प्रक्रिया सावकाश होणे :

उत्पादन प्रक्रिया गती कमी झाल्यास उत्पादनाचे प्रमाण कमी होते व खर्चात वाढ होते.

३) वस्तू घसरण अवस्थेत जाणे :

वस्तू आयुष्य चक्रातील घसरण आणि उतरती कळा ही शेवटची अवस्था आहे. या अवस्थेमध्ये उत्पादन सावरण्याचा प्रयत्न केला तरीही त्याचा उपयोग न झाल्यास सदर उत्पादन बंद करण्याचा निर्णय घ्यावा लागतो.

४) नफा कमी होणे/तोटा होणे :

जर पूर्वीपेक्षा नफ्याचे प्रमाण कमी झाले किंवा त्या व्यवसायाला सातत्याने तीन वर्षे किंवा त्यापेक्षा अधिक वर्षे तोटा झाल्यास ते उत्पादन बंद करावे लागते.

५) वस्तूच्या मागणीत घट होणे :

उत्पादनाची मागणी कमी होण्याची अनेक कारणे आहेत वस्तुची गुणवत्ता घसरणे, ग्राहकांच्या प्रवृत्तीस बदल होणे,आधुनिक तंत्रज्ञानाचा अवलंब न करणे, स्पर्धेत वाढ होणे, जुन्या वस्तूंची मागणी कमी होणे इ. कारणांमुळे वस्तुंची मागणी कमी होते. प्रयत्न करूनसुद्धा मागणी न वाढल्यास सदर वस्तु वगळण्याचा निर्णय घ्यावा लागतो.

६) दुरूस्ती सेवा :

तांत्रिक स्वरूपाच्या वस्तूंचे प्रात्याक्षिक, दुरूस्ती कशी करावी याची माहिती ग्राहकांना द्यावी लागते उदा. दूरदर्शन संच, संगणक, वाहने, इ. सुटे विभाग कोठे उपलब्ध होतील याबाबतची माहिती आवश्यक आहे.

७) संवेष्टन :

वस्तू तयार केल्यावर त्यासाठी चांगले संवेष्टन आवश्यक आहे ग्राहकाच्या आवडीनुसार नाविन्यपूर्ण संवेष्टनाचा वापर करावा. उदा. खाद्य पदार्थ, पेय, जॅम, केक, कॅडबरी इत्यादी साठी टिकाऊ संवेष्टने आवश्यक आहेत.

८) मुद्रीकरण :

संवेष्टन तयार केल्यावर त्याच्या वरील बाजूवर वस्तूचा थोडक्यात तपशील छापला जातो. त्यामधे वस्तुंच्या नावाकडे ग्राहकांचे लक्ष वेधले जाईल असे मुद्रीकरण आवश्यक असते. उदा. रिलायन्स इंन्फोसिस, पारले, वारणा, अमूल इ.

९) वितरण व्यवस्था :

बाजारात उपलब्ध असलेल्या मध्यस्थांद्वारे ग्राहकांना वस्तुंचा पुरवठा वेळेवर होईल अशी व्यवस्था करावी लागते. मध्यस्थांना आर्थिक व आर्थिकेतर सेवांचा पुरवठा, प्रशिक्षण याद्वारे वितरण वाहिनी, कार्यक्षम बनविता येते.

१०) किंमत :

वस्तू तयार केल्यावर तिची योग्य किंमत ठरवावी लागते. ग्राहकांना व उत्पादकांना परवडेल अशी किंमत असावी. स्पर्धकांपेक्षा कमी किंमतीला वस्तू उपलब्ध करून दिल्यास ग्राहकांचा प्रतिसाद चांगला मिळतो.

११) जाहिरात :

वस्तू बाजारात पाठविण्यापूर्वी तिची माहिती ग्राहकांना व्हावी या उद्देशाने जाहिरात करावी लागते. जाहिरातीद्वारे ग्राहकांना आकर्षून घेण्यासाठी केवळ प्रलोभने दाखवू नयेत तर वस्तुस्थितीचे वर्णन करावे.

१२) नावलौकिक व प्रतिमा :

वस्तू आणि उत्पादक यांचे बाजारात चांगले नावलौकिक होईल अशा प्रकारे उत्पादकांनी ग्राहकांना सेवा उपलब्ध करून दिल्या पाहिजेत त्यामुळे त्यांचे नावलौकिक सुधारते.

१३) विक्रयोत्तर सेवा :

वस्तूसोबत आवश्यक सेवा उपलब्ध करून द्याव्या लागतात. उदा. तांत्रिक, दुरूस्ती मार्गदर्शन बदल करणे, वॉरंटी, गॅरंटी इ.

ब) बहिर्गत कारणे :

१) स्पर्धेत टिकाव न लागणे :

स्पर्धकांची संख्या अधिक असल्यास स्पर्धेत टिकाव लागत नाही. स्पर्धेचे प्रमाण अधिक वाढत गेल्यास वस्तू वगळण्याचा निर्णय घ्यावा लागतो.

२) खर्चाचे प्रमाण अधिक होणे :

आधुनिक तंत्रज्ञान वस्तू विकास, जाहिरात इ. मुळे खर्चाचे प्रमाण वाढते व नफ्याचे प्रमाण कमी होते.

३) बाजारपेठेत बदल होणे :

बाजारपेठेतील परिस्थितीत अचानकपणे बदल झाल्यास मागणी घसरते. उदा. मंदी येणे, मंदीमध्ये व्यवसाय सावरू शकला नाही तर सतत तोटा होतो.

४) शासकीय धोरणात बदल :

काही व्यवसायांना शासनामार्फत विशेष सवलती जाहीर केल्या जातात. उदा. ग्रामीण भागातील व्यावसायिकांना सबसिडी, सवलतीच्या दराने कर्जपुरवठा, व्याजाचे कमी दर, करामध्ये सवलती इत्यादी; परंतु कालांतराने या सवलती काढून घेतल्या जातात. त्यामुळे व्यवसायाच्या नफ्याचे प्रमाण कमी होऊ लागते व व्यवसाय घसरण अवस्थेकडे वाटचाल करू लागतो.

५) व्यवसाय आर्थिक संकटात येणे :

व्यवसायाच्या विकासासाठी, अस्तित्व टिकविण्यासाठी पैशांची गरज असते. उत्पादनात वाढ करणे,आधुनिक तंत्रज्ञानाचा असलंब करणे इत्यादी; परंतु व्यावसायिकांना वेळेवर पुरेशा प्रमाणात भांडवल उपलब्ध झाले नाही तर व्यवसाय आर्थिक अडचणीत येतो.

६) विदेशी कंपन्यांचा मुक्त प्रवेश :

जागतिकीकरण व उदारीकरणामुळे विदेशी कंपन्यांना आपल्या देशात मुक्त प्रवेश दिला जातो उदा. बहुराष्ट्रीय कंपन्या या मोठ्या कंपन्या आपल्या देशात आल्यावर मक्तेदारी निर्माण करतात. या कंपन्यांबरोबर आपल्या देशातील लहान कंपन्या स्पर्धा करू शकत नाहीत. त्यामुळे अशा व्यावसायिकांना उत्पादन वगळण्याचा किंवा उत्पादन बंद करण्याचा निर्णय घ्यावा लागतो.

➡ २.३ उत्पादन व्यवस्थापन :

उत्पादन ही वस्तू आणि सेवा निर्मितीची एक प्रक्रिया आहे. यामध्ये अनेक उत्पादन प्रक्रियांचा समावेश होतो. उत्पादन प्रक्रियांचे व्यवस्थितपणे संयोजन व एकत्रीकरण घडवून आणणे आवश्यक असते. त्यामुळे वस्तू किंवा उत्पादन क्रियांचे देखील व्यवस्थापन करावे लागते. वस्तू किंवा उत्पादन विकासाच्या दृष्टीने उत्पादन व्यवस्थापनाची प्रक्रिया महत्त्वाची मानली जाते.

२.३.१ अर्थ :

कच्च्या मालाचे पक्क्या मालात रूपांतर करण्याची प्रक्रिया म्हणजे उत्पादन होय. वस्तूंचे उत्पादन करण्यासाठी विविध कार्ये आणि कृती कराव्या लागतात. या सर्व कृतींचे व कार्यांचे नियोजन, संघटन, नियंत्रण व दिग्दर्शन म्हणजे उत्पादन व्यवस्थापन होय. उत्पादन व्यवस्थेमध्ये व्यक्ती-व्यक्तीतील सहकार्य, पैसा, माल, यंत्रसामग्री, विक्री खरेदी अशा अनेक गोष्टींचा समावेश असतो. या सर्व घटकांचे नियोजनबद्ध संघटन घडवून आणणे म्हणजे उत्पादन व्यवस्थापन होय.

२.३.२ व्याख्या :

उत्पादन व्यवस्थापनाच्या व्याख्या पुढीलप्रमाणे सांगता येतील :

१) एच. ए. हार्डिंग :

"उत्पादन व्यवस्थापन हे विविध साधनसामग्रीचे पक्क्या मालात अगर सेवेत रूपांतर करण्याच्या प्रक्रियेशी संबंधित आहे. विविध साधनसामग्रीत कच्चा माल, मनुष्यबळ, यंत्रे, उत्पादनाची पद्धती इत्यादी गोष्टींचा समावेश होतो तर पक्क्या मालात वस्तू आणि सेवा यांचा समावेश होतो."

२) एडवुड बुफ्फा :

"वस्तू किंवा सेवा यांचे पूर्वनियोजित ठरविलेल्या वेळेनुसार आणि प्रमाणानुसार किमान खर्चात उत्पादन व्हावे या दृष्टीने केलेले व्यवस्थापन म्हणजे उत्पादन व्यवस्थापन होय."

२.३.३ उत्पादन व्यवस्थापनाचे घटक :

उत्पादन व्यवस्थापनात विचारात घेतले जाणारे अनेक घटक असतात त्यापैकी महत्त्वाच्या घटकांविषयी खालील प्रमाणे विस्तृत मांडणी केलेली आहे.

१) प्रवर्गाचे आकारमान :

उत्पादनाचे प्रवर्ग म्हणजे सांख्यिकी उत्पादन व त्यावरचे विक्री मूल्य त्यामुळे यांचा अभ्यास व यांची माहिती विपणन क्षेत्रासाठी गरजेची गोष्ट आहे म्हणजे उत्पादन त्याच्यावर केलेली गुंतवणूक लाभासहित वसूल करू शकेल काय, त्यासाठी किती मोठे उत्पादन काढणे परवडेल इत्यादी माहिती या घटकाद्वारे मिळते इथे लक्षात येते की, मोठे व्यवसाय अधिकाधिक फायदा घेतात. छोटे व्यवसाय त्यामानाने कमी फायदा मिळवत असतात कारण प्रवर्ग आकारमानाने मोठे व लहान असतात.

२) बाजारपेठेची वृद्धी :

स्पर्धा असली तरी बाजारक्षेत्रात विविध व्यवसाय वृद्धिंगत होऊ लागले आहेत व वाढता व्यवसाय उत्पादन विकसित करत करत समर्थपणे सर्व स्पर्धेला टक्कर देत असतो त्यामुळे विपणनात प्रचंड वृद्धी होते. यामध्ये नियोजन करताना केवळ आजच्या पुरतेच करून चालत नाही तर भविष्यकालीन योजना ही अमलात आणण्यासाठी तयार ठेवण्याची गरज असते.

३) उत्पादनाचे जीवन चक्र :

उत्पादनाचेही एक जीवन चक्र असते व या चक्रातील पहिले दोन उपघटक म्हणजे उत्पादनाची पणन क्षेत्रातील सुरूवात व वाढ दुसरे दोन घटक म्हणजे परिपक्वता आणि लय. पहिले दोन घटक उद्योग व्यवसायाची उत्पादने सुरू करून प्रचंड वाढीस आणतात. नंतरच्या दोन मधील परिपक्वता हा उपघटक वाढीस आणलेल्या पणन प्रक्रियेसाठी पातळीबद्ध रचना करून देते व त्यानुसार विक्री व्यवस्थापनास सल्ला देते व त्यानंतरची अवस्था म्हणजे लय इथे उत्पादन चक्र थांबते.

४) विक्री चक्र :

काही घटकांचा अशाकरीता विचार करावयाचा असतो की ते कधी विपणन प्रक्रियेत बाधा आणू शकतात. कधी चक्रीवादळाप्रमाणे येऊन उद्योगक्षेत्रावर परिणाम घडवतात. उदा. मोठे भांडवल असणारे स्वयंचलित यंत्राचे उद्योग, स्टील उद्योग, यंत्रसामग्री उद्योग हे सर्व उद्योग विक्री व्यवस्थापनाच्या चढ उतारामुळे अस्थिर होत जातात. काही काही उद्योग हे व्याजदराला बांधील असतात. उदा. इमारत बांधणी, उद्योग विविध वित्तसंस्था असे उद्योग चक्रात अडकून पडतात तसेच शेतीउद्योगामध्ये पावसाच्या अनिश्चिततेमुळे बहुतांश विविध समस्यांना तोंड देत असतात.

५) हंगामीपणा :

काही उत्पादनांचा एक विशिष्ट हंगाम असतो. उदा. टॉय कंपनी ख्रिसमसला प्रचंड प्रमाणात बाहुल्या तयार करून मोठा व्यवसाय करायची पण आता ती तेवढ्या विश्वासार्हतेने उत्पदन करण्यास असमर्थ ठरली आहे कारण स्पर्धक कंपन्या यात येवून एक प्रकारे किमतींचे युद्ध भडकले होते. उदा. चायनीज उत्पादने बाजारात येवू लागली.

६) नफा :

नफा हा प्रत्येक क्षेत्रात वेगवेगळ्या प्रमाणात होत असतो त्याचे रूप बदलते असते. याला अंतर्गत गोष्टी सुद्धा कारणीभूत असतात. उदा. बुट व्यवसायाचे २००९ मध्ये सरासरी नफ्याचे प्रमाण ५.७% होते ते प्रमाण २००२ मध्ये ४९.३% होते. सात वर्षात केवढा फरक पडून नफ्याचे प्रमाण घसरत गेले. इथे एक ठिक आहे की गुंतवणूक

वसूली होवून थोडा फार फायदा झाला. पण उत्पादनात भांडवली खर्च निघू शकत नाही. याला अंतर्गत घटकही कारणीभूत असतात. (श्रमिक विरूद्ध भांडवल आणि कच्चा माल) जे उत्पादनाच्या सांख्यिकी गुणवत्तेवर परिणाम करत असतात. त्यामुळे व्यवस्थापनास हा घटकही विचारात घ्यावा लागतो.

२.३.४ उत्पादन जीवनचक्र :

प्रत्येक उत्पादन हे विविध अवस्थांमधून जाते त्याला उत्पादन जीवनचक्र असे म्हणतात. वस्तूच्या प्रत्येक टप्प्यावर वस्तू विकासात बदल होत असतो. त्यात चढउतार घेऊन ते उत्पादनाच्या शेवटच्या अवस्थेकडे जाते.

अ) अर्थ :

वस्तूच्या जीवनातील अवस्था मिळून वस्तूचे जीवनचक्र बनते. उत्पादन वस्तूत बदल करणे, सुधारणा करणे, विक्रीसाठी बाजारात वस्तू आणणे. कालबाह्य झालेल्या वस्तूंचे उत्पादन बंद करणे इत्यादी बाबीकडे उत्पादकांना लक्ष पुरवावे लागते. बाजारपेठेतील बहुतांशी निर्णय वस्तूच्या जीवनचक्रावर परिणाम करतात. नवीन वस्तू जेव्हा बाजारपेठेत पदार्पण करते तेव्हा त्या वस्तूच्या जीवनाची सुरुवात होते. पुढे हळूहळू बाजारपेठेतील वस्तूंचा पुरवठा व स्पर्धा वाढू लागते. विक्रीत वाढ होत जाऊन ती विशिष्ट बिंदूपर्यंत जाऊन थांबते. विक्रीची घसरण होऊन काही कालावधीनंतर वस्तू बाजारातून दिसेनाशी होते.

ब) वस्तू जीवनचक्राच्या अवस्था :

वस्तू जीवन चक्राच्या अवस्थांचे वर्णन पुढीलप्रमाणे सांगता येईल.

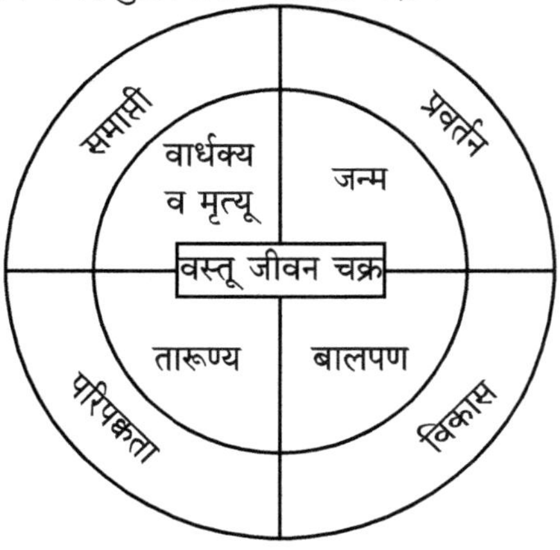

१) प्रवर्तन :

या अवस्थेत नवीन वस्तूंच्या निर्मितीची कल्पना सुचते. सुचविलेल्या कल्पनेला मूर्त स्वरूप देण्याचा प्रयत्न या अवस्थेत केला जातो. वस्तूची निर्मिती केली जाते. प्रवर्तन अवस्थेतच वस्तूचे मोठ्या प्रमाणावर उत्पादन केले जाते शिवाय वस्तूला मागणी निर्माण व्हावी या हेतूने प्रयत्न केले जातात.

२) विकास :

बाजारपेठेतील उपभोक्त्यांना नवीन वस्तू पसंत पडल्यामुळे ती वस्तू लोकप्रिय बनते. त्यामुळे त्या वस्तूला प्रचंड मागणी निर्माण होते व वस्तूंची विक्री झपाट्याने होते. कारण ग्राहकांना वस्तूविषयी सविस्तर माहिती मिळालेली असते. शिवाय ग्राहकांना वस्तूही पसंत पडलेली असते. त्यामुळे या दुसऱ्या अवस्थेत वस्तूच्या विक्रीमध्ये प्रचंड वाढ होते.

३) परिपक्वता :

या अवस्थेत विशिष्ट वस्तूच्या उत्पादनामध्ये मिळणाऱ्या नफ्याच्या आकर्षणामुळे वस्तूच्या वाढत्या मागणीमुळे इतर स्पर्धक कारखानदारही त्या वस्तूच्या उत्पादनाला सुरुवात करतात आणि त्या वस्तूला पर्यायी वस्तू बाजारात आणणात म्हणजे बाजारात स्पर्धा निर्माण होते. त्यामुळे नफ्यात स्थैर्य प्राप्त होते किंवा सर्वसाधारण नफा मिळतो.

४) समाप्ती :

बाजारपेठेत अनेक स्पर्धक आल्यामुळे वस्तूच्या विक्रीसाठी गळेकापू स्पर्धा निर्माण होते. सर्वच स्पर्धक आपल्या वस्तूंची विक्री वाढविण्यासाठी सर्वसामर्थ्यानिशी बाजारपेठेत उतरतात. या गळेकापू स्पर्धेमुळे नफ्याचे प्रमाण कमी होऊन संस्थेला तोटा होत जातो. परिणामी उत्पादन बंद करण्याचा निर्णय घेतला जातो.

अशा प्रकारे वस्तू जीवनामधील वरील सर्व अवस्थांना किंवा प्रक्रियांना विपणन व्यवस्थापनामध्ये वस्तू जीवनचक्र संकल्पना म्हणतात. खालील आकृतीवरून वस्तू जीवनचक्राची संकल्पना अधिक स्पष्ट होईल.

२.२.५ नवीन वस्तू विकास प्रक्रिया :

वस्तू विकासाच्या दृष्टिकोनातून अनेक नवीन विचार मांडले जातात. हे नवीन विचार प्रत्यक्षात आणले जाऊ शकतात किंवा नाही हे अभ्यासणे म्हणजेच वस्तू विकासाची प्रक्रिया होय. प्रत्येक उत्पादकाच्या वस्तू उत्पादनाची अवस्था वेगवेगळी असते. परंतु सर्वसाधारणपणे विकास प्रक्रियेत पुढील घटकांचा समावेश होतो :

१) नवीन विचार :

वस्तू विकास प्रक्रियेतील हा सर्वात पहिला टप्पा आहे. यालाच वस्तू विकास प्रक्रियेचा आरंभबिंदू असेही म्हणतात. या विचारांना नंतर प्रत्यक्षात उतरविण्याचा प्रयत्न केला जातो. अर्थात, यातील सर्व विचारांची अंमलबजावणी होतेच असे नाही. या नवीन विचारावर उत्पादकाचे विक्रेते, प्रतिस्पर्धी, वैज्ञानिक स्थिती, ग्राहक इत्यादी अनेक मार्गांनी नवनवीन विचार संकलित केले जातात. त्यातील सगळ्यात चांगल्या विचारांची कार्यवाही केली जाते.

२) विचारांची तपासणी :

या अवस्थेमध्ये संस्थेकडे आलेल्या विविध विचारांचे संस्थेचे उद्देश, तांत्रिक आणि विपणन क्षमता, भविष्यकालीन लाभार्जन क्षमता, बाजार विस्तार करण्याच्या योजना इत्यादीसंबंधी तपासणी केली जाते. या सर्व घटकांशी संयुक्तिक असणाऱ्या आणि व्यावहारिक वाटणाऱ्या विचारांचे अध्ययन केले जाते तसेच संकलित केलेल्या विचारांचा क्रम निर्धारित केला जातो. ही अवस्था वस्तू विचार मूल्यांकन अवस्था म्हणून देखील ओळखली जाते.

३) व्यावसायिक विश्लेषण :

या अवस्थेमध्ये त्या वस्तूंची संभाव्य विक्री, नफा आणि प्रतिफलाचे काय प्रमाण राहील हे निश्चित केले जाते. त्यावरून हे विचार उत्पादकाच्या उद्देशांशी अनुकूल आहेत किंवा प्रतिकूल आहेत याचा विचार केला जातो व त्याचा व्यावसायिकदृष्ट्या विचार केला जातो. त्यासाठी मॉडेल्स तयार केले जातात. या अवस्थेमध्ये वस्तूच्या भौतिक वैशिष्ट्यांची माहिती आणि त्यांचे निर्धारण करण्यात येते. या सर्व बाबी अनुकूल असल्या तरच नवीन वस्तूंचे उत्पादन केले जाते अन्यथा हा विचार सोडून दिला जातो.

४) वस्तूचा विकास :

आतापर्यंत संस्थेकडे उपलब्ध झालेले वस्तूसंबंधीचे विचार जर वरील सर्व दृष्टीने संयुक्तिक वाटले तर ते संशोधन आणि विकास विभागाकडे पाठविले जातात. या ठिकाणी तांत्रिक आणि व्यावसायिक दृष्टिकोनातून या विचारांची अंमलबजावणी केली जाऊ शकते किंवा नाही हे पाहिले जाते. ही अवस्था अत्यंत महत्त्वाची अवस्था असते कारण आतापर्यंत नवीन वस्तूंचा विचार फक्त विचारांच्या पातळीवर असतो परंतु या अवस्थेत ती वस्तू उत्पादित

करावयाची की नाही हा महत्त्वाचा निर्णय घेतला जातो. या अवस्थेमध्ये मॉडेलचा विकास करणे, ग्राहकांचे परीक्षण, ब्रॅण्ड, बांधणी इत्यादी निश्चित करणे या कामांचा अंतर्भाव होतो.

५) परीक्षात्मक विपणन :

या अवस्थेमध्ये वस्तूची थोड्या प्रमाणावर निर्मिती केली जाते. अशा उत्पादित वस्तू एखाद्या ठरावीक भौगोलिक क्षेत्रात व्यापारीक परीक्षणासाठी बाजारपेठेत आणल्या जातात. यामधून ग्राहकांची प्रतिक्रिया शोधणे, वस्तूतील दोष शोधणे इत्यादी परीक्षा घेतल्या जातात. त्यानुसार वस्तूत काय सुधारणा कराव्यात तसेच वस्तूच्या स्पर्धेच्या स्थितीचे अवलोकन करून संपूर्ण विपणन धोरण ठरविण्याचा निर्णय घेतला जातो.

६) वस्तूचे व्यावसायिकरण :

वस्तू विकास प्रक्रियेतील हा सर्वात शेवटचा टप्पा आहे. यामध्ये नवीन विकसित वस्तूचे उत्पादन आणि वितरण केले जाते. त्यासाठी विपणन धोरण आखून त्या दृष्टीने विपणन कार्यक्रम आखला जातो व त्या वस्तूला बाजारात आणले जाते.

⇨ २.४ मुद्रा (ब्रँड) व्यवस्थापन :

बाजारात येणाऱ्या निरनिराळ्या वस्तूंना एखादे नाव, प्रतिक किंवा एखाद्या कंपनीचे लेबल लावलेले असते. त्यास चिन्हांकन किंवा मुद्रांकन असे म्हटले जाते. उदा. बजाज, व्हिडीओकॉन, ऑलविन, एचएमटी वगैरे. ही सर्व त्या त्या कंपन्यांची व्यापारी नावे आहेत. वस्तूंवर ही नावे विशिष्ट प्रक्रियेने टाकली जातात. त्याबरोबर कृत्रिम चिन्हेही असतात. व्यापारी नावे एकवेळ लक्षात नाही राहिली तरी या कृत्रिम चिन्हांमुळे वस्तू ओळखणे सोपे जाते. ग्राहकाने कंपनीचे नाव उच्चारताच दुकानदार विशिष्ट ब्रॅण्डचीच वस्तू ग्राहकास उपलब्ध करून देतो.

२.४.१ अर्थ :

नाव, संज्ञा, प्रतिकात्मक चित्र अथवा कलात्मक रचना जिचा उद्देश वस्तू आणि सेवा याची विस्तृत बाजारपेठेत ओळख पटवून देणे त्याचप्रमाणे वस्तू-वस्तूतील फरक दाखवून देणे हा असतो.

२.४.२ व्याख्या :

मुद्रा व्यवस्थापनाच्या व्याख्या पुढीलप्रमाणे जाणून घेता येतील :

१) अमेरिकन मार्केटींग असोसिएशन :

"चिन्हांकन /मुद्रांकन म्हणजे नाव, संकल्पना प्रतीक किंवा या सगळ्यांचा संयोग ज्याचा उपयोग वस्तू-वस्तूतील किंवा सेवा-सेवांमधील फरक ओळखून स्पर्धकांच्या वस्तूत फरक दाखविणे हा असतो."

२) डेव्हीड. ए. रेव्हीजन :

"विपणन संदर्भात चिन्हांकन /मुद्रांकन म्हणजे एखादे अक्षर, शब्द, नाव, प्रतीक किंवा तंत्र किंवा यांचा संयोग ज्याचा उपयोग उत्पादक विक्रेता किंवा वस्तू वितरक यांच्या बाबतच्या माहितीचा स्त्रोत म्हणून केला जातो."

प्रत्येक संयोजकाला वस्तूवर दर्शवायच्या सांकेतिक चिन्हाबद्दल निर्णय घ्यावा लागतो. कलात्मक अशा चित्ररचनेमुळे वस्तूचे इतरांपासूनचे वेगळेपण सूचित केले जाते. तसेच सेवेतील वेगळेपणादेखील सूचित केला जातो.

२.४.३ मुद्रांकनाचा इतिहास :

मुद्रांकनाचा इतिहास हा एक आकर्षक प्रवास आहे जो शतकानुशतके विकसित झाला आहे, जो व्यवसाय, दळणवळण आणि ग्राहक संस्कृतीतील बदल प्रतिबिंबित करतो. मुद्रांकनाच्या इतिहास पुढील मुद्यांच्या आधारे स्पष्ट करता येईल :

१) प्राचीन काळ :

मुद्रांकनाचे मूळ प्राचीन इजिप्शियन, ग्रीक आणि रोमन लोकांशी संबंधित आहे. या सभ्यतांनी मातीची भांडी, पशुधन आणि दागिने यासारख्या उत्पादनांची मालकी ओळखण्यासाठी चिन्हे किंवा चित्रलिपीचा वापर केला.

२) मध्ययुगीन संघ :

मध्ययुगीन युरोपमध्ये, संघांनी त्यांच्या उत्पादनांची गुणवत्ता आणि मूळ ओळखण्यासाठी विशिष्ट चिन्हे वापरण्यास सुरुवात केली. हॉलमार्क म्हणून ओळखल्या जाणार्या या खुणा बहुतेकदा धातूकाम, कापड आणि इतर वस्तूंवर लागू केल्या गेल्या.

३) औद्योगिक क्रांती :

१८ व्या आणि १९ व्या शतकातील औद्योगिक क्रांतीमुळे मोठ्या प्रमाणावर उत्पादन आणि स्पर्धा वाढवली. त्यामुळे उत्पादनांमध्ये फरक करण्यासाठी, उत्पादकांनी लोगो आणि ट्रेडमार्क वापरण्यास सुरुवात केली, जे सहसा पॅकेजिंगवर ठळकपणे प्रदर्शित केले जातात.

४) कोका-कोला आणि मुद्रांकनाचा जन्म :

१९ व्या शतकाच्या उत्तरार्धात आणि २० व्या शतकाच्या सुरुवातीच्या काळात कोका-कोला सारख्या प्रतिष्ठित ब्रँडचा उदय झाला, ज्यांनी मुद्रांकनाच्या संकल्पनेला खऱ्या अर्थाने विकसित केले. कोका-कोलाचा विशिष्ट स्क्रिप्ट लोगो आणि आयकॉनिक बाटलीच्या आकाराने आधुनिक मुद्रांकनाचा टप्पा निश्चित केला.

५) मुद्रांकन ओळख आणि विपणन :

२० व्या शतकाच्या सुरुवातीस, मुद्रांकन ओळख आणि विपणनावर भर वाढला. कंपन्यांनी जाहिराती, पॅकेजिंग आणि घोषणांद्वारे मजबूत, सुसंगत मुद्रांकन प्रतिमा तयार करण्यावर लक्ष केंद्रित करण्यास सुरुवात केली. वॉल्टर डी. टीग आणि रेमंड लोवी सारख्या उल्लेखनीय व्यक्तींनी मुद्रांकन ओळख आणि औद्योगिक आराखड्याच्या विकासात योगदान दिले.

६) युद्धोत्तर ग्राहक संस्कृती :

अमेरिका आणि इतर पाश्चात्त्य देशांमध्ये द्वितीय विश्वयुद्धानंतरच्या काळात ग्राहक संस्कृतीचा उदय झाला. जनरल मोटर्स, प्रॉक्टर अँड गॅम्बल आणि मॅकडोनाल्ड्स सारखे ब्रँड घरगुती नाव बनले आणि मुद्रांकनावर ग्राहकांची निष्ठा अधिक दृढ झाली.

७) जागतिकीकरण आणि बहुराष्ट्रीय मुद्रांकन :

२० व्या शतकाच्या उत्तरार्धात बहुराष्ट्रीय मुद्रांकनाचा विस्तार झाला. कोका-कोला, मॅकडोनाल्ड्स आणि अँपल सारख्या कंपन्यांनी जागतिक ओळख मिळवली आणि मुद्रांकन हा आंतरराष्ट्रीय विपणन धोरणांचा एक महत्त्वाचा घटक बनला.

८) डिजिटल युग आणि ऑनलाइन मुद्रांकन :

२० व्या शतकाच्या उत्तरार्धात इंटरनेटच्या आगमनाने, मुद्रांकनाचा विस्तार डिजिटल क्षेत्रात झाला. कंपन्यांनी ऑनलाइन उपस्थिती प्रस्थापित केली आणि ग्राहकांशी संवाद साधण्यासाठी सोशल मीडिया, वेबसाइट्स आणि ईमेल विपणनाच्या वापर केला.

९) मुद्रांकन निष्ठा आणि भावनिक मुद्रांकन :

२१ व्या शतकात, मुद्रांकनाने भावनिक मुद्रांकनावर लक्ष केंद्रित करण्यास सुरुवात केली, ग्राहकांशी मजबूत भावनिक संबंध स्थापित करण्याचा प्रयत्न केला. या दृष्टिकोनाचा उद्देश ग्राहक मूल्ये, जीवनशैली आणि ओळख यावर आधारित मुद्रांकन निष्ठा निर्माण करणे आहे.

१०) शाश्वतता आणि नैतिक मुद्रांकन :

अगदी अलीकडे, शाश्वतता आणि नैतिक मुद्रांकनावर भर दिला जात आहे. ग्राहकांना कंपनीची मूल्ये, पर्यावरणीय प्रभाव आणि नैतिक पद्धतींबद्दल अधिकाधिक काळजी वाटते, अग्रगण्य ब्रँड हे घटक त्यांच्या ब्रँडिंग धोरणांमध्ये समाविष्ट करतात.

११) वैयक्तिक मुद्रांकन :

वैयक्तिक मुद्रांकनाच्या संकल्पनेला विशेषत: सोशल मीडियाच्या युगात महत्त्व प्राप्त झाले आहे. व्यावसायिक आणि प्रभावकांसह व्यक्ती, विश्वासार्हता प्रस्थापित करण्यासाठी आणि व्यापक प्रेक्षकांपर्यंत पोहोचण्यासाठी त्यांच्या वैयक्तिक मुद्रांकनाचे सक्रियपणे विपणन करतात.

२.४.४ मुद्रा निर्मिती :

मुद्रा निर्मिती प्रक्रिया प्रदीर्घ आहे; त्यासाठी चिकाटी, सातत्य आणि लक्ष्य विभागाशी अंतर्निहित भावनिक कनेक्शन आवश्यक आहे. त्याचे उद्दिष्ट त्याच्या ग्राहकांमध्ये ब्रँड निष्ठेची एक पातळी स्थापित करणे आहे, ज्यामुळे उत्पन्नाच्या आवर्ती प्रवाहात वेगाने वाढ होईल. व्यवसाय प्रतिमान विकसित करण्याच्या सुरुवातीपासूनच या प्रक्रियेचा पूर्णपणे विचार करणे आवश्यक आहे. उत्पादनाची/सेवेची ग्राहकाच्या मनात असलेली धारणा बदलणे हे जास्त आव्हानात्म क आहे. म्हणून, प्रथम इंप्रेशनवर लक्ष केंद्रित करावे.

अ) अर्थ :

मुद्रा निर्मिती म्हणजे बाजारपेठेत नवीन मुद्रा विकसित आणि स्थापित करण्याच्या धोरणात्मक प्रक्रियेचा संदर्भ होय. यात मुद्रेचे नाव, लोगो, टॅगलाइन, दृश्य घटक आणि मुद्रा स्थाननिश्चिती यासारख्या घटकांसह एक अद्वितीय आणि ओळखण्यायोग्य मुद्रा ओळख तयार करणे समाविष्ट आहे. मुद्रा निर्मिती ही ग्राहकांच्या मनात एक मजबूत आणि चिरस्थायी उपस्थिती निर्माण करण्यासाठी, स्पर्धकांपासून वेगळेपणा निर्माण करण्यासाठी आणि दीर्घकालीन मुद्रा यशाचा पाया स्थापित करण्यासाठी एक महत्त्वपूर्ण पाऊल आहे.

ब) मुद्रा निर्मिती प्रक्रिया :

मुद्रा निर्मिती प्रक्रियेमध्ये विविध मुख्य घटक आणि विचारांचा समावेश आहे :

१) मुद्रा ओळख :

मुद्रा ओळख निर्माण करण्यामध्ये मुद्रेचे प्रतिनिधित्व करणारे दृश्य आणि मौखिक घटक परिभाषित करणे समाविष्ट आहे. यामध्ये संस्मरणीय, उच्चारण्यास सोपे आणि मुद्रेच्या मूल्यांशी आणि ऑफरशी जुळणारे मुद्रा नाव निवडणे समाविष्ट आहे. ब्रँडचा लोगो, कलर पॅलेट, टायपोग्राफी आणि इमेजरी एकूण व्हिज्युअल ओळखीमध्ये योगदान देतात.

२) मुद्रा स्थाननिश्चिती :

मुद्रा स्थाननिश्चितीमध्ये बाजारपेठेतील मुद्रेचे अद्वितीय मूल्य आणि स्थान निश्चित करणे समाविष्ट आहे. यासाठी लक्ष्यित प्रेक्षक ओळखणे, त्यांच्या गरजा आणि प्राधान्ये समजून घेणे आणि मुद्रा त्या गरजा वेगळ्या व आकर्षक पद्धतीने कशा पूर्ण करेल हे निर्धारित करणे आवश्यक आहे.

३) मुद्रा मूल्ये आणि व्यक्तिमत्व :

मुद्रेची मूल्ये आणि व्यक्तिमत्व हे त्याचे चारित्र्य आणि तो ग्राहकांशी कसा संवाद साधतो ते परिभाषित करतात. मुद्रांना नाविन्यपूर्ण, विश्वासार्ह, पर्यावरण-अनुकूल, विलासी किंवा अनुकूल, इतर गुणधर्मांमध्ये स्थान दिले जाऊ शकते. मुद्रेच्या व्यक्तिमत्त्वाची व्याख्या तो त्याच्या प्रेक्षकांशी कसा संवाद साधतो आणि गुंततो याचे मार्गदर्शन करते.

४) लक्ष्यित प्रेक्षक :

प्रभावी मुद्रा निर्मितीसाठी लक्ष्यित प्रेक्षक ओळखणे आवश्यक आहे. अभिप्रेत ग्राहकांची लोकसंख्याशास्त्र, मानसशास्त्र, वर्तणूक आणि प्राधान्ये समजून घेणे मुद्रेचे संदेश आणि स्थिती त्यांच्याशी जुळवून घेण्यास मदत करते.

५) बाजार संशोधन :

बाजार संशोधन आयोजित केल्याने मुद्रांना ग्राहकांची प्राधान्ये, बाजारातील प्रवाह, स्पर्धात्मक परिप्रेक्ष आणि संभाव्य संधी याविषयी माहिती एकत्रित करता येते. ही माहिती मुद्रा निर्मिती धोरणाची माहिती देते आणि ती बाजारातील वास्तविकतेशी जुळलेली असल्याचे सुनिश्चित करते.

६) संदेशन आणि कम्युनिकेशन :

मुद्रा निर्मितीसाठी स्पष्ट आणि सातत्यपूर्ण संदेशन तयार करणे महत्वाचे आहे. मुद्रेची टॅगलाइन, मिशन स्टेटमेंट आणि मुख्य संदेश लक्ष्यित प्रेक्षकांपर्यंत त्याचे मूल्य प्रस्ताव आणि अनन्य विक्री बिंदू व्यक्त करतात.

७) दृश्य ओळख :

मुद्रेचा लोगो, रंगसंगती, टायपोग्राफी आणि आराखडा घटकांसारखे त्याचे दृश्य घटक, एक संस्मरणीय आणि ओळखण्यायोग्य मुद्रा ओळख निर्माण करण्यात महत्त्वपूर्ण भूमिका बजावतात.

८) मुद्रा कथाकथन :

आकर्षक मुद्रा कथा सांगणे ग्राहकांना मुद्रेशी भावनिकरित्या जोडण्यात मदत करते. या कथनात मुद्रेचे मूळ, ध्येय, मूल्ये आणि ग्राहकांसाठी ती सोडवण्याचे उद्दिष्ट असलेली समस्या समाविष्ट असते.

९) मुद्रा लाँच :

नवीन मुद्रा लाँच करण्यामध्ये एक योजना तयार करणे आणि लक्ष्यित प्रेक्षकांमध्ये जागरूकता निर्माण करणे समाविष्ट आहे. प्रभावी प्रक्षेपण धोरणांमध्ये विपणन मोहिमा, सोशल मीडिया उपक्रम, भागीदारी, कार्यक्रम आणि जनसंपर्क प्रयत्नांचा समावेश असतो.

१०) सुसंगतता आणि मुद्रा मार्गदर्शक तत्त्वे :

मुद्रेची ओळख आणि विश्वास निर्माण करण्यासाठी मुद्रा सातत्य निर्माण करणे व राखणे आवश्यक आहे. मुद्रा मार्गदर्शक तत्त्वे एकसंध आणि एकसमान मुद्रा अनुभव सुनिश्चित करून, विविध स्पर्श बिंदूंवर मुद्रेची ओळख कशी वापरली जावी याचे वर्णन करते.

११) दीर्घकालीन धोरण :

मुद्रा निर्मिती हा एकवेळचा प्रयत्न नाही; त्यासाठी दीर्घकालीन धोरणात्मक दृष्टीकोन आवश्यक आहे. मुद्रेने सतत विकसित केले पाहिजे, बाजारातील बदलांशी जुळवून घेतले पाहिजे आणि त्यांच्या लक्ष्यित प्रेक्षकांच्या विकसित होत असलेल्या गरजांशी संबंधित राहिले पाहिजे.

१२) मुद्रा मूल्य निर्मिती :

मुद्रा निर्मिती हा मुद्रा मूल्य तयार करण्याचा पाया आहे, जे ग्राहक मुद्रेशी जोडलेले मूल्य आणि समज आहे. कालांतराने, यशस्वी मुद्रा निर्मिती मुद्रा निष्ठा, सकारात्मक संघटना आणि ग्राहकांच्या विश्वासात योगदान देते.

२.४.५ पुनर्मुद्रांकन :

रिब्रँडींग हे स्थापन केलेल्या उत्पादनाचे नवीन स्वरूप आणि सहानुभूती आहे. उत्पादनाला स्पर्धकांपासून वेगळे करण्यासाठी हे रिब्रँडींग केले गेले. रिब्रँडींगच्या प्रयत्नामध्ये नावबदल, नवीन चिन्ह किंवा आवरण आणि विपणन

साहित्यात बदल त्यात चालू व्यापारी शब्द या सर्वांचा समावेश होतो. रिब्रँडींगचा मुख्य उद्देश हा आहे की ब्रँडमध्ये नवचैतन्य उत्पन्न करून उत्पादन किंवा सेवांच्या बाबतीत ग्राहकांच्या आकलनाचा परिणाम शोधणे आणि ग्राहकांच्या गरजांशी संबंधित आणि आधुनिक ब्रँड बनविणे.

पुनर्मुद्रांकन :

अ) अर्थ :

रिब्रँडींग ही एक प्रक्रिया आहे की ज्याद्वारे एका संस्थेत किंवा एकाच ब्रँड मध्ये विकसित होणारी उत्पादने किंवा सेवा यांचे विविध ओळख आणि ब्रँडची नावे तयार करून विपणन केले जाते. यात काही महत्वाचे बदल केले जातात उदा. ब्रँडचे नाव, लोगो, छायाचित्र, जाहिरात आणि विपणन व्यूहरचना सामान्यत: एकत्रिकरण किंवा संपादनानंतर संस्थेची नवीन संपादित उत्पादने, यांना त्यांच्या अस्तित्वात असलेल्या उत्पादन रेषेत ठेवणे. रिब्रँडींगच्या प्रक्रियेचा उद्देश ब्रँड किंवा संस्थेची पुर्नस्थिती किंवा स्वत:च्या नकारात्मक मताचा फरक सांगणे किंवा ब्रँडद्वारे यशाच्या मागील ब्रँडचा शिखरावर चढणे. रिब्रँडींग हे संबंधित नवे संशोधन क्षेत्र आहे. विविध विद्वान त्यांच्या अद्‌भूत विचारशक्ती अंगिकारतात, संकल्पनेचे स्पष्ट रूप धारण करण्यासाठी हळूहळू ज्ञानात वाढ करणे आणि रिब्रँडींगची व्याख्या आणि नमुना या गोष्टी अंगिकारतात.

ब) रिब्रँडींगचे प्रकार :

रिब्रँडींगचे प्रकार पुढीलप्रमाणे आहेत :

१) संयुक्त रिब्रँडींग :

मागील दशकात रिब्रँडींग ही क्षणिक टिकणारी आवड झाली आहे. काही संस्थांनी अनेक वेळा रिब्रँडींग केले. तसेच २१व्या शतकातील संस्थांना ग्राहक संबंध आणि बदलती बाजारपेठ यांना अनुसरून त्यांच्या ब्रँडला पुर्नस्वरूप देण्याची आवश्यकता आहे असे लक्षात आले. यशस्वी रिब्रँडींग प्रकल्प पूर्वीपेक्षा आता अधिक चांगले ब्रँड तयार करू शकतात. पुर्ननामकरण आणि कंपनीचे रिब्रँडींगचा प्रचंड प्रभावामुळे खूप काळजी आणि सहनशिलतेबरोबर या प्रक्रियेद्वारे ग्राहकांना घेणे अवघड असते. नवीन संस्थेची ओळख आणि ब्रँडची सुरवात देखील सूक्ष्म आणि पद्धतशीर रीतीने व्हायला हवी. ही पद्धत जुन्या ग्राहकांना स्वाधीन करणे टाळणे तसेच नवीन व्यवसायांना आकर्षित करण्यासाठी हवी. याचे काही जादूचे सूत्र नाही तर ही एक पद्धतशीर प्रक्रिया आहे त्यामध्ये काळजीपूर्वक व्यूहरचना,आठवण दृश्य आणि वैयक्तिक आकर्षण यांचा समावेश होतो. ग्राहकांना कशाची ऑफर दिली जाते. त्यातील त्यांच्या भावना आणि विश्वासाची गुंतवणूक करून सर्वांनी ग्राहकांच्या संवादीपणाबद्दल बोलले पाहिजे. विपणन ग्राहकांच्या मनामध्ये माहिती आणि संघटनेचा विकास करते. त्यामुळे ग्राहकांना कळते की (आणि सतत लक्षात राहते) कोणती ब्रँड त्यांच्या गरजा चांगल्या प्रकारे पुरवू शकते. नेतृत्व स्थितीत हे विपणन सतत उत्पादन किंवा सेवा गुणवत्ता, भावनिक किंमत आणि प्रभावी वाटप, असते. ज्यामुळे ब्रँडला आवरणाच्या बाहेर ठेवण्यात येते आणि त्यांच्या मालकांना याचे मूल्य पुरविले जाते. नवीन कोक आणि ब्रिटीश एअरवेज एथनिक लिव्हरिज (New coke & British Airways ethnic Liveries dthnic) या दोन्हींनी रिब्रँडींग केले; परंतु लोकांच्या कमी स्वीकारल्या गेल्यामुळे ते निष्फळ ठरले होते.

२) उत्पादन रिब्रँडींग

उत्पादन संधीसाठी जेव्हा ते विविध बाजारपेठ उद्देशांसाठी विभागून विपणन करतात तेव्हा त्याला बाजारपेठ खंड (Market segmentation) असे म्हणतात. जेव्हा बाजारपेठ खंड व्यूहरचनेच्या भागात प्रत्येक बाजारपेठेत विविध उत्पादनांची फायदेशीर दृष्ट्या संधी दिली जाते याला उत्पादन वैविध्यीकरण म्हणतात. हे बाजारपेठ खंड/

उत्पादन वैविध्यीकरण प्रक्रिया रिब्रँडींग करण्यासाठी कठीण ठरू शकते. याला दुसऱ्या रिब्रँडींगच्या भागाकडून कसा फरक केला जातो, या प्रक्रियेत खऱ्या व्यापारी चिन्हाचे चित्र यातुन काढुन टाकले जात नाही.

कमीतकमी बदल आणि अधिक खर्चासह विविध उत्पादने तयार करण्यासाठी अभियांत्रिकी गट आणि QA यांना काही रितीने रिब्रँडींगमध्ये मान्यता द्यायला हवी. एकत्रीकरण किंवा संपादनाचा मागोवा घेऊन अस्तित्वात असलेल्या उत्पादन रेषांवर नियमितपणे नवीन उत्पादनांच्या आवश्यकतेसाठी त्यांच्यात सातत्य ठेवण्यासाठी त्यांना रिब्रँड करते

उदा. जेव्हा Symantec ने Quarterdeck ला नोव्हेंबर १९९८ मध्ये संपादन केले तेव्हा Symantec ने clean sweep वरून Norton clean sweep असे कंपनीचे नाव केले. त्यानंतर कंपनीने उत्पादनांचे गट केले त्या bundle Norton system works म्हणून ओळखले जाते. त्याद्वारे कंपनीने संपूर्ण उत्पादन रेषा पुर्नस्थितीत आणण्याची निवड केली. पुर्नस्थितीत येणारी आणि उत्पादनांचे रिब्रँड करणारी ही एकच कंपनी नाही. बरेच microsofts उत्पादन रेषांमध्ये उत्पादन रिब्रँडींग, MS-DOS, Foxpro & Visio यांचा समावेश आहे.

क) रिब्रँडींगची कारणे :

काही वेळा कंपनी रिब्रँड करण्यासाठी संधी किंवा भावी सामर्थ्य यांच्यासाठी कारणे बघते. उदा. व्यवसायाच्या कार्यासाठी रिब्रँडींग पुढील परिस्थितीत बदलते.

१) आगाऊ वृद्धी :

जेव्हा संस्था तिच्या अपेक्षित वृद्धीची तयारी करत असते, विशेष म्हणजे आंतरराष्ट्रीय वृद्धी उत्पादने आणि सेवांचे बळकट व्यापारी चिन्हांमध्ये रिब्रँड करू शकते. हे सातत्यासाठी आणि वेळ व पैसा वाचवण्यासाठी ही होऊ शकते. या प्रकारची रिब्रँडींग, जेव्हा व्यवसायाला मोठ्या प्रमाणात व्यापारी चिन्ह निर्माण करायची गरज भासते तेव्हा ही होऊ शकते.

२) व्यवसाय/बाजारपेठेची नवीन रेषा :

जेव्हा संस्था व्यवसाय किंवा बाजारपेठेच्या नवीन रेषेत प्रवेश करते. तेव्हा ते अस्तित्वात असलेल्या व्यापारी चिन्हाच्या ओळखीशी परस्पर आकर्षण नसते, रिब्रँडींग एका रेषेत असू शकते. आठवा Apple ला Apple Computer म्हणून केव्हा आळखू लागले? जेव्हा कंपनी Computerच्या पलीकडे व्यवसायातील नवीन रेषेत समाविष्ट झाली. खरे व्यापारी चिन्ह नाव हे निर्बधात्मक होते. २००२ मधील व्यापारी चिन्हातील एका सहाय्यकारी शब्दातील साध्या चिरीद्वारे बरीच लोक जे कुठेही वापरत नव्हते ते व्यापारी चिन्ह नवीन वृद्धी आणि संधीसाठी तयार झाले होते.

३) नवीन प्रेक्षक :

जेव्हा संस्थेला नवीन प्रेक्षकांना दावा करायचा असतो. तेव्हा रिब्रँडींग आवश्यक असते. रिब्रँडींग मध्ये खरे नाव किंवा लोगो बदलण्याची गरज नसू शकते हे लक्षात ठेवा. McDonald's बद्दल विचार करा. त्याने त्याच्या पारंपारिक कुटुंब प्रेक्षकांकडूनच विविध लोकसंख्या शास्त्रावर ध्येय ठेवून Mickeyp's चा संदर्भ वाणिज्य म्हणून घेतला.

४) समर्पकता :

जेव्हा संस्थेला या गोष्टीची जाणीव होते की तिचे व्यापार चिन्हाची समर्पकता ग्राहकांच्या मनातून उतरत आहे. तेव्हा रिब्रँडींगची वेळ येऊ शकते.पिवळ्या पानांची रिब्रँडींग हे एक उत्तम उदाहरण आहे. छापलेल्या पिवळ्या पानांच्या मुळे अनेक गोष्टींची माहिती देणाऱ्या पुस्तिकेचा ऱ्हास होत होता. पिवळी पाने (yellow pages) रिब्रँडेड केली गेली म्हणून आणि नंतर त्यांना अधिक समर्पक आणि उपयुक्त करण्याच्या हेतूने अधिक भर दिला गेला.

२.४.६ मुद्रा स्थाननिर्धारण :

मुद्रांकन स्थान निर्धारणाच्या प्रक्रियेत खालील पाच टप्प्यांचा समावेश होतो :

१) समजुतीची बाजू/टप्पा :

समजुतीचा टप्पा हा ब्रॅण्डच्या सर्व संभवनीय किमती, त्याच्या ओळख, मूळ वारसा, मुळ नमुना तसेच त्याची सध्याची प्रतिमा याच्यावर आधारलेल्या असतात. हा एक स्वकेंद्रित दृष्टीकोन आहे. ब्रॅण्डचा खरेपणा त्याच्या स्वत:मध्ये खोटेपणा असतो. तसेच,व्यवसायासाठी कोणते संभाव्य क्षेत्र फायदेशीर आहे याचा शोध लावण्यासाठी ग्राहक आणि स्पर्धा यांचे विश्लेषण करण्याची आवश्यकता असते. या कारणासाठी बाजारपेठांचेही विश्लेषण केले जाते तसेच ग्राहकांमधील सुधारणा 'अंतर्गत-ग्राहकां'साठी महत्त्वाकांक्षा किंवा असमाधानकारकता यापैकी कोणत्या आधारावर मुद्रांमन उभारले जाऊ शकते हे बाजारपेठ बघते. शेवटी,स्पर्धा विश्लेषणाचे ध्येय हे संधी शोधणे, अंतर, साहसी कृत्य शोधणे आणि ग्राहकांच्या आवडीचे क्षेत्र शोधणे हे असते. ज्ञानविषयक नकाशा हे यासाठी एक महत्वाचे साधन आहे. ज्ञानविषयक नकाशे ग्राहकांच्या मनाचा असामान्यपणे कृत्रिम नमुना तयार करतात. याला मानसिक रणांगण म्हणतात.

२) शोध टप्पा :

शोध टप्पा हा ब्रॅण्डच्या रूपलेखेला सल्ला देण्यासाठी असतो. मुद्रांकन व्यासपीठ शोधणे हे छाप पाडण्यासारखे नाही. यामध्ये परस्पर दृष्टीकोन घेतला जातो तसेच पुन: निरसन आणि तडजोड केली जाते.

३) चाचणी टप्पा :

चाचणी टप्पा ही एक अशी वेळ आहे ज्यात रूपरेखा एकतर परिष्कृत केली जाते किंवा काढुन टाकली जाते. प्रत्येक रूपरेखेची विश्वसनीयता आणि भावनिक अनुनादाचे मुल्यमापन करण्यासाठी ग्राहक अभ्यासाची या टप्प्यात गरज असते. या टप्प्यात कल्पना आणि सुत्रीकरणाची चाचणी घेतली जाते; परंतु संपूर्ण कार्यक्रमाची चाचणी घेतली जात नाही.

४) व्यूहरचनात्मक मूल्यमापनाचा टप्पा :

व्यूहरचनात्मक मूल्यमापनात निकषाच्या आधारावरील रूपरेखेची तुलना यांच्या स्वरूपात मुल्यमापन केले जाते. तसेच संभवनीय विक्री आणि नफ्याचे अर्थशास्त्रीय मूल्यमापन यांच्या द्वारे व्यूहरचनात्मक मूल्यमापन केले जाते. नंतर प्रत्येक देशाकडुन भविष्यकालीन अंदाज घेऊन व विक्रीच्या बेरजेद्वारे 'बॉटम-अप' फॅशन आयोजित केली जाते.

स्थान निर्धारणाचे मूल्यमापन करण्यासाठी, व्यापार हा नेहमी लक्षात घेतला पाहिजे उदा. शॅम्पुचे क्षेत्र जर याचे स्थाननिर्धारण 'पुरुषांसाठी' अशा प्रकारे केले तर चांगले स्थान निर्धाण स्थापन होईल का? जेव्हा विशिष्ट व्यूहरचनात्मक मूल्यमापन निकषाद्वारे यावर मत दिले जाईल तेव्हा याचे उत्तर 'हो' असे असू शकते, व्यूहरचनात्मक मूल्यमापन वैविध्यीकरण साध्य करते व अंतर्गत ग्राहक (खरेदीचा अस्सल हेतू) दर्शविते; परंतु घाऊक व्यापाऱ्यांचे तत्वज्ञान आचरणात आणणे आपल्यासाठी वेगळ्या निष्कर्षाचे नेतृत्व करते. घाऊक व्यापाऱ्यांकडे आरोग्यविषयक आणि सौंदर्य प्रसाधनांच्या उत्पादनासाठी विशिष्ट लोकांचा विभाग असतो. या स्थान निर्धारणासाठी वादविवाद करणारे लोक ताबडतोब याकडे आकर्षित होतात; परंतु ज्या स्त्रिया पुरूषांसाठी खरेदी करतात त्या स्त्रिया याच्याकडे झुकत आहे. आणि या स्त्रिया त्यांच्या स्व:तच्या विभागातून पुरूषांसाठी शॅम्पूची निवड करण्याकडे झुकतात. याप्रमाणे संभाव्य विक्री संदर्भात उत्पादनाला सामान्य शॅम्पु विभागात ठेवण्यात अधिक समजूतदारपणा आहे. जर ते पुरुषांच्या विभागात ठेवले तर विक्री ५०% ने कमी होईल. याऊपर आपण असे समजू की, एखादा ब्रॅण्ड

पुरुषांच्या विभागात आहे, तर कोणत्या ठिकाणी 'पुरुषांसाठी' हे स्थाननिर्धारण विविधीकरणाचा मार्ग होण्याचा थांबेल तर या विभागामध्ये फक्त पुरुषांसाठीची उत्पादने आणि ब्रॅण्ड यांच्याशिवाय काही नसते.

५) अंमल बजावणी आणि सक्रियीकरण टप्पा :

शेवटचा आणि पाचवा टप्पा म्हणजे अंमलबजावी आणि सक्रीयीकरण. जेव्हा व्यासपीठ निवडले जाते तेव्हा ब्रॅण्डचे मूल्य हे दृश्य आणि उघड स्वरूपात असावे. आणि तसेच त्यांना कृतीत बदलता यायला हवे.

२.४.७ मुद्रा मूल्य :

चिन्हांकन/मुद्रांकन म्हणजे वस्तू आणि सेवा यांच्याशी जोडलेले एखादे नाव, संकल्पना, एखादे घोषवाक्य, चित्र, रंग, ठरावीक पद्धतीची अक्षरे असे काहीही असू शकते. आजच्या स्पर्धेच्या युगात चिन्हांकनामुळे सर्व वस्तूमध्ये चिन्हांकन वस्तू वेगळी उठून दिसते. प्रसिध्द मुद्रेमुळे ग्राहकांच्या मनात उत्पादनाबद्दल विश्वास निर्माण होतो. पिढ्यानपिढ्या किंवा वर्षानुवर्षे 'ब्रँड नेम' ची महती टिकून राहू शकते. या मुद्रेच्या जोरावर उत्पादक किंमत ठरवू शकतात . प्रसिद्ध ब्रँड नेम असलेल्या कंपनीमध्ये काम करणाऱ्या कर्मचाऱ्यांना त्याबद्दल अभिमान वाटतो. काम करण्यासही त्यांना प्रोत्साहन मिळते. ब्रँड नेममुळे कुशल व्यक्ती उत्पादकाबरोबर काम करण्यास उत्सुक असतात. त्यामुळे ब्रँडेड उत्पादकाला नेहमीच बुद्धिमान, तंत्रकुशल व उत्साही कामगार मिळू शकतात.

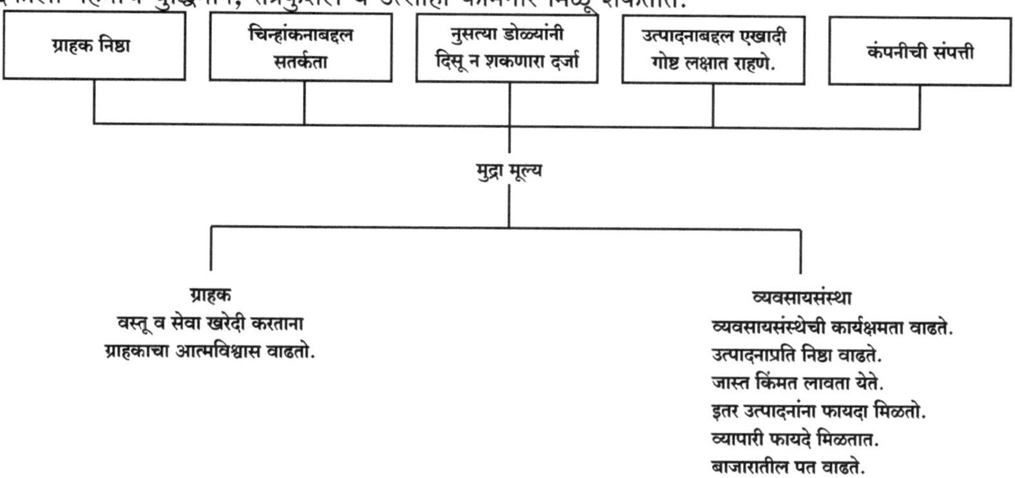

अ) अर्थ :

मुद्रा मूल्य म्हणजे एखाद्या उत्पादनाशी निगडित असे निव्वळ मूल्य म्हणता येईल. हे मूल्य फक्त पैशाच्या स्वरूपात नसून बाजारातील पत, लोकांच्या मनातील विश्वास या स्वरुपातही असू शकते. मुद्रा मूल्य फायद्याची तसेच तोट्याचीही असू शकते. मुद्रा मूल्य , व्यवसायाच्या मत्ता आणि देयतेशी संबंधीत असते. एखाद्या प्रसिद्ध मुद्रेबद्दल लोकांमध्ये जागरुकता असणे, विश्वास असणे, दर्जाबद्दल खात्री असणे, ग्राहकाने सतत त्यात ब्रँडच्या वस्तू आणि सेवा खरेदी करणे या सर्वांचा एकत्रित परिणाम म्हणजे मुद्रा मूल्य होय. मुद्रा मूल्य ग्राहक व उत्पादक दोघांनाही फायद्याची व तोट्याची ठरु शकते. चांगल्या ब्रँडमुळे उत्पादकाची बाजारातील पत वाढते, व्यवसायातील लोकांची कार्यक्षमता वाढते, भागांचे मूल्य वाढते, आपल्या उत्पादनासाठी उत्पादक, बाजारात स्पर्धा असूनही जास्त किंमत मागू शकतो. परंतु एखाद्या ब्रँडला मूल्य प्राप्त झाली नसेल तर त्या उत्पादकाचा तोटाही होतो. सर्वात महत्त्वाचा तोटा म्हणजे ग्राहकांचा त्या ब्रँडवरील विश्वास उडतो. असा उडालेला विश्वास पुन्हा प्राप्त करणे खूप कठीण असते. अशा वेळेस त्या ब्रँडला नकारात्मक मूल्य आहे असे म्हणता येईल.

ब) मुद्रा मूल्याचे मोजमाप :

मुद्रा मूल्य मोजण्यासाठी प्रत्यक्ष आणि अप्रत्यक्ष अशा दोन पद्धती अंमलात आणता येतात.

१) अप्रत्यक्ष पद्धत :

या पद्धतीसाठी 'मुद्रा लेखापरीक्षण' महत्त्वाचे ठरते. मुद्रा लेखापरिक्षण वारंवार केले जाते. त्याचा कालावधी बाजारातील स्पर्धा, ब्रँडची लोकप्रियता, व्यवस्थापनाला वाटणारी लेखापरिक्षणांची आवश्यकता यावर अवलंबून असते. सर्वसाधारणपणे दर सहा महिन्यानी अथवा वर्षभरानी मुद्रा लेखापरिक्षण केले जाते.

मुद्रा लेखापरिक्षण दोन पातळ्यांवर केले जाते. एक ग्राहकांशी संबंधित आणि दुसरे विपणनाशी संबंधित असते. ग्राहकांना प्रश्न विचारुन अथवा ग्राहक कितीवेळा तोच ब्रँड खरेदी करताहेत यावरुन ब्रँड ऑडिटचे निष्कर्ष काढले जातात. विपणन व्यवस्थापकाने पुरवलेल्या माहितीवरुनही ब्रँड ऑडिट केले जाते. एकंदर विक्री, ठरावीक ब्रँडची विक्री, बाजारात उपलब्ध असणारे इतर ब्रँडस् या सर्वांवरुन विपणन व्यवस्थापक ब्रँडची लोकप्रियता अजमावतो.

२) प्रत्यक्ष पद्धत :

प्रत्यक्ष पद्धतीमध्ये ब्रँडचा ग्राहकांच्या मनात असलेल्या मुद्रेचा सतत पाठपुरावा केला जातो. ग्राहकांशी थेट संपर्क साधला जातो. त्यामुळे कोणता ब्रँड कोणत्या भौगोलिक क्षेत्रात प्रसिद्ध आहे ते कळते. भौगोलिक क्षेत्रानुसार ठरावीक ब्रँड ठरावीक ठिकाणी आवर्जून वापरले जातात हे लक्षात येते त्यानुसार विपणन व्यूहरचना केली जाते. वेगवेगळे सर्वेक्षणे घेतले जातात. विविध ग्राहकांच्या गाठीभेटी घेऊन एक मूलभूत ढाचा तयार केला जातो आणि त्यानुसार मुद्रा मूल्य मोजली जाते. एखाद्या मुद्रा मूल्याबद्दल लोकांच्या मनात खूप विश्वास असेल तर मुद्रा मूल्य भरपूर आहे असे म्हणता येते. याउलट एखाद्यामुद्रा मूल्याबद्दल लोकांच्या मनात नावडीची भावना, तिटकारा अथवा रागही असू शकतो. या सर्व माहितीवरुन एखाद्या ब्रँडबद्दलची बाजारातील सर्व माहिती गोळा केली जाऊ शकते.

अशा प्रकारे वेळोवेळी ब्रँडचे लेखापरीक्षण (ऑडिट) करणे व त्याबद्दलच्या माहितीचा पाठपुरावा करणे यामुळे मुद्रा मूल्य मोजले जाते. जास्त मूल्य असेल तर मुद्रा खूप प्रसिद्ध असे समीकरण मांडले जाते.

२.४.८ मुद्रांकन करार :

व्यापारी चिन्ह ग्राहकांशी फायदे पुरवून आणि संघटनेत सुधारणा करून आश्वासन निर्माण करते. कोणत्याही गुणवत्तेच्या कपातीचा मार्ग सोडून देणे, ग्राहकांच्या आवडीच्या मुद्दयांच्या वेळी व्यापारी चिन्हाची उपलब्धतेची उणीव, किंवा तंत्रज्ञान बदलांमध्ये गती न ठेवणे आश्वासन टिकवून न ठेवणे आणि म्हणून ग्राहक करार मोडण्याचे आकलन करतात. करार कायदेशीर नसतो. तो पूर्णपणे अर्थशास्त्रीय आणि भावनिक स्वरूपाचा असतो.

अ) अर्थ :

व्यापारी चिन्ह करार ही ग्राहकांना जे व्यापारचिन्ह देणार असते त्या सर्व वचनांची सुची असते, करार हा अंतर्गतपणे पूर्ण केला जातो परंतु बाजारपेठेच्या स्थानाद्वारे तो स्पष्ट आणि वैध असतो. व्यापारी चिन्ह ही बर्हिगत संकल्पना ग्राहकांच्या अपेक्षेपेक्षा नेहमी सोबत राहण्याच्या व्यापारी चिन्हाच्या क्षमतेभोवती फिरत असते. त्यांच्या निवडीच्या व्यापारी चिन्हांसोबत संघटन सुधारणा घेणे, ग्राहकांना त्या व्यापारचिन्हाविषयीची प्रतिमा आणि प्रभाव यांपासून व्यापारी चिन्हाला वेगळे करणे हे मान्य नसते. ग्राहकांना व्यापारी चिन्हाकडुन कार्य अपेक्षित असते. बदलते तंत्रज्ञान, पर्यावरण आणि ग्राहकांच्या वागणुकीवर प्रभाव पाडणारे घटक यांच्यामध्ये त्यांना आशादायी बदल आणि सुधारणा हव्या असतात. व्यापारी चिन्हा ग्राहकांच्या संपूर्ण नागरी हक्काला तसेच ठेवून आधार देतात. ग्राहकांना त्या सतत अनुकुल असतात. त्यांच्याशी संबंधित राहण्याचा व्यापारी चिन्हांचा हा एकमेव मार्ग आहे.

व्यापारी चिन्हांचे समकालीन राहणे म्हणजे नाविन्य आणणे किंवा ग्राहकांच्या आवडी आणि अपेक्षांच्या सोबत राहणे. याचाच दुसरा अर्थ म्हणजे करारात अडकणे. दुसऱ्या शब्दात सांगायचे म्हणजे, व्यापारी चिन्हाने नेहमी करायचा आदर केला पाहिजे, ग्राहकांना आकर्षित केले पाहिजे आणि सर्व संबंध गृहित धरले पाहिजे हे सर्व ते आश्वासन पूर्ण करू शकतात.

ब) व्यापारी चिन्ह करारातील आश्वासनांचे प्रकार :

करारात सुधारणा करण्याची चावी ही आहे की, ग्राहकांना माहित असलेली आश्वासने करताना परिस्थितीचा अंदाज घेणे. बऱ्याच ग्राहकांना व्यापारी चिन्हांच्या आश्वासनाबद्दल ज्ञान असते. त्यापैकी बरेच कराराशी बांधील होण्यास प्रवृत्त असतात.जो ग्राहक कराराद्वारे बांधला जातो तो प्रामाणिक ग्राहक असतो. आश्वासन त्यांना स्वत:ला तीन वेगवेगळ्या प्रकारात सादर करतात. पूर्ण, स्पष्ट आणि नकारात्मक आश्वासन

१) पूर्ण/बिनतक्रार आश्वासने :

बिनतक्रार आश्वासन हे गृहीत धरतात की व्यापारी चिन्ह आश्वासनांबद्दल बोलतात की नाही हे ग्राहकांनी बघायला हवे. चहा हे वास, रंग आणि चवीच्या पूर्ण आश्वासनाचे एक उत्कृष्ट उदाहरण आहे हे कोणत्या व्यापारी चिन्हाचे आहे हे समजते. कोणत्याही चांगल्या व्यापारी चिन्हाच्या (ब्रँडचा) चहांमध्ये वर दिलेली गुणधर्म असतात.

२) स्पष्ट/उघड आश्वासने :

काही आश्वासने चांगल्या संवादाच्य आराखड्याद्वारे उघडपणे दावा करतात. वैयक्तिक संगणक प्रोसेसरच्या फायद्याशी संबंधित गुणधर्म, हार्ड डिस्कचा आकार आणि RAM (Random access memory) ची क्षमता हे संवाद साधण्यासाठी विशिष्ट आहे त्यात ग्राहकाची कल्पनाशक्ती नसते. कोणतेही आश्वासन जे संस्था बनविते परंतु ते करार मोडल्यामुळे पोचवू शकत नाही.

३) नकारात्मक आश्वासने :

व्यापारी चिन्ह करारात काही नकारात्मक आश्वासनेही असू शकतात ज्यांचा करारातून नाश करणे आवश्यक असते. संस्थेच्या ठराविक अडचणी आणि आव्हाने ओळखण्याच्या अक्षमतेमुळे नकारात्मक आश्वासने संस्थेमध्ये पसरतात. ऑटो मोबाईल कंपनी हे एक नकारात्मक आश्वासनाचे उदाहरण असू शकते, जिने त्यांचे ३५ आश्वासने कमी केले. विक्री सेवा आणि यंत्राचा भाग (sales, service & spares) जर संस्था योग्य किंमतीत यंत्राच्या सुट्या भागाची मोफत उपलब्धता सुरू ठेवण्याच्या आव्हानात संस्था लढा देऊ शकत नाही तर करारामध्ये संस्थेचे नकारात्मक आश्वासन तयार होते. दुसरे उदाहरण म्हणजे cellular phone कंपनीचा विचार करा जी त्यांच्या सेवांच्या क्षमतेविषयी दिवसाच्या ठराविक वेळेला कमी दर, आणि तिच्या वर्गणीदारांसाठी इतर पर्याय यांच्या बाबतीत बरेच बोलते. जर सेवा पुनरावृत्ती विपर्याय किंवा संबंधित नसणे या मार्गाद्वारे ग्राहकांची वाढीव मागणी गाठु शकत नाही तर संस्था नक्का करारामध्ये नकारात्मक आश्वासन आणते. दोन आश्वासने (कार आणि सेलफोन) नकारात्मक आश्वासन ठरवतात आणि नंतर हे सिद्ध करतात की ग्राहकांच्या गरजा ते जास्त काळा हिरावून घेऊ शकत नाही किंवा त्यांच्यावर सेवा लादू शकत नाही. सशक्त व्यापारी चिन्हांकडे, वेळेच्या आत सुधारणा घडवून आणणाऱ्या कृतीकडे परत उडी मारण्याची स्थिती स्थापका असते. कराराला आधार देण्याची गरज असते नाहीतर कराराचे तुटणे ठरलेले असते, विक्रीत तोटा सहन करावा लागतो. इतर कार्यक्रम आणि प्रतिमा खराब होते. करार पूर्ण आणि प्रभावी बनविण्यासाठी करारातील उणीवा/कमतरता काढुन टाकणे गरजेचे असते.

क) व्यापारी चिन्ह कराराच्या आवश्यक गोष्टी :

व्यापारी चिन्ह कराराच्या आवश्यक गोष्टी खालीलप्रमाणे सांगता येतील :

१) ग्राहकाच्या गरजा आणि अपेक्षांचा अहवाल देणे :

ग्राहकांच्या गरजा आणि अपेक्षा जवळुन ओळखणे. अस्तित्वात असलेल्या उत्पादनांचा आशावाद करणे आणि ज्यागरजा अजुन पूर्ण व्हायच्या आहेत अशा गरजा शोधणे या दोन्ही गोष्टींचा बाजारपेठ संशोधन करणे हे प्रयत्न विपणन प्रांतात मिळतात.

२) तांत्रिक प्रक्रियेला प्रतिसाद :

तांत्रिक प्रक्रिया व्यापारी चिन्हांसाठी स्पर्धात्मक फायदे निर्माण करते म्हणून लवकरात लवकर तांत्रिक प्रक्रियेला प्रतिसाद देणे तांत्रिक प्रक्रिया या गोष्टीचा शोध लावते की, कार्यकारी विभाग सर्व सुधारणांच्या बरोबर राहते आणि व्यापारी चिन्हाचे आश्वासन जपण्यासाठी आपली भूमिका निभावते. कार्यकारी विभागातील संशोधन आणि विकासाद्वारे व्यापारी चिन्ह समकालीन ठेवून आश्वासन देता येते.

३) परिमाण आणि गुणवत्ता पुरविणे :

ही गरज कार्यकारी विभागाकडून पूर्ण केली जाते यात पुर्नखरेदीने तिची जागा घ्यावी याची खात्री केली जाते. अयोग्य परिमाण ठराविक विक्रीच्या केंद्रावरील उपलब्धतेच्या अभावामुळे प्रामाणिकपणाला धोका निर्माण होऊ शकतो आणि गुणवत्तेतील अडचणी व्यापारी चिन्हाचा नावलौकिक आणि प्रामाणिकपणाला धोक्यात घालू शकतात.

४) वेळेवर पोच :

उत्पादन मध्यस्थांना (व्यापारी सदस्य) सतत वेळेवर पोचविणे ते व्यापार चिन्ह विक्रीत ही भूमिका निभावतात. ही जबाबदारी जहाज आणि विक्री यांचा घटक आहे. दोन्ही विभाग विस्तृत पुरवठा साखळी जपण्यासाठी महत्वाची भूमिका पार पाडतात.

५) व्यापारी चिन्हाच्या अर्थाचा संवाद :

व्यापारी चिन्ह आणि संवाद यांचा अर्थ देणे. याच्या अर्थाचे ध्येय जाहिरातीद्वारे बाजारपेठ असते आणि उद्दिष्टे विपणन विभागाचे हॉलमार्ग असते.

६) संस्थेचा विस्तृत पाठिंबा :

पूर्ण व्यापारी चिन्ह ही संकल्पना गृहीत धरते की, व्यापारी चिन्हाला अंतर्गत तसे बहिर्गत विपणनाची गरज असते,व्यापारी चिन्ह त्यांचे स्वत:चे मानांकन वाढवते त्याला म्हणतात त्याला "contemporary" कंपनीच्या विस्तृत पाठिंब्याची आवश्यकता असते. अंतर्गत आणि बहिर्गत विपणनासाठी ही गरज असते. बर्हिगत विपणन हा विषय अंतर्गत विपणनाच्या गुणवत्तेचा आहे. तो कोणत्याही संस्थेत कार्यरत असतो. याचा संस्थेतील कर्मचाऱ्यांच्या मधील व्यापारी चिन्हाचे आश्वास करा किंवा तोडा हे जपण्याचा अभाव असतो. फक्त त्याच प्रकाचा पाठिंबा मिळणे व्यापारी चिन्ह करार जपण्यास मदत करेल

७) योग्य वित्तीय उपलब्धतता :

अंदाजपत्रकानुसार वित्त उपलब्ध आहे. कंपनीच्या रोख प्रवाहामध्ये काही अडथळा नाही याबद्दल खात्री करणे फार महत्वाचे आहे. ही वित्तीय विभागाची जबाबदारी असते आणि तसेच विक्री विभागाचीही असते. मिळणारी रक्कम मिळवण्याला याची मदत होते. संसाधनांचे आंतरराष्ट्रीय एकत्रीकरण आश्वासने वेळेत पूर्ण होतात सर्व विभाग आणि कर्मचारी यांचा मालकीहक्काच्या कामकाजात सशर्त सहभाग असला पाहिजे, व्यापारी चिन्ह सर्व गोष्टींसाठी असते आपण स्कॉट डेव्हिस (scot Devis)च्या शब्दात सांगू शकतो की, ''व्यापारी चिन्ह करार हा आश्वासनांचा संच असतो जे ग्राहक तयार करतात. हे अंतर्गत तयार केले जातात परंतु बाजारपेठ स्थानाद्वारे बहिर्गत ओळखले आणि वैध ठरविले जातात.

२.४.९ ब्रँड फॅक्टरी :

ब्रँड फॅक्टरी भारतीय ग्राहकांना स्मार्ट किंमतींवर सर्वोत्तम भारतीय आणि आंतरराष्ट्रीय ब्रँड प्रदान करून मूल्य खरेदीमध्ये क्रांती आणण्याचे वचन देते. ब्रँड फॅक्टरी आपल्या ग्राहकांना वचन देते की मूल्य खरेदी काही सेकंदांच्या अनुभवाविषयी नाही, ते गॅरेज विक्री वातावरणाबद्दल नाही आणि ते स्वस्त खरेदी करण्याबद्दल नाही; हे सर्व 'स्मार्ट खरेदी' च्या अद्भुत अनुभवाबद्दल आहे.

अ) अर्थ :

ब्रँड फॅक्टरी हे सामान्यत: किरकोळ संकल्पना किंवा स्टोअरचा संदर्भ देते जे विविध श्रेणीतील ब्रँडेड उत्पादनांची विस्तृत श्रेणी सवलतीच्या किंवा परवडणाऱ्या किमतीत देते. येथे फॅक्टरी हा शब्द उत्पादनाशी संबंधित नाही तर त्याऐवजी अशा ठिकाणी सूचित करतो जेथे विविध ब्रँडची उत्पादने एकाच ठिकाणी एकत्र आणली जातात, ग्राहकांना ब्रँडेड वस्तूंची विविध निवड प्रदान करते. खरेदीचा अनुभव देण्याचे हे उद्दिष्ट आहे जेथे ग्राहकांना पोशाख, पादत्राणे, अ‍ॅक्सेसरीज आणि बरेच काही यासारख्या श्रेणींमध्ये सुप्रसिद्ध ब्रँड्स मिळतील, सर्व एकाच छताखाली आणि नेहमीच्या किरकोळ दुकानांच्या तुलनेत सवलतीच्या दरात. ही संकल्पना सुप्रसिद्ध ब्रँड्सच्या आकर्षणाला स्पर्धात्मक किंमतीसह एकत्रित करून ग्राहकांना मूल्य प्रदान करण्यावर केंद्रित आहे, ज्यामुळे तो सौदा खरेदीदारांसाठी एक आकर्षक पर्याय बनतो.

ब) ब्रँड कारखान्याचे घटक :

ब्रँड फॅक्टरी हा शब्द सामान्यत: किरकोळ संकल्पना किंवा स्टोअरला संदर्भित करतो जे सवलतीच्या किंवा परवडणाऱ्या किमतींवर विविध प्रकारच्या ब्रँडेड उत्पादनांची सेवा देते.

१) ब्रँड आणि उत्पादनांची विस्तृत श्रेणी :

ब्रँड फॅक्टरीचा मुख्य घटक म्हणजे कपडे, पादत्राणे, अ‍ॅक्सेसरीज, इलेक्ट्रॉनिक्स, घरगुती वस्तू आणि बरेच काही यासारख्या विविध श्रेणींमध्ये ब्रँडेड उत्पादनांचा विस्तृत संग्रह.

२) विविध उत्पादन श्रेणी :

ब्रँड फॅक्टरी सामान्यत: विविध प्रकारच्या उत्पादनांच्या श्रेणी देतात, ग्राहकांच्या विविध गरजा आणि प्राधान्ये पूर्ण करतात.

३) सवलतीचा दर :

संकल्पनेच्या केंद्रस्थानी असलेल्या, ब्रँड फॅक्टरी नेहमीच्या किरकोळ दुकानांच्या तुलनेत सवलतीच्या दरात उत्पादने प्रदान करतात, ज्यामुळे मूल्याबाबत जागरूक खरेदीदार आकर्षित होतात.

४) वारंवार विक्री आणि सेवा :

विशेष जाहिराती, हंगामी विक्री आणि चालू असलेल्या सेवा ही सामान्य वैशिष्ट्ये आहेत जी मूल्य प्रस्तावावर अधिक जोर देतात.

५) मोठ्या प्रमाणात खरेदीच्या संधी :

काही ब्रँड फॅक्टरी मोठ्या प्रमाणात खरेदीसाठी अतिरिक्त सवलत किंवा सौदे देऊ शकतात, ज्यामुळे ग्राहकांना एकाच वेळी अधिक वस्तू खरेदी करण्यास प्रोत्साहित केले जाते.

६) किंमत श्रेणींमध्ये ब्रँड :

उपलब्ध ब्रँड्सच्या श्रेणीमध्ये खरेदीदारांच्या विस्तृत पंक्तिसाठी परवडणारे आणि प्रीमियम दोन्ही पर्याय समाविष्ट असतात.

७) केंद्रीकृत स्थान :

ब्रँड फॅक्टरी अनेकदा सहज उपलब्ध असलेल्या ठिकाणी असतात, ज्यामुळे खरेदीदारांना विविध ब्रँड सवलतींना भेट देणे आणि अन्वेषण करणे सोयीचे होते.

८) प्रशस्त मांडणी आणि प्रदर्शन :

ब्रँड फॅक्टरीची भौतिक मांडणी मोठ्या प्रमाणात उत्पादनांना सामावून घेण्यासाठी आणि ग्राहकांना ब्राउझ करण्यासाठी पुरेशी जागा प्रदान करण्यासाठी तयार केलेली आहे.

९) स्पष्ट ब्रँड चिन्ह :

उत्पादने सहसा श्रेणी किंवा ब्रँडनुसार आयोजित केली जातात आणि स्पष्ट चिन्हे ग्राहकांना प्रभावीपणे स्टोअरमध्ये संचालन करण्यास मदत करतात.

१०) ग्राहक सेवा :

सवलतीच्या किमतींवर लक्ष केंद्रित करूनही, ब्रँड फॅक्टरी अनेकदा ग्राहक सेवा देतात, ज्यामध्ये उत्पादने, चौकशी आणि परतावा शोधण्यास मदत समाविष्ट असते.

११) फिटिंग रूम :

कपडे आणि पादत्राणांसाठी, फिटिंग रूम ग्राहकांना खरेदी करण्यापूर्वी वस्तू वापरून पाहण्याची परवानगी देतात.

१२) पेमेंट पर्याय :

बहुविध पेमेंट पद्धती सामान्यतः ग्राहकांच्या प्राधान्यांच्या विस्तृत श्रेणीसाठी स्वीकारल्या जातात.

➪ २.५ लेबलिंग :

लेबल्स चिकटविणे हे बांधणी किंवा संवेष्टण कार्याला पूरक असे विपणन कार्य आहे. साठवण विभागात हे कार्य केले जाते अथवा पॅकिंग विभागात हे कार्य केले जाते. साधारणपणे सर्व प्रकारच्या वस्तूंवर लेबल्स चिकटविले जातात, ज्यावर ग्राहकांना उपयुक्त असलेल्या बाबींची माहिती दिलेली असते. यामध्ये उत्पादक कंपनीचे नाव, पत्ता, सांकेतिक क्रमांक, उत्पादनाची तारीख, महिना, वर्ष, वजन, किंमत इत्यादी. अशा माहितीचा ग्राहकाला वस्तू खरेदी करताना उपयोग होतो.

२.५.१ अर्थ :

खूणचिठ्ठी हे उत्पादक त्याच्या वस्तूबाबत ग्राहकाला देत असलेल्या माहितीचे माध्यम असते. असे लेबल ग्राहकांना त्या वस्तूमधील समाविष्ट असलेले घटक आणि त्या वस्तूंचा वापर याबाबत माहिती देत असते. लेबलवर ग्राहकांना उपयुक्त असलेली माहिती दिलेली असते. उदा. कंपनीचे नाव, पत्ता, उत्पादनाचा सांकेतिक क्रमांक, कमाल किरकोळ किंमत, उत्पादनाची तारीख, वजन, उत्पादन, बॅच क्रमांक इत्यादी. ही सर्व माहिती पाहूनच ग्राहकाने वस्तूंची खरेदी करावी अशी अपेक्षा असते. लेबलिंग हा वस्तू नियोजन आणि विकासातील अत्यंत महत्त्वाचा व अविभाज्य असा घटक आहे. उत्पादनाचा तो एक भाग असतो तसेच तो बांधणीचाही एक भाग असतो. लेबलिंगला सामाजिक महत्त्व असते.

२.५.२ व्याख्या :

लेबलिंगच्या व्याख्या पुढीलप्रमाणे जाणून घेता येतील :

१) बिझनेस अँण्ड फायनान्स डिक्शनरी :

"लेबल म्हणजे अशी कोणतीही एखादी वस्तू जी एखादा कागदाचा तुकडा, छापील विधान, धातू किंवा कातड्यावर कोरलेला मजकूर होय. जो एखाद्या व्यापारी वस्तूचा भाग असतो किंवा बांधणी ज्यावर त्या वस्तूचे स्वरूप, त्या वेष्टणातील वस्तू किंवा त्या वस्तूचे मूळ किंवा किंमत दर्शविणारी खूण चिठ्ठी होय."

२) विल्यम जे. स्टँटन :

"लेबलिंग हा वस्तूचा असा भाग आहे की, ज्यावर वस्तू आणि विक्रेता (उत्पादक किंवा मध्यस्थ) यांच्याबाबत मौलिक स्वरूपाची माहिती दिली जाते. तो संवेष्टणाचा एक भाग गणला जातो किंवा वस्तूला जोडलेल्या एका चिठ्ठीच्या स्वरूपातही असू शकतो."

२.५.३ लेबलिंगचे महत्त्व :

लेबलिंगचे महत्त्व पुढील प्रमाणे जाणून घेता येईल :

१) उत्पादनाचे वर्णन आणि सामग्री निर्दिष्ट करणे :

एक लेबल उत्पादनासंबंधी संपूर्ण माहिती प्रदान करते. यामध्ये प्रामुख्याने उत्पादनाचे घटक, त्याचा वापर आणि वापरातील खबरदारी, ते वापरताना घ्यावयाची काळजी, उत्पादनाची तारीख, बॅच क्रमांक इ. घटक समाविष्ट असतात.

२) उत्पादन किंवा ब्रँडची ओळख :

लेबलिंगच्या मदतीने अनेकांमध्ये विशिष्ट उत्पादन ओळखणे सोपे आहे. उदाहरणार्थ, एक ग्राहक म्हणून तुम्हाला सिंथॉल साबण निवडायची आहे. विविध ब्रँडेड साबणांच्या ढिगाऱ्यातून इच्छित साबण शोधण्याचे काम लेबलिंगच्या मदतीने सोपे होते.

३) उत्पादनाची प्रतवारी :

जेव्हा उत्पादनामध्ये भिन्न गुण असतात, तेव्हा लेबलिंग कोणत्या पॅकमध्ये कोणत्या प्रकारची गुणवत्ता आहे हे शोधण्यास मदत करते. उदाहरणार्थ, हिंदुस्तान युनिलिव्हर लिमिटेड तीन प्रकारच्या चहाचे उत्पादन करते आणि प्रत्येक चहाच्या प्रकारात फरक करण्यासाठी, कंपनी हिरव्या, लाल आणि पिवळ्या रंगाची लेबले वापरते.

४) उत्पादनांच्या जाहिरातीमध्ये मदत :

लेबलिंगचे चौथे कार्य विक्रीला प्रोत्साहन देणे आहे. काहीवेळा ग्राहकाला आकर्षक लेबलमुळे एखादे उत्पादन खरेदी करण्यास प्रोत्साहित केले जाते. आजकाल लेबलिंग हे विक्रीला प्रोत्साहन देणारे प्रभावी साधन म्हणून वापरले जाते.

५) कायद्यानुसार आवश्यक माहिती प्रदान करणे :

लेबलिंगद्वारे केले जाणारे दुसरे महत्त्वाचे कार्य म्हणजे कायद्याद्वारे आवश्यक वैधानिक चेतावणी प्रदान करणे. सिगारेटच्या पॅकेजवर 'धूम्रपान आरोग्यासाठी हानिकारक आहे' आणि पान मसाल्याच्या पॅकेजवर 'तंबाखू चघळणे आरोग्यासाठी हानिकारक आहे' असे लिहिणे ही वैधानिक इशाऱ्याची उदाहरणे आहेत का? त्याचप्रम ाणे, घातक किंवा विषारी उत्पादनांच्या बाबतीत, लेबलवर योग्य वैधानिक चेतावणी देणे आवश्यक आहे.

६) उत्पादनाविषयी माहिती :

ग्राहकांना उत्पादनाची माहिती असल्यास उत्पादनाचे फायदे वापरण्यापूर्वी मिळू शकतात. त्यामुळे ग्राहकांना त्याची इतर उत्पादनांशी तुलना करणे उपयुक्त ठरेल.

७) गिफ्ट कूपन म्हणून लेबलचा वापर :

ही लेबले काही उत्पादकांकडून गिफ्ट कूपन म्हणून वापरली जातात. ते नोंदणीकृत डीलरला विशिष्ट लेबले गोळा करण्यासाठी आणि सादर करण्यासाठी व विनामूल्य भेट मिळविण्यासाठी जाहिरात करतात.

८) ग्राहक माहिती :
लेबले उत्पादनांबद्दल आवश्यक माहिती प्रदान करतात, जसे की घटक, पौष्टिक सामग्री, वापर सूचना आणि सुरक्षितता चेतावणी इ. हे ग्राहकांना त्यांच्या गरजा, प्राधान्ये आणि संभाव्य आरोग्य विचारांवर आधारित माहितीपूर्ण निर्णय घेण्यास सक्षम करते.

९) उत्पादन फरक :
प्रभावी लेबलिंग उत्पादनांना प्रतिस्पर्ध्यांपासून स्वतःला वेगळे करण्यास अनुमती देते. लक्षवेधी लेबले ग्राहकांचे लक्ष वेधून घेतात आणि खरेदी निर्णयांवर प्रभाव टाकतात.

१०) मुद्रांकन आणि विपणन :
मुद्रांकन आणि विपणन धोरणांमध्ये लेबल्स महत्त्वपूर्ण भूमिका बजावतात. ते ब्रँडचा लोगो, रंग आणि आराखडा घटक प्रदर्शित करतात, ब्रँड ओळख अधिक मजबूत करण्यात आणि ग्राहकांमध्ये ब्रँड निष्ठा निर्माण करण्यात मदत करतात.

११) उत्पादन सुरक्षितता आणि अनुपालन :
नियामक लेबलिंग आवश्यकता हे सुनिश्चित करतात की उत्पादने सुरक्षा मानके आणि कायदेशीर दायित्वे पूर्ण करतात. संभाव्य धोके किंवा जोखीम असलेल्या उत्पादनांवरील लेबले ग्राहकांना त्यांच्या सुरक्षिततेची खात्री करून योग्य वापर आणि खबरदारीबद्दल माहिती देण्यास मदत करतात.

१२) पुरवठा साखळी कार्यक्षमता :
लेबल स्पष्ट ओळख आणि ट्रॅकिंग माहिती प्रदान करतात, पुरवठा साखळी प्रक्रिया सुव्यवस्थित करतात. ते मालसाठा व्यवस्थापन, लॉजिस्टिक्स आणि उत्पादने प्रभावीपणे हाताळण्यात मदत करतात.

➪ २.६ किंमत मिश्र :

मूल्य किंवा किंमत हा पारंपरिक विपणन मिश्रमधील महत्त्वाचा घटक आहे. हा असा घटक आहे की, जो महसूल कमवून देतो. हा अतिशय गुंतागुंतीचा विषय आहे. कारण, ती एक अशी व्यूहरचना आहे की, जी व्यवसायाला उभारी देते आणि व्यवसायाचा नाशही करु शकते. किंमत निश्चितेने व्यवसाय संस्थेला नफा मिळवून देणे गरजेचे आहे आणि ग्राहकांना उत्पादनाचे मूल्य समजणे आवश्यक आहे.

२.६.१ अर्थ :

उत्पादन कर्त्याकडून निश्चित केलेले उत्पादनाचे मूल्य म्हणजे किंमत मिश्र होय. किंमत मिश्र मध्ये किंमत निर्धारणाची पातळी, सवलतीचे प्रमाण, ग्राहकांना द्यावयाच्या उधारीचे नियम व अटी यांचा समावेश होतो. विक्री-खरेदी निर्णयामधील किंमत हा महत्त्वाचा घटक आहे. अचूक किंमत निश्चित होणे हे अतिशय महत्त्वाचे आहे. हे उत्पादनाच्या उत्तम मूल्यांवरती अवलंबून आहे.

२.६.२ व्याख्या :

किंमत मिश्रच्या व्याख्या पुढीलप्रमाणे सांगता येतील :

१) *''किंमत म्हणजे वस्तू वा सेवा यांच्या बदल्यात मिळणारे मूल्य जे नेहमी पैशातच असते.''*

२) *''वस्तूंच्या उत्पादकाने सेवांच्या निर्मात्याने वस्तूंचे वा सेवांचे हस्तांतरण ग्राहकाला करताना, अपेक्षित केला जाणारा मोबदला अथवा मूल्य म्हणजे किंमत होय.''*

३) *''किंमत म्हणजे उत्पादकाने वस्तू निर्मिती करताना केलेल्या सर्व प्रत्यक्ष-अप्रत्यक्ष खर्चाची आणि त्यात अपेक्षित नफ्याची केलेली मिळवणी होय.''*

४) *''किंमत म्हणजे वस्तू वा सेवांचा विनिमय, हस्तांतर, उत्पादकाकडून उपभोक्त्याच्या हातात वस्तू वा सेवा जात असताना त्या बदल्यात पैसा द्यावयाची दाखविलेली तयारी.''*

२.६.३ किंमत मिश्रचे घटक :

'किंमत मिश्र' हा एकूण विपणन मिश्रचा एक घटक आहे. किंमत मिश्रचा विचार करताना किंमत धोरण, किंमत डावपेच, सूट धोरण, उधारीविषयक धोरण अशा विविध घटकांचा विचार करावा लागतो. विविध पर्यायाच्या किमतीस वस्तू वा सेवा उपलब्ध करून देणे वा बाजारपेठेत जाणाऱ्या वस्तूंबाबत किमतीबाबतचे वैविध्य निर्माण करणे म्हणजे किंमत मिश्र होय. किंमत मिश्रचे घटक खालीलप्रमाणे सांगता येतील.

१) किंमत निर्धारणाची धोरणे आणि व्यूहरचना :

किंमत निर्धारणाची धोरणे आणि व्यूहरचना ही बाजाराच्या गरजा पूर्ण करणाऱ्या किमतींचे निर्धारण करण्यास मदत करणारी मार्गदर्शक तत्त्वे असतात. एखाद्या उत्पादनाची किंमत ही मागणी खर्च, उत्पादनाचे स्वरुप, ग्राहकांचे स्वरुप, व्यावसायिक परंपरा, स्पर्धा, वितरण वाहिन्या, सरकारी नियम, आर्थिक आणि राजकीय वातावरण इत्यादी घटकांवर अवलंबून असते.

२) उधारीच्या अटी :

विक्री वाढवायची असेल तर उधारीच्या अटी आवश्यक असतात. उधारीच्या विक्रीमुळे जरी कंपनीची तरलता स्थिती जरी कमी होत असली तरी त्यामुळे नफ्यामध्ये निश्चितच वाढ होते. उधारीचे धोरण हे उत्पादनाचे स्वरुप, ग्राहकाचा प्रकार, स्पर्धा, वित्तीय संस्थांमार्फत पुरविल्या जाणाऱ्या पतविषयक सुविधा इत्यादी गोष्टी लक्षात घेऊन ठरविले पाहिजे.

३) पुनर्विक्री किंमत पालन :

पुनर्विक्री किंमत पालन या क्रियेद्वारे उत्पादक त्याचे उत्पादन विक्रेत्याला मुद्रित किंमतीला विकले गेले आहे कि नाही याची खात्री करण्याचा प्रयत्न करतो, यामुळे किंमत स्पर्धा नष्ट होते आणि कंपनीची पत वाढते.

४) निव्वळ नफा :

निव्वळ नफा म्हणजे ग्राहकाद्वारे भरली गेलेली अंतिम किंमत आणि उत्पादन खर्च किंवा वितरण किंमत यातील फरक होय. यामध्ये किरकोळ विक्रेता घाऊक विक्रेता आणि उत्पादक यांचा सर्व खर्च वजा जाता राहिलेली रक्कम होय.

५) ग्राहकांच्या दृष्टिकोनात बदल :

एखादी वस्तू ग्राहकास सादर करताना ती चांगल्या पद्धतीने सादर करुन ग्राहकांचा त्या वस्तूकडे बघण्याचा दृष्टिकोन बदलता येतो. असा बदल करून किंमतवृद्धी साधता येते. उदा. सुट्या इडली पिठापेक्षा पॅकबंद पिठास थोडी अधिक किंमत देण्यास ग्राहक तयार होऊ शकतो. एकच वस्तू पण विविध पद्धतीने सादर करून तिच्या किमतीत बदल घडविला जातो.

६) किंमत सूट :

जास्त खरेदी केल्यास विक्रेता किंमत सूट देऊ शकतो. अशा किंमत सुटीचा ग्राहकांना फायदा होतो. १ किलो तांदळाचा भाव ३२ रु. असेल आणि ग्राहकाने ५ किलो खरेदी केल्यास १५० रु. किंमत आकारून सूट दिली जाते. ऑफ सिझन सूटही ग्राहकाला फायदेशीर ठरते. उदा. थंडीच्या दिवसात फ्रीजच्या किमतीवर सूट दिल्याने विक्री वाढते. व्यापारी सूट हाही किंमत मिश्रचा एक घटक ठरतो. यामध्ये घाऊक व्यापारी किरकोळ व्यापाऱ्याला सूट देतो. रोख सूट देताना व्यापारी रोख खरेदी केल्यास सूट जाहीर करतात. यामुळे व्यापाऱ्याला खेळते भांडवल उपलब्ध होते.

७) अन्य सुविधा :

वस्तूच्या विक्रीबरोबर अन्य सुविधा उपलब्ध करून दिल्याने किमतीत अप्रत्यक्षरित्या घट होऊन ग्राहकाचा फायदा होतो. उदा. विक्रेत्याने उपनगरात गहू घरपोच पाठविल्यास ग्राहकाचा वाहतूक खर्च वाचतो. उधारीवर माल देणे, क्रेडिट कार्डची सुविधा उपलब्ध करून देणे, हप्त्याने पैसे भरण्याची सोय करून देणे. यामुळे कंपनीची विक्री तर वाढतेच; परंतु ग्राहकांमधील पत वाढते. रोख पैसे नसतानाही ग्राहक खरेदी करू शकतो. वरील घटक किंमत मिश्रचा विचार करताना महत्त्वाचे ठरतात.

२.६.४ किंमत मिश्रची गरज आणि महत्त्व :

कोणत्याही उद्योगसंस्थेत किंमत निर्णय व्यूहरचनात्मक दृष्टिने महत्त्वाचे आहे. मागणी आणि विक्री महसूल या विपणन मिश्रतील घटकांवरती परिणाम करणारा आणि किंमत प्रशासन हा कोणत्याही विपणन कार्यक्रमात लवचिकता असणारा एकमेव घटक आहे. महसूल किंवा उत्पन्न निश्चित करणारे किंमत हे एकमेव चल आहे. किंमतीचे महत्त्व खालील मुद्यांच्या आधारे स्पष्ट करता येईल.

१) आवश्यक घटक :

बाजारपेठेमध्ये विक्रेता आणि खरेदी करणाऱ्यांसाठी किंमत हा अत्यंत महत्त्वाचा घटक आहे. चलन उद्योगव्यवस्थेम ध्ये किंमती शिवाय विपणन होऊ शकत नाही. किंमतीच्या माध्यमातून उत्पादनाचे मूल्य किंवा व्यक्त केलेल्या सेवेचे मूल्य समजून येते. ज्यावेळेस खरेदीदार आणि विक्रेता ज्या वेळेला किंमतीवरती सहमती होतात. तेव्हाच त्या वस्तूंचे आणि सेवांचे मालकत्वाचे हस्तांतरण होत असते.

२) मुख्य नियामक :

मुक्त भांडवल अर्थव्यवस्थेमध्ये आपल्याला करारांचे स्वातंत्र्य, उद्योजकतेचे स्वातंत्र्य, मुक्त स्पर्धा आणि खासगी मालमत्तेचा अधिकार असतो. किंमतीतून व्यवसाय नफा तसेच इष्टतम उत्पादन आणि वितरणासाठी आर्थिक स्त्रोतांचे नियमन होते, म्हणून किंमत हा उत्पादन वितरण आणि वस्तूंचा उपभोग यासाठी महत्त्वाचा मूख्य नियामक आहे.

३) आर्थिक जीवनाचे प्रशासन :

किंमत स्त्रोतांच्या भोवताली अर्थव्यवस्थांचे चक्र फिरत असते. ग्राहकांच्या खरेदी निर्णयावरती किंमत प्रभाव टाकत असते. तसेच चलनाच्या क्रयशक्तीवरही त्यांचे प्रतिबिंब उमटते. यातून सर्वसाधारण राहणीमानाच्या दर्जाची निश्चिती होत असते. त्यामुळे असे म्हणणे योग्य होते की अर्थव्यवस्थेच्या प्रत्येक घटकावरती प्रत्यक्ष-अप्रत्यक्षपणे किंमत प्रभाव टाकत असते. आपल्या चलन आणि पत अर्थव्यवस्थेत हे वास्तव आहे.

४) विपणन मिश्र मधील भूमिका :

उद्योग संस्थेच्या वित्तीय उद्दिष्टांशी संबंधित विपणन कृतींशी किंमत निर्णयाचे आंतर संबंध असतात. किंमतीचा प्रभाव, विक्रीचे आकारमान, सीमान्त नफा, गुंतवणुकीमधील परतावा दर, सीमान्त व्यापार, जाहिरात आणि विक्री मिश्र, उत्पादन आकृती इत्यादींवर पडत असतो. विपणन मिश्राचा आराखडा निश्चित करण्यामध्ये किंमत निर्णय महत्त्वाची भूमिका बजावते. किंमत व्यूहरचना ही उद्योगसंस्थेच्या बाजारातील स्थितीचे नियमन करत असते.

५) बाजारहिस्सा :

किंमत हा अनेकविध घटकांपैकी एक असा घटक आहे की जो बाजार सुधार किंवा स्थितीशीलता यांच्या जबाबदारीत वाढ करतो व म्हणूनच तो ग्राहक आणि व्यापार स्वीकार्यतेमधील संवेदनशील दर्शक आहे. उत्पादन

आपला बाजारहिस्सा टिकवून ठेवण्यासाठी सातत्याने प्रयत्न करित असतो. उत्पादन आपला बाजार हिस्सा टिकवून ठेवण्यासाठी सातत्याने प्रयत्न करीत असतो.

२.६.५ किंमत निर्धारण :

किमतीबाबत निर्णय घेताना उत्पादकांना वस्तूंच्या दर्जाचा विचार करणे आवश्यक असते कारण बऱ्याच लोकांना जास्त किंमत म्हणजे जास्त गुणवत्ता असे वाटत असते. उत्तम दर्जा कधीच स्वस्त नसतो. अशी ग्राहकाची कल्पना असते. रोल्स रॉइस गाड्या किंवा पश्मिना शली अशा उत्पादनांची उत्तम उदाहरणे होत. किंमत कमी असली म्हणजे दर्जाही सुमार असणार अशी लोकांची कल्पना असते. त्यामुळे योग्य प्रकारे किंमत ठरविणे हे काम जरा गुंतागुंतीचे असते. किंमत कमी ठेवली तर संभाव्य नफा कमी होतो आणि जास्त ठेवली तर उत्पादन स्पर्धेत टिकू शकत नाही. त्यामुळे उत्पादकाला विचारपूर्वक किंमत ठरवावी लागते. ग्राहकाच्या क्रयशक्तीवर किंमत अवलंबून असते. वस्तू विकत घ्यायची की नाही हा निर्णयही किमतीवर अवलंबून असतो. किमतीच्या संकल्पनेतून उत्पादनाचे उत्तेजन, वितरण आणि एकूण उत्पादनाची व्याप्ती ठरत असते. साधारणपणे, मागणी स्पर्धा आणि उत्पादनाचा खर्च यातून किमतीचे धोरण ठरत असते.

अ) अर्थ :

वस्तू किंवा उत्पादनाची किंमत निश्चित करणे हा विपणनाच्या निर्णय प्रक्रियेतील महत्त्वाचा घटक आहे. किंमत म्हणजे एखाद्या वस्तू किंवा सेवेचे विनिमय योग्य मूल्य जे पैशाच्या स्वरुपात व्यक्त केले जाते. ग्राहकाच्या आणि विक्रेत्याच्या दृष्टीने किंमत हा घटक महत्त्वाचा आहे.

एखाद्या वस्तू किंवा सेवेचे योग्य मूल्य ठरविण्यासाठी योग्य ती धोरणे आवश्यक असतात. तर्कशुद्ध किंवा बिनचूक किमतीतून बाजारपेठेत विकल्या जाणाऱ्या वस्तूचे सर्वोत्तम मूल्य लक्षात येते. उत्पादक स्वत:च एकटा किमतीचे धोरण ठरवू शकत नाही कारण समान उत्पादनांच्या बाजारपेठेतील किमती लक्षात घेऊन त्याला किंमत ठरवावी लागते. किंमत आणि प्रत्यक्ष उत्पादन यांचे अनेक बाबतीत नाते जडलेले असते. मंदीच्या काळात उत्पादक कमी किंमती देतात तरच त्यांना बाजारपेठेत तग धरून राहणे शक्य होते. तथापि भरभराटीच्या काळात उत्पादक किंमत वाढवितात आणि नफ्यात सुधारणा करतात. किंमत ही गुणवत्तेचे निदर्शकही असू शकते. ग्राहकाच्या एखाद्या वस्तूविषयीच्या कल्पनेवरूनही वस्तूची किंमत ठरू शकते. रोल्स रॉइस या गाडीची किंमत अफाट असल्याने ग्राहकाच्या मनात त्या गाडीबद्दलही तेवढाच आदर आहे.

ब) किंमत धोरणाची उद्दिष्ट्ये:

किंमत धोरणाची उद्दिष्ट्ये खालीलप्रमाणे पाहता येतील :

१) बाजारपेठेत नव्याने प्रवेश करणे :

कोणत्याही उत्पादकाला आपल्या उत्पादित वस्तू आणि सेवांची बाजारपेठेत नव्याने विक्री करायची असते तेव्हा त्यांना योग्य किंमत धोरण उपयोगाचे ठरते. सुरूवातीला स्पर्धकांपेक्षा कमी किंमत आकारणे हे योग्य धोरण आहे.

२) व्यवसायाच्या उद्दिष्टांची पूर्तता करणे :

व्यवसायाची उद्दिष्टे किंमत धोरणावर अवलंबून असतात. उदा. नफा मिळविणे, ग्राहकांचे समाधान करणे, स्पर्धेत टिकाव धरणे इत्यादी कमी किंमत आकारण्यास ही सर्व उद्दिष्टे व्यावसायिकांना पूर्ण करता येतात.

३) बाजारपेठ हिस्सा वाढविणे :

ग्राहक वृद्धीद्वारे बाजारपेठ हिस्सा वाढविता येतो. कमी किंमत आकारल्यास संभाव्य ग्राहक वस्तूंची मागणी करतात. त्यामुळे उत्पादकांना बाजारपेठेतील हिस्सा वाढविणे शक्य होते. त्यासाठी जाहिरातीचा आधार घ्यावा लागतो.

४) विक्री वृद्धी करणे :

ग्राहक वृद्धी, बाजारपेठ हिस्सा वाढ यामुळे विक्रीत वाढ होते. वाजवी किंमत आकारल्यास विक्री वृद्धी होऊन नफा वाढविता येतो.

५) ग्राहकांचे अधिकाधिक समाधान करणे :

केवळ किंमत कमी आकारून ग्राहकांचे समाधान करता येत नाही, तर त्यांना किंमतीइतक्या मूल्याची वस्तू उपलब्ध करून द्यावी लागते. चांगल्या गुणवत्तेच्या वस्तूसाठी ग्राहक अधिक किंमत द्यायला तयार असतात.

६) स्पर्धेमध्ये टिकून राहणे :

स्पर्धेत प्रवेश करणे आणि स्पर्धेत टिकून राहणे यासाठी स्पर्धकांच्या किंमतीचा अंदाज घेऊन योग्य किंमत निश्चित करावी लागते. ग्राहकांना सवलती, बक्षिसे, भेट योजना इत्यादी मार्गांचा अवलंब करून स्पर्धेत प्रवेश करता येतो.

७) व्यवसायाला अस्तित्व किंवा स्थैर्य प्राप्त करणे :

व्यवसाय ही सातत्याने चालणारी प्रक्रिया आहे. बाजारपेठेत कायमचे अस्तित्व निर्माण करता येईल, अशा प्रकारच्या किंमत धोरणाचा व्यावसायिकांना अवलंब करावा लागतो. स्थिर स्वरूपाचे परंतु ग्राहकांना परवडेल अशा प्रकारचे किंमत धोरण याठिकाणी महत्त्वाचे असते.

८) रोख रक्कम जलद गतीने प्राप्त करणे :

उधारीची सवलत देवून अधिक किंमत आकारता येते; परंतु रक्कम वेळेवर उपलब्ध होत नाही, त्यामुळे कर्जाऊ रक्कमेवरील व्याज वाढते. त्याऐवजी रोख रक्कम ताबडतोब उपलब्ध होईल अशा प्रकारचे किंमत धोरण उपयोगाचे ठरते.

९) नावलौकिक वाढविणे :

चांगल्या गुणवत्तेची वस्तू, वस्तूसोबत विक्रयोत्तर सेवांचा लाभ, वाजवी किंमत धोरण यामुळे ग्राहकांचा विश्वास वाढतो. त्यामुळे व्यवसायाचा नावलौकिक वाढतो व बाजारपेठेतील प्रतिमा विकसित होते. उदा. टाटा, बजाज, फिलीप्स, सोनी, बाटा, रेमंड इत्यादीनी गुणवत्तेला तडजोड नाही किंवा पर्याय नाही यासाठी अधिक किंमत धोरणाचा अवलंब केला आहे.

१०) बाजारपेठ परिस्थितीचा विचार करणे :

बाजारपेठेत स्पर्धक कमी असल्यास, अनावश्यक किंमत आकारणी करू नये, मक्तेदारी निर्माण करून ग्राहकांचे आर्थिक शोषण करू नये, कारण भविष्यकाळात मागणी टिकविता येत नाही. ग्राहकांच्या आवडी-निवडी, कल, फॅशन, मागणी व पुरवठा इत्यादींचा मेळ घालावा लागतो.

११) सामाजिक जबाबदारीचे पालन करणे :

व्यवसायाला समाज मोठे करत असतो म्हणून व्यावसायिकांनी किंमत निश्चित करताना सामाजिक जबाबदाऱ्यांचे भान ठेवले पाहिजे. जसे की, धर्मदाय संस्थांनी ग्राहक सेवांना प्राधान्य देणे, शासनाने समाज कल्याणाकडे लक्ष पुरविणे, उत्पादकांनी ग्राहकांच्या आरोग्याचा विचार करणे महत्त्वाचे असते.

२.६.६ किंमत धोरणावर परिणाम करणारे घटक :

वस्तू किंवा उत्पादनाची किंमत निश्चित करणे हा विपणन निर्णयातील महत्त्वाचा घटक आहे. मात्र, किंमत निश्चित करणे ही अवघड किंवा किचकट स्वरूपाची प्रक्रिया आहे, कारण विविध घटक किंमतविषयक निर्णयांवर परिणाम करत असतात. ग्राहकाच्या एखाद्या वस्तूविषयीच्या कल्पनेवरून ही वस्तूची किंमत ठरू शकते. त्यामुळे किंमत निर्धारणावर परिणाम करणाऱ्या घटकांची माहिती जाणून घेणे योग्य ठरेल.

अ) अंतर्गत घटक :

१) व्यवसायाची उद्दिष्टे :

नफा मिळविण्याच्या हेतूने वस्तूंच्या किंमती अधिक ठेवण्यावर व्यावसायिक भर देतात. याउलट सहकार आणि सरकारी क्षेत्रातील उद्योगांना सेवा प्रदान करण्याकडे लक्ष द्यावे लागते. खासगी क्षेत्रातील उद्योजक सातत्याने अधिक नफा मिळविण्याचा प्रयत्न करतात; परंतु बाजापेठ प्रवेश, बाजारपेठेतील हिस्सा वाढविणे, विक्री वृद्धी यासाठी वाजवी किंमत आकारावी लागते.

२) वस्तूचा प्रकार व गुणवैशिष्ट्ये :

दर्जेदार व टिकाऊ वस्तूंच्या किंमती अधिक आकारण्यात येतात; परंतु नाशवंत आणि हलक्या दर्जाच्या व हंगामी वस्तूंच्या किंमती कमी आकाराव्या लागतात. वेळेवर विक्री केली तरच वाजवी नफा मिळतो, अन्यथा तोटा सहन करावा लागतो. उदा. गोदरेज, रिलायन्स, पारले, सोनी, टाटा इत्यादी वस्तूंच्या किंमती अधिक असतात; परंतु त्यांची गुणवत्ता चांगली असते.

३) उत्पादनाचा खर्च :

उत्पादनासाठी अधिक खर्च आल्यास नाइलाजाने किंमत अधिक आकारावी लागते. कारण हा खर्च ग्राहकांकडून वसूल केला जातो. घाऊक प्रमाणात उत्पादनासाठी सरासरी खर्च कमी येतो. याउलट लहान व्यावसायिकांचा सरासरी खर्च अधिक येतो; परंतु बाजारात प्रवेश करताना त्यांना अधिक किंमत आकारता येत नाही.

४) उधारीचे धोरण :

जर ग्राहकांना अधिक कालावधीसाठी उधारीची सोय उपलब्ध करून दिली, तर रक्कम वापरामध्ये येत नाही. अशावेळी अधिक किंमत आकारावी लागते; परंतु ग्राहकांनी रोखीने खरेदी करण्याची तयारी दर्शविली, तर किंमत कमी आकारून विक्री वृद्धी करता येते व व्यवसायाला रोख रक्कम वेळेवर प्राप्त झाल्यामुळे आर्थिक अडचणी येत नाहीत. वितरण साखळीमध्ये मध्यस्थांची संख्या अधिक असल्यास रक्कम वसूलीसाठी विलंब लागतो.

५) संस्थेचा नावलौकिक किंवा प्रतिमा :

ज्या व्यावसायिकांची बाजारपेठेत चांगली प्रतिमा आहे, असे व्यावसायिक वस्तुंच्या किंमती अधिक आकारतात. दर्जेदार वस्तू व चांगल्या सेवा प्रदान करून ते ग्राहकांचा विश्वास संपादन करतात. एखाद्या नवीन उत्पादनाला सुरूवातीपासून ते अधिक किंमत आकारतात. उदा. जॉन्सन ॲण्ड जॉन्सन कंपनीची बेबी प्रॉडक्टस्, हिंदुस्थान लिव्हर, टायटन, रेमंड इत्यादी.

६) वस्तूची मुद्रा किंवा प्रतिमा :

ग्राहक खरेदी करताना वस्तूच्या मुद्रीकरणाकडे लक्ष देतात. चांगल्या दर्जेदार व मुद्रीकरणाच्या वस्तू त्यांच्या स्मरणात राहतात. अशा वस्तुंची ते सातत्याने खरेदी करतात. त्यांची किंमत अधिक असली तरी त्यांना त्याच मुद्रीकरणाच्या वस्तू हव्या असतात. उदा. बिर्ला सिमेंट, MRF टायर, एशियन पेंटस्, ओनिडा टी.व्ही, व्हर्लपूल वॉशिंग मशीन, व्हीडीओकॉन, ॲपल लॅपटॉप, सोनी मोबाईल इत्यादी.

७) वस्तू रेखा किंवा साखळी :

उत्पादक मुख्य उत्पादनाबरोबर पूरक किंवा नवीन वस्तुची निर्मिती करतात. प्रचलित उत्पादनाला चांगली मागणी असल्यास त्यांच्या नवीन वस्तुंना सुद्धा चांगली मागणी येते. अशा वेळी किंमत अधिक आकारली तरी चालते. स्पर्धेत टिकाव धरण्यासाठी किंवा एखाद्या वस्तुची मागणी कमी झाल्यास दुसऱ्या वस्तुला मागणी येते व स्पर्धे त टिकून राहता येते. उदा. टाटा, गोदरेज, बजाज, किर्लोस्कर, रिलायन्स इत्यादींनी वस्तू विविधीकरणावर भर दिला आहे.

८) वस्तू जीवन चक्र :

वस्तू उत्पादनाच्या प्रारंभ किंवा उगम, विकास किंवा वृद्धी, पूर्णत्व, स्थैर्य, उतरती कळा आणि विसर्जन इत्यादी अवस्था आहेत. यापैकी प्रारंभ, उतरती कळा या अवस्थांमध्ये किंमत कमी आकारावी लागते. याउलट वृद्धी, पूर्णत्व आणि स्थैर्य अवस्थेमध्ये अधिक किंमत आकारली तरी चालते.

९) विक्री वृद्धी प्रयत्न :

उत्पादकांना विक्रीवृद्धीसाठी अधिक खर्च आल्यास अधिक किंमत आकारावी लागते. नवीन वस्तुची जाहिरात करताना खर्च अधिक येतो. उत्पादक, मध्यस्थ आणि ग्राहक पातळीवर विक्री वृद्धीच्या विविध योजना राबविण्यास खर्च वाढतो. अशा वेळी किंमत अधिक आकारावी लागते; परंतु सदर वस्तुची ग्राहकांना सवय लागल्यास अधिक जाहिरात करण्याची गरज नसते, अशा वेळी किंमत कमी आकारावी.

ब) बहिर्गत घटक :

१) बाजारपेठेचा प्रकार व स्वरूप :

वस्तू विक्रीसाठी कोणती बाजारपेठ निवडली आहे यावर किंमत आधारित असते. शहरी बाजारपेठेत अधिक किंमती आकारता येतात. त्यानुसार वस्तूचा दर्जा उपलब्ध करून द्यावा लागतो; परंतु ग्रामीण बाजारपेठेत दर्जेदार वस्तूंपेक्षा साधारण वस्तूंची विक्री वाजवी दराने करावी लागते. बाजारपेठेतील तेजी-मंदी, मागणी-पुरवठा, स्पर्धा, फॅशन इत्यादीचा विचार करून किंमत निश्चित करावी लागते.

२) वस्तूला असलेली मागणी :

ज्या वस्तूंना बाजारात चांगली मागणी असते, अशा वस्तूंना अधिक किंमती आकारता येतात; परंतु वृद्धी करण्यासाठी वाजवी किंमत आकारल्यास विक्री मोठ्या प्रमाणात होते आणि नफ्याचे प्रमाण वाढते. सुरूवातीला विक्री वाढावी या उद्देशाने किंमत कमी आकारावी लागते. मागणी टिकविण्यासाठी किंमत स्थिर राहणे आवश्यक आहे.

३) ग्राहक वर्ग :

वस्तू खरेदी करणाऱ्या ग्राहकांचा प्रकार व त्यांची आर्थिक स्थिती विचारात घेऊन किंमत निश्चित करावी लागते. उच्च उत्पन्न गटातील ग्राहक दर्जेदार, चैनीच्या व अधिक किंमतीच्या वस्तू खरेदी करतात; परंतु ग्रामीण भागातील, कमी उत्पन्न गटातील ग्राहक हलक्या दर्जाच्या, जीवनावश्यक व कमी किंमतीच्या वस्तू खरेदी करतात.

४) स्पर्धा :

बाजारपेठेतील स्पर्धेचा प्रकार व स्वरूप विचारात घेवून किंमत निश्चित करावी लागते. सुरूवातीला बाजारपेठेत प्रवेश करताना कमी किंमत आकारावी लागते. स्पर्धेची स्थिती तीव्र स्वरूपाची असल्यास स्पर्धकांपेक्षा कमी किंमत धोरण आकारणे योग्य ठरते. स्पर्धा कमी असल्यास थोड्या प्रमाणात किंमत वाढविणे सोयीचे ठरते; परंतु त्याचा मागणीवर परिणाम होणार नाही याकडे लक्ष द्यावे लागते.

५) मध्यस्थ वर्ग :

उत्पादक स्वत: वस्तू वितरण करत असल्यास वितरण खर्च कमी येतो, त्यामुळे त्यांना कमी किंमत आकारता येते. जर मध्यस्थांची संख्या अधिक असेल तर वितरण खर्च वाढतो, त्यामुळे वस्तूची किंमत अधिक आकारावी लागते.

६) बाजारपेठेत संधी :

बाजारपेठेत प्रवेश करताना कमी किंमत आकरावी लागते. बाजारपेठेचा हिस्सा वाढविण्यासाठी, ग्राहक वृद्धी करण्यासाठी कमी किंमतीचे धोरण आवश्यक आहे. बाजारपेठ मिळविल्यावर स्पर्धकांची संख्या कमी असल्यास

जास्त किंमतीला वस्तूची विक्री करता येते. भविष्यकाळात विक्री वाढविण्यासाठी वाजवी किंमत धोरणाचा अवलंब करावा लागतो.

७) शासकीय नियंत्रण व नियम :

शासनामार्फत वस्तूंच्या किंमती ठरविल्यास उत्पादकांना त्यामध्ये बदल करता येत नाही. बांधील किंमती स्थिर असतात. व्यवसाय कर, विक्री कर, जकात कर, वाहतूक कर, उत्पन्न कर इत्यादी. शासनामार्फत निश्चित केले जातात. या करांचे प्रमाण अधिक असल्यास अधिक किंमती आकाराव्या लागतात. जर शासनाने व्यवसायासाठी विविध सवलती दिल्या असतील तर कमी किंमती आकारता येतात; परंतु शासनाने करांचे दर वाढविले आणि सवलती कमी केल्या तर उत्पादकांना किंमतीमध्ये वाढ करण्याशिवाय पर्याय उरत नाही.

२.६.७ किंमत निश्चिती करणाऱ्या पद्धती :

किंमत निश्चित करण्यासाठी सर्वच उद्योग, व्यवसाय आणि बाजारपेठधारक सारख्याच पद्धतींचा अवलंब करतात असे नाही. तर किंमत निर्धारित करण्यासाठी विविध पद्धतींचा अवलंब केला जातो. बाजारपेठेची स्थिती आणि उपलब्ध उत्पादनाचे प्रमाण यासारख्या घटकांचा संदर्भ विचारात घेवून किंमत निर्धारणाची पद्धती निश्चित केली जाते. त्यामुळे किंमत निश्चित करण्याच्या पद्धती जाणून घेणे योग्य ठरेल. किंमत निश्चित करण्याच्या पद्धती खालीलप्रमाणे :

किंमत निश्चित करणाऱ्या पद्धती :

अ) उत्पादन खर्चावर आधारित किंमत :

या पद्धतीने वस्तूच्या किंमती निर्धारित करताना उत्पादकासमोर दोन पर्याय असतात.

१) पूर्ण उत्पादन खर्च किंमत :

या पद्धतीत उत्पादक प्रत्येक नग निर्माण करण्यात त्याला आलेले सर्व प्रत्यक्ष आणि अप्रत्यक्ष खर्च ध्यानात येतो. या खर्चात त्याला अपेक्षित असणारा नफा, टक्केवारी समाविष्ट करतो. ही किंमत ठरविण्याची खूपच जुनी आणि पारंपरिक पद्धती आहे. अनेक उत्पादन संस्था, प्रकल्प उभारण्याशी संबंधित व्यवसाय या पद्धतीचा अवलंब करतात. याच पद्धतीला 'मार्क अप प्राईस' असाही पर्यायी शब्द आहे. ही किंमत ठरविण्यासाठी पुढील सूत्र वापरले जातेः

$$\textbf{पूर्व निर्दिष्ट किंमत} = \frac{\text{उत्पादनाचा एकक खर्च}}{\text{विक्रीवर अपेक्षित परतावा शेकडा दर}}$$

फायदे :

i) उत्पादनाचा खर्च वसूल होण्याची तसेच विशिष्ट प्रमाणात नफा मिळण्याची खात्री असते.

ii) विक्रीनुसार विकल्या गेलेल्या नगांच्या प्रमाणात नफा किती मिळेल याचे निश्चित अनुमान करता येते.

मर्यादा :

i) त्याच प्रकारच्या वस्तूसाठी स्पर्धक काय किमती आकारणार ते कळू शकत नाही.

ii) ग्राहक त्या वस्तूची काय किंमत अपेक्षित करेल याचा विचार केला जात नाही. ग्राहकाच्या भावना, अपेक्षा दुर्लक्षित होतात. एका प्रकाराने त्याच्यावर किमती लादल्या जातात. सेवा क्षेत्रात सुद्धा उदा. वैद्यकीय पेशा या पद्धतीत किमती आकारल्या जातात.

२) सीमांत खर्च पद्धत :

जेव्हा बाजारात तीव्र स्पर्धा असते त्यावेळी उत्पादक या पद्धतीचा वापर करतात. या पद्धतीचा वापर करण्यात वस्तू उत्पादकाचा विशिष्ट हेतू असतो, म्हणजे आपल्या उत्पादित वस्तूला बाजारपेठेत नेमके स्थान (Assured Market) निर्माण करणे. विशेषकरून मंदीच्या काळात उत्पादित मालाचे साठे पडून असतात. अशा मालाचा जलद उठाव होण्याची आवश्यकता असते, तेव्हा ही पद्धत उत्पादक वापरतात. वस्तूचा उत्पादन खर्च वसूल झाला तरी ते समाधानी असतात. या पद्धतीमुळे उत्पादक संस्थातून 'अनिष्ट किंमत स्पर्धा' चालू होते. यातील एक महत्त्वाचा दोष आहे, तो म्हणजे उत्पादन खर्च पूर्णपणे वसूल होईल याची शाश्वती या पद्धतीत मिळत नाही. फक्त काही प्रमाणात स्थिर खर्च + बदलते खर्च वसूल होतील (उदा. नोकरांचे पगार, जागा भाडे, विजेचे बिल) यांचा विचार केला जातो. नवीन बाजारपेठ, नवीन वितरण मार्ग निवडताना ही पद्धत उपयोगी असते. मात्र सरसकट सर्व वस्तू, सेवा यासाठी या पद्धतीचा वापर करता येत नाही.

ब) मोबदला प्रमाण किंमत पद्धती :

किमती ठरविण्याच्या या पद्धतीत मोबदल्याचे प्रमाण विचारात घेतले जाते. सेवेचा, वस्तूचा दर्जा जितक्या प्रतीचा, तितका किमतीद्वारे जास्तीतजास्त नफा मिळविण्याचा प्रयत्न केला जातो. मोबदला प्रमाण पद्धत या प्रकारे किंमत ठरविल्यामुळे वस्तूची अथवा सेवेची गुणवत्ता ध्यानात घेऊन किंमत निश्चिती करण्यात येते. याचाच अर्थ विविध प्रतींच्या वस्तू विविध किमतीला विकल्या जातात. उदा. बाजारपेठेतील कापडाच्या किमती विविध ग्राहकांना परवडेल अशा प्रकारे ठरविल्या जातात. त्यामुळे श्रीमंत, मध्यमवर्गीय आणि आर्थिकदृष्ट्या कमकुवत अशा सर्व प्रकारच्या उपभोक्त्यांना कापड खरेदी शक्य बनते. रेल्वे वाहतूक सेवा या क्षेत्रातसुद्धा प्रथम श्रेणी, द्वितीय श्रेणी, वातानुकूलित आणि सर्वसाधारण प्रवासी वर्ग यांच्यासाठी वेगवेगळे दर आकारले जातात. किमती विविध असल्या तरी उत्पादकाला मिळणारा नफा, मोबदला निश्चित स्वरुपाचा असतो.

क) मागणी अनुसार अथवा बाजारावर आधारित किमती :

वरील दोन्ही पद्धती खर्चावर आधारित आहेत. खर्च हा अत्यंत महत्त्वाचा मुद्दा असला तरी किंमत निश्चित करताना स्पर्धात्मक किमतीचाही विचार करावा लागतो. स्पर्धात्मक किमती म्हणजे अशा किमती ज्या त्याच प्रकारच्या इतर वस्तूच्या बाजारातील किमती होत. एकदा ही किंमत-पातळी निश्चित केली की आधारभूत किंमत निश्चित करता येते. ही आधारभूत किंमत ठरविताना पुढील तीन टप्पे महत्त्वाचे असतातः

१) त्या नियोजित कालावधीसाठी पहिल्यांदा निरनिराळ्या किमतीवर संबंधित मागणीचे वेळापत्रक निश्चित केले जाते.

२) त्यानंतर संबंधित उत्पादन खर्च आणि बाजारपेठ खर्च ठरलेल्या विक्री-प्रमाण उद्दिष्टांची पूर्ती करण्यासाठी या मागणी वेळापत्रकावरून काढला जातो.

३) शेवटी जी किंमत अधिकाधिक नफा देईल ती किंमत निश्चित केली जाते. ही किंमत म्हणजे विक्रीसाठी केलेले सर्व प्रकारचे खर्च.

अशी आधारभूत किंमत ठरविताना विपणन मिश्रचे इतर घटकही विचारात घेणे आवश्यक असते. या घटकांमध्ये वितरणाच्या मार्गाचे स्वरुप आणि लांबी हे घटक अंतिम किंमत निर्णयावर परिणाम घडवून आणणारे महत्त्वाचे घटक असतात. त्याचप्रमाणे आधारभूत किंमत ठरविताना वस्तू जुळणीचा खर्चही विचारात घ्यावा लागतो. वस्तूच्या मागणीचे अंदाजपत्रक ठरविण्याची योग्य पद्धती म्हणजे कंपनी आणि व्यापारी अधिकाऱ्यांचे सूज्ञ असे विश्लेषण होय.

बहुविकल्पी प्रश्न

१) व्यवसाय संघटनेने लस म्हणून ठरविलेल्या बाजारपेठांमध्ये त्यांच्या विपणन उद्दिष्ट्यांच्या पूर्तीसाठी व्यवसाय संघटना वापरत असलेल्या विपणन साधनांच्या समूहाला ------- असे म्हणतात.

अ) विपणन मिश्र **ब)** उत्पादन मिश्र **क)** किंमत मिश्र **ड)** स्थल मिश्र

२) विपणन मिश्रचे प्रमुख ------- घटक आहेत.

अ) तीन **ब)** चार **क)** पाच **ड)** सहा

३) पुढीलपैकी ------- विपणन मिश्र चा घटक नाही.

अ) उत्पादन **ब)** किंमत **क)** भांडवल **ड)** स्थल

४) अशी कोणतीही गोष्ट जी विपणनाचे लक्ष वेधून घेते, विपणक ती ताब्यात घेऊन विनिमयाद्वारे तिचा विनियोग करतो व विपणन क्षेत्रातील मागण्यांचे समाधान करते, ती गोष्ट म्हणजे ------- होय.

अ) सेवा **ब)** किंमत **क)** न्याय **ड)** वस्तू

५) ------- मिश्रमध्ये योग्य प्रकारचा अशा उत्पादनाचा विकास आणि नियोजन यांचा समावेश होतो की जे ग्राहकांच्या पूर्ण गरजांचे समाधान करतील.

अ) उत्पादन **ब)** किंमत **क)** वृद्धी **ड)** वितरण

६) ------- म्हणजे बदलत्या परिस्थितीनुसार उत्पादनाचे परिवर्तन करणे.

अ) उत्पादन विविधीकरण **ब)** उत्पादन सुगमता
क) वस्तू वगळणे **ड)** उत्पादन एकत्रीकरण

७) एकापेक्षा अधिक प्रतीच्या वस्तू उत्पादित करण्याला ------- म्हणतात.

अ) उत्पादन सुगमता **ब)** वस्तू वगळणे
क) उत्पादन विविधीकरण **ड)** उत्पादन एकत्रीकरण

८) एखाद्या चालू वस्तूचे उत्पादन बंद करण्याच्या प्रक्रियेला ------- म्हणतात.

अ) उत्पादन सुगमता **ब)** उत्पादन एकत्रीकरणे
क) उत्पादन विविधीकरण **ड)** वस्तू वगळणे

९) वस्तू किंवा सेवा यांचे पूर्वनियोजित ठरविलेल्या वेळेनुसार आणि प्रमाणानुसार किमान खर्चात उत्पादन व्हावे यादृष्टीने केलेले व्यवस्थापन म्हणजे ------- होय.

अ) उत्पादन व्यवस्थापन **ब)** किंमत व्यवस्थापन
क) जाहिरात व्यवस्थापन **ड)** मालसाठा व्यवस्थापन

१०) वस्तूच्या जीवनातील अवस्था मिळून वस्तूचे ------- बनते.

अ) आर्युमान **ब)** जीवनचक्र **क)** जीवनचक्र **ड)** वयमान

११) वस्तू जीवनचक्राच्या ------- अवस्था आहेत.

अ) दोन **ब)** तीन **क)** चार **ड)** पाच

१२) विपणन संदर्भात ------- म्हणजे एखादे अक्षर, शब्द, नाव, प्रतीक किंवा तंत्र किंवा यांचा संयोग ज्याचा उपयोग उत्पादक, विक्रेता किंवा वस्तू वितरक यांच्या बाबतच्या माहितीचा स्त्रोत म्हणून केला जातो.

अ) मुद्रा **ब)** वेष्टिकरण **क)** लेबलिंग **ड)** चिन्हांकन/मुद्रांकन

१३) ------- म्हणजे एखाद्या उत्पादनाशी निगडीत निव्वळ मूल्य होय.

अ) मुद्रामूल्य **ब)** चिन्हांकन **क)** मुद्रांकन **ड)** वेष्टिकरण

१४) ------- करार ही ग्राहकांना जे व्यापारचिन्ह देण्यात येणार असते, त्याची सूची असते, करार हा अंतर्गतपणे पूर्ण केला जातो परंतु, बाजारपेठेच्या स्थानाद्वारे तो स्पष्ट आणि वैध असतो.

अ) व्यापार **ब)** व्यापार चिन्ह **क)** कंपनी **ड)** कामगार

१५) ------- हे स्थापन केलेल्या उत्पादनाचे नवीन स्वरूप आणि सहानुभूती असते.

अ) व्यापार चिन्ह **ब)** विपणन मिश्र **क)** पुनर्मुद्रांकन **ड)** मुद्रास्कीती

१६) ------- म्हणजे अशी कोणतीही वस्तु जी एखादा कागदाचा तुकडा, छापील विधान, धातू किंवा कातड्यावर कोरलेला मजकूर होय. जो एखाद्या व्यापारी वस्तूचा भाग असतो किंवा बांधणी ज्यावर त्या वस्तुचे स्वरूप, त्या वेष्टणातील वस्तू किंवा त्या वस्तुची मूळ किंवा किंमत दर्शविणारी खूण असते.

अ) लेबल **ब)** व्यापार चिन्ह **क)** विपणन मिश्र **ड)** मुद्रा

१७) ------- म्हणजे वस्तु वा सेवा यांच्या बदल्यात मिळणारे मूल्य जे नेहमी पैशातच असते.

अ) लेबल **ब)** किंमत **क)** उत्पादन **ड)** जाहिरात

१८) किंमत निश्चित करण्याचा ------- मुख्य पद्धती आहेत.

अ) चार **ब)** पाच **क)** सहा **ड)** तीन

उत्तर : १) अ, २) ब, ३) क, ४) ड, ५) अ, ६) ब, ७) क, ८) ड, ९) अ, १०) ब, ११) क, १२) ड , १३) अ, १४) ब, १५) क, १६) अ , १७) ब, १८) ड

सरावासाठी प्रश्न

प्र. १. विपणन मिश्र म्हणजे काय? विपणन मश्रचे घटक स्पष्ट करा.

प्र. २. उत्पादन मिश्र म्हणजे काय? उत्पादन मिश्रचे घटक सांगा.

प्र. ३. नवीन वस्तू विकास स्पष्ट करा.

प्र. ४. उत्पादन जीवनचक्र ही संकल्पना सविस्तर स्पष्ट करा.

प्र. ५. मुद्रा व्यवस्थापन म्हणजे काय? मुद्रांकनाचा इतिहास स्पष्ट करा.

प्र. ६. लेबलिंग म्हणजे काय? लेबलिंगचे महत्त्व विशद करा.

प्र. ७. किंमत मिश्र म्हणजे काय? किंमत मिश्रची गरज व महत्त्व विशद करा.

प्र. ८. किंमत मिश्रची संकल्पना स्पष्ट करा आणि किंमत मिश्रचे घटक विशद करा.

प्र. ९. किंमत निर्धारणावरती परिणाम करणारे घटक स्पष्ट करा.

प्र. १०. किंमत निर्धारणाच्या विविध पद्धती विशद करा.

प्र. ११. उत्पादन विकास व्यूहरचना स्पष्ट करा किंवा उत्पादन जीवन चक्राच्या विविध अवस्था विशद करा.

प्र. १२. मुद्रांकन म्हणजे काय? मुद्राकराराचे आवश्यक घटक विशद करा.

प्र. १३. किंमत निर्धारणाची उद्दिष्टे आणि निर्धारणावर परिणाम करणारे घटक स्पष्ट करा.

प्र. १४. उत्पादन व्यवस्थानाचे घटक स्पष्ट करा.

प्र. १५. खालील विषयांवर टिपा लिहा :

अ) उत्पादनाची संकल्पना.

ब) उत्पादन रेखा.

क) उत्पादन रेखा खोली आणि लांबी.

ड) उत्पादन मिश्र रूंदी

ई) उत्पादन सुगमीकरण.

फ) वस्तू वैविध्यीकरण.

ग) वस्तू वगळणे.

ह) मुद्रानिर्मिती.

स) पुर्नमुद्रांकन.

य) मुद्रांकन स्थान निश्चिती.

र) मुद्रा मूल्य.

ल) मुद्रांकन करार

प्रकरण ३

स्थल मिश्र आणि वृद्धी मिश्र

➪ प्रास्ताविक :

वितरण वाहिन्या किंवा वितरणाचे मार्ग यांना विविध उद्योगांनुसार वेगवेगळ्या नावांनी संबोधले जात असले तरी त्यांचे कार्य हे समानच असते. भौतिक वितरणाची ही जी संकल्पना आहे तिचा उगम मूळ फ्रेंच भाषेत असणाऱ्या 'कॅनल' या शब्दांतून झालेला दिसतो. या शब्दांतून उत्पादकाकडून ग्राहकापर्यंत वस्तू वाहून नेण्याची क्रिया व्यक्त होते. त्या अर्थी भौतिक वितरण वाहिनी ही संघटनेद्वारे किंवा व्यक्तिगत स्वरूपात उत्पादकापासून ते ग्राहकापर्यंत पोहोचवण्याचा एक दीर्घ मार्ग या रूपात पाहिले जाते. या मार्गातील आरंभबिंदू असणारा उत्पादक आणि अंतिम बिंदू असणारा ग्राहक हा नेहमीच त्या भौतिक वितरण वाहिन्याचे मुख्य सदस्य असतात. या वितरण साखळीत अनेक मध्यस्थ अनेक विपणन संस्थांनी भौतिक उत्पादनांच्या प्रवाहाला चालना मिळावी म्हणून उत्पादन ग्राहकांपर्यंत पोहोचविण्यासाठी सातत्याने नवीन मार्गांचा वापर केला आहे. प्रगत तंत्रज्ञानाचा वापर आता अपरिहार्य झाला आहे.

विपणनाचे यश हे पर्यावरणावर अवलंबून आहे. विपणन विभागाच्या भोवतालच्या घटकांचा समावेश विपणन पर्यावरणात होतो. विपणन पर्यावरण 'सूक्ष्म' आणि 'समग्र' अशा दोन प्रकारचे असते. विपणन पर्यावरणात केवळ बाह्य घटकांचाच समावेश होत नाही तर अंतर्गत घटकांचा देखील समावेश होतो. विपणन पर्यावरणातील विविध घटक हे जर अनुकूल सहाय्यकारी असतील तर विपणन प्रक्रिया यशस्वीपणे राबविणे शक्य होते. सूक्ष्म स्वरूपाच्या विपणन पर्यावरणात कंपनी, पुरवठादार, गुंतवणूकदार, मध्यस्थ, स्पर्धक व समाज या घटकांचा अंतर्भाव होतो. तर समग्र स्वरूपाच्या पर्यावरणात लोकसंख्या, आर्थिक, राजकीय, सामाजिक, सांस्कृतिक, कायदेविषयक, नैसर्गिक, तांत्रिक, आंतरराष्ट्रीय अशा विविध पातळीवरील पर्यावरणीय घटकांचा समावेश होतो. विपणन पर्यावरणाचा विपणन प्रक्रियेवर होणारा परिणाम हा दूरगामी स्वरूपाचा असतो. विशेष करून विपणन निर्णयावर त्याचा मोठा परिणाम होतो. त्यामुळे विपणन प्रक्रियेस प्रभावित करणाऱ्या या विविध पर्यावरणीय घटकांचा अभ्यास करणे, संशोधन करणे अतिशय महत्त्वाचे आहे.

➩ ३.१ स्थल मिश्र :

विपणनातील स्थल मिश्र किंवा स्थळ हे केवळ उत्पादनाच्या वस्तू निर्माण कर्त्यापासून ते ग्राहकापर्यंत उत्पादन पोहोचवण्याचे माध्यम नसून त्याद्वारे उत्पादनाची सहज उपलब्धता करून दिली जाते आणि ते उत्पादन ज्या पर्यावरणामध्ये आहे त्या पर्यावरणात ते सादर केले जाते. यामध्ये विपणन कर्ते जे असतात ते या उत्पादनाचा जो अंतिम उपभोक्ता आहे त्याच्यापर्यंत हे उत्पादन पोहोचवण्यासाठी विविध वितरण वाहिन्यांचा उपयोग करतात. या वितरण वाहिन्यांच्या निवडीवरती अनेकविध घटक प्रभाव टाकत असतात. ग्राहकांपर्यंत उत्पादन पोहोचण्यासाठी विपणनकर्त्याला व उत्पादकाला विविध मध्यस्थांची मदत घ्यावी लागते. हे मध्यस्थ उत्पादन आणि ग्राहक यांच्यामधील समस्याचे प्रमाण कमी करतात. तसेच हे मध्यस्थ विस्तृत प्रदेशांमध्ये उत्पादनाचे वितरण करतात. त्याचप्रमाणे उत्पादनाच्या गुणवत्तेत सुधारणा घडवून आणण्यासाठी मध्यस्थ उत्पादकाला विविध प्रकारच्या माहितीचा पुरवठा करतात.

३.१.१ अर्थ :

स्थल किंवा एखादे विशिष्ट ठिकाण विक्रीच्या नजरेतून पाहिले जाते. प्रत्येक उद्योगामध्ये ग्राहकांचे लक्ष वेधून घेणे आणि उत्पादनाचे योग्य वितरण व्हावे याच्यासाठी या स्थल मिश्र व्यूहरचनेचा वापर केला जातो. किरकोळ विक्रेते योग्य ठिकाणाला खूप महत्त्व देतात. त्यामुळे किरकोळ व्यापार किंवा किरकोळ विक्री यशस्वी करून घ्यावयाची असेल तर त्याच्यासाठी स्थल मिश्र हा खूप महत्त्वाचा घटक ठरतो. या स्थल मिश्राला 'वितरण' असे सुद्धा म्हटले जाते. उत्पादनाच्या किंमती केवळ योग्य असून चालत नाहीत तर त्याच्या विक्रीसाठी योग्य ठिकाणाची उपलब्धता होणे देखील गरजेचे असते. ज्या ग्राहकांना एखादे उत्पादन विकत घ्यावयाची आवश्यकता आहे तिथे ते उत्पादन पोहोचणे गरजेचे असते.

३.१.२ व्याख्या :

स्थल मिश्राची व्याख्या पुढीलप्रमाणे सांगता येईल :

१) पॉल आणि कपूर :

''विपणन मिश्रातील स्थल मिश्र किंवा स्थळ हा तिसरा असा घटक आहे की, ज्याच्याद्वारे उत्पादक वस्तू आणि सेवा या ग्राहकांच्या अपेक्षित ठिकाणापर्यंत त्यांना सोयीस्कर ठरेल अशा मार्गाने व त्यांना समाधानकारक ठरेल अशा किंमतीला उपलब्ध करून देतो.''

२) विल्यम जे. स्टॅन्टन :

''वस्तूची व सेवेची योग्य ठिकाणी, योग्य वेळी आणि योग्य प्रमाणात उपलब्धता करून देणे म्हणजे वितरण किंवा स्थल मिश्र होय.''

➩ ३.२ वितरण वाहिन्या :

विपणन वाहिन्या किंवा व्यापार वाहिन्या या उत्पादन प्रवाह उत्पादन बिंदूपासून ते योग्य उपभोग किंवा उपयोग या बिंदूपर्यंत पोहोचण्यासाठीचा एक सुयोग्य मार्ग आहे. याची सुरूवात उत्पादकापासून होते आणि ग्राहकापाशी त्याची समाप्ती होते. या दरम्यान अनेक मध्यस्थ हे उत्पादनाचे सुलभीकरण आणि त्याच्या मालकत्वाचे हस्तांतरण करत असतात. विपणन वाहिन्या या उत्पादक, मध्यस्थ आणि ग्राहक यांनी मिळून बनलेल्या असतात.

३.२.१ अर्थ :

उत्पादनांच्या प्रमाणात वाढ झाल्यामुळे उत्पादकांनी वस्तू वितरणाची जबाबदारी मध्यस्थांवर सोपविली आहे. उदा. दलाल, अभिकर्ते, कमिशन एजंटस्, घाऊक व्यापारी, किरकोळ व्यापारी, विक्री प्रतिनिधी इ. मध्यस्थ वितरणाचे

काम करतात. उत्पादकांनी तयार केलेल्या वस्तू आणि सेवा ग्राहक किंवा अंतिम उपभोक्त्यांपर्यंत पोहोचविणाऱ्या मध्यस्थांना वितरण वाहिन्या असे म्हणतात.

३.२.२ व्याख्या :

वितरण वाहिनी/विपणन वाहिनी या संकल्पनेच्या व्याख्या तज्ञांनी पुढीलप्रमाणे केली आहे :

१) कन्डिक स्टिल आणि गोवनी :

''वितरणाची वाहिनी किंवा विपणन वाहिन्या म्हणजे अशा प्रकारचे वितरण जाळे की, ज्यामार्फत उत्पादकाची उत्पादने बाजारापर्यंत पोहोचतात.''

२) विल्यम जे स्टॅनटन :

''हा एक वस्तूंच्या मालकांनी जेव्हा उत्पादक ते अंतिम ग्राहक किंवा औद्योगिक वापरकर्त्यांकडे जाताना वापरलेला मार्ग असतो.''

३) फिलिप कोटलर :

''प्रत्येक उत्पादक संस्थेची उद्दिष्टे उत्तमरितीने पूर्ण करणाऱ्या विपणन मध्यस्थांच्या समूहांना एकत्र जोडण्याचा प्रयत्न करतात, या विपणन मध्यस्थांच्या समूहाला विपणन वाहिन्या असे म्हणतात.''

३.२.३ विपणन वाहिन्यांचे प्रकार :

प्रत्यक्ष वितरणामध्ये वस्तूंची प्रत्यक्ष हाताळणी याकडे विशेष लक्ष दिले जाते. यामध्ये या मार्गाने वस्तू व सेवा ग्राहकांपर्यंत पोहोचविल्या जातात आणि जास्तीतजास्त ग्राहक सेवेची हमी दिली जाते. प्रत्यक्ष वितरण व्यवस्थेमध्ये ग्राहकांना वस्तूंचे प्रदान योग्य वेळी, योग्य ठिकाणी करण्याचे ध्येय असते. प्रत्यक्ष वितरणामध्ये पुढील बाबींचा समावेश होतो : **i)** मागणी प्रक्रिया, **ii)** वस्तूंची हाताळणी, **iii)** संवेष्टण, **iv)** साठवण, **v)** वाहतूक, **vi)** माल नियंत्रण, **vii)** ग्राहक सेवा.

अ) ग्राहक उत्पादनाच्या वितरणाची माध्यमे :

१) उत्पादक ग्राहक मार्ग (थेट विक्री) :

ग्राहकांना थेट विक्री करण्यामध्ये तीन पर्याय उपलब्ध आहेत.

I) जाहिरात माध्यमातून विक्री.

II) प्रवास करून विक्री/फिरती विक्री.

III) उत्पादकांच्या किरकोळ विक्री दुकानातून विक्री.

हा सर्वात छोटा मार्ग आहे. व्यावसायिक वस्तू व्यावसायिक खरेदीदारांना थेट विक्री पद्धतीने विकल्या जातात.

२) उत्पादक ठोक विक्रेता किरकोळ विक्रेता अंतिम ग्राहक :

किराणा माल, औषधे, औषधी पदार्थ वगैरे सारख्या वस्तूंच्या विक्रीसाठी वापरण्यात येणारा हा सरळ, साधा, नियमित आणि लोकप्रिय मार्ग आहे. खालील परिस्थितीमध्ये उत्पादकांसाठी तो योग्य असतो.

I) जर त्याची उत्पादन साखळी लहान असेल.

II) त्याच्याकडे मर्यादित वित्तव्यवस्था असेल.

III) वस्तू या टिकाऊ असतील.

IV) ठोक विक्रेते हे विशेष असतील.

वाहतुकीची आणि संदेशवहनाची उत्तम साधने, मोठ्या व किरकोळ व्यापाऱ्यांच्या संख्येत वाढ, किरकोळ विक्रेत्याच्या छोट्या छोट्या मागणी आदेशाची हाताळणी संगणकावर होणे इत्यादी बाबी भविष्यामध्ये ठोक व्यापाऱ्यांची गरज व महत्त्व कमी करू शकतील.

३) उत्पादक किरकोळ विक्रेते अंतिम ग्राहक/उपभोक्ता :

ज्यावेळी वस्तू किंवा उत्पादनाचे स्वरूप नाशवंत असेल किंवा ज्यासाठी वेगवान वितरणाची गरज असेल त्यावेळी हा मार्ग उपयोगी ठरू शकतो. यामध्ये जर वितरण साखळी मोठी किंवा लांब असेल तर वस्तू नाशाची भीती असते. मात्र, यामध्ये स्वत: उत्पादकाला संग्रहण, विमा, वाहतूक, वित्तीय व्यवस्था इत्यादी ठोक विक्रेत्यांची कार्ये पार पाडावी लागतात.

४) उत्पादक मध्यस्थ ठोक विक्रेते किरकोळ विक्रेते ग्राहक :

या वितरण मार्गामध्ये उत्पादक एकमेव विक्री प्रतिनिधी यासारख्या मध्यस्थांची सेवा घेतात. हा प्रतिनिधी नंतर या वस्तू वा सेवा ठोक व्यापाऱ्यांना वितरित करतो. ठोक व्यापारी ते किरकोळ व्यापाऱ्यांना वितरित करतात. कापड मिल अशा प्रकारे वितरणासाठी एकमेव विक्री प्रतिनिधींची नियुक्ती करतात. हे मध्यस्थ साधारणपणे ठोक विक्री करतात. शेतीमाल विपणनामध्ये हा प्रकार दिसून येतो. एकमेव विक्री प्रतिनिधी कमिशन घेऊन वस्तू थेट ठोक व्यापारी/विक्रेते किंवा मोठ्या किरकोळ विक्रेत्यांना विकतात.

५) उत्पादकठोक विक्रेतेग्राहक :

जर ग्राहक हा मोठ्या प्रमाणावर खरेदी करणारा किंवा संस्थात्मक ग्राहक असेल तर ठोक विक्रेते किरकोळ विक्रेत्यांचा आधार न घेता थेट हा माल अशा ग्राहकांना विकतात. उदा. व्यावसायिक खरेदीदार, सरकारी खाते, दवाखाने, ग्राहक सहकारी संस्था इत्यादी.

अशा प्रकारे वितरण हा विपणन मिश्राचा अत्यंत महत्त्वाचा घटक आहे.

ब) औद्योगिक उत्पादनांसाठी वितरणांची माध्यमे :

औद्योगिक वस्तूंचे वितरण करण्यासाठी ग्राहकोपयोगी वस्तूंच्या वितरणापेक्षा वेगळी माध्यमे वापरली जातात कारण औद्योगिक उत्पादक मोठ्या प्रमाणावर आणि बऱ्याच वेळा वार्षिक करारावर कच्च्या मालाची खरेदी करतात. या दोन्हीतील मुख्य फरक असा की, ग्राहकोपयोगी वस्तूंमध्ये किरकोळ विक्रीचे जे माध्यम असते ते औद्योगिक वस्तूंच्या वितरणात वापरले जात नाही. औद्योगिक वस्तूंच्या विपणनासाठी चार प्रकारे वितरण होऊ शकते.

१) उत्पादक ते ग्राहक :

संगणक, ट्रान्सफॉर्मर, बॉयलर अशा तांत्रिकदृष्ट्या क्लिष्ट आणि खर्चिक वस्तूंचे उत्पादक साधारणपणे आपला माल थेट ग्राहकांनाच विकतात. अशा वस्तूंच्या ग्राहकांची संख्या मर्यादित असते आणि त्यांच्याशी थेट व्यापार करणे शक्य असते. दुसरे म्हणजे औद्योगिक यंत्रे आणि सामग्री यांच्या उत्पादकांमध्ये आणि ग्राहकांमध्ये बोलणी करताना सतत संपर्क असावा लागतो. उत्पादनांचे विशिष्ट गुणधर्म, किंमत, व्यापाराच्या अटी, यंत्रसामग्रीची स्थापना आणि विक्री पश्चात सेवा या सर्वांचा विचार थेट चर्चेतूनच करता येतो. मध्यस्थांकडे आवश्यक ते तांत्रिक ज्ञान आणि कौशल्य नसल्यामुळे मध्यस्थांचा फारसा वापर होऊ शकत नाही.

२) उत्पादक वितरक ग्राहक :

वेगवेगळ्या प्रकारची लहान यंत्रे औद्योगिक आणि गृहोपयोगी बांधणीमध्ये लागणाऱ्या वस्तू (उदा. लोखंडी पत्रे, सळ्या, विटा, सिमेंट वगैरे) यांचे वितरण मोठ्या वितरकांकडून केले जाते. अशा उत्पादनांचे ग्राहक संख्येने बरेच जास्त असतात आणि मोठ्या भौगोलिक क्षेत्रावर विखुरलेले असतात. त्यामुळे उत्पादकांना सर्व ग्राहकांसाठी स्वत:ची विपणन संघटना उभारणे अवघड असते.

३) उत्पादक मध्यस्थ वितरक ग्राहक :

जेव्हा उत्पादकांकडे स्वत:ची वेगळी विपणन संघटना नसते तेव्हा उत्पादक मध्यस्थांचा वापर करतात. मध्यम आकाराच्या संस्थांसाठी मध्यस्थांचा उपयोग जास्त परिणामकारक ठरतो कंपनीकडे स्वत:चे विक्री खाते नसते किंवा विक्रेत्याचे मनुष्यबळ अपुरे पडते. तेव्हा उत्पादक आणि वितरक यामधील दुवा म्हणून मध्यस्थ उपयोगी पडतो.

४) उत्पादक मध्यस्थ ग्राहक :

याठिकाणी देखील उत्पादकाच्या स्वत:च्या विक्री खात्याऐवजी मध्यस्थच संबंधित कार्ये पार पाडतो. ग्राहकाशी थेट संपर्क आवश्यक असतो; परंतु कंपनीची यंत्रणा कमी पडते. अशा वेळी मध्यस्थाची मदत घेतली जाते.

३.२.४ विपणन वाहिन्यांचे फायदे :

विपणन वाहिन्यांचे फायदे खालील मुद्यांच्या आधारे स्पष्ट करता येतील :

१) उत्पादित वस्तू अंतिम उपभोक्त्यापर्यंत पोहचविण्याचे महत्त्वाचे साधन :

उत्पादकांनी तयार केलेल्या वस्तू औद्योगिक उपभोक्ते व ग्राहक यांच्या ठिकाणापर्यंत पोहोचविल्या जातात. उदा. एका कारखान्यामध्ये तयार झालेली वस्तू (पक्का माल) दुसऱ्या कारखान्यामध्ये कच्चा माल म्हणून वापरली जाते किंवा ग्राहकापर्यंत उपयोगासाठी उपलब्ध करून देण्यासाठी विपणन वाहिन्या महत्त्वाची भूमिका पार पाडतात.

२) उपयोगितेची निर्मिती :

ग्राहकांना गरजेच्या वस्तूंचा वेळेवर उपलब्ध करून दिल्याने त्या वस्तु व सेवांची उपयोगितेची निर्मिती होते. वेळ व स्थान उपयोगिता प्राप्त होते.

३) व्यापार व व्यावसायिक प्रक्रियांना गती/वेग प्राप्त करता येतो :

वितरणाला गती प्राप्त झाल्यामुळे कच्च्या मालाची खरेदी, उत्पादन, विक्री आणि अनुषंगिक प्रक्रियांना चालना मिळते त्यामुळे व्यापार, उद्योग व व्यवसायांना गती प्राप्त होते.

४) मागणी आणि पुरवठा यामध्ये समतोल साधणे:

मध्यस्थ ग्राहकांच्या मागणीनुसार त्यांना वस्तूंचा पुरवठा करतात त्यानुसार उत्पादक उत्पादन करतात त्यामुळे विविध वस्तूंच्या मागणी आणि पुरवठ्यामध्ये समतोल साधला जातो.

५) उत्पादकांना रोख रक्कम जलद गतीने उपलब्ध होणे :

मध्यस्थ उत्पादित वस्तू ग्राहकांना ताबडतोब पोहोचवितात. ग्राहक वस्तूची रक्कम मध्यस्थांमार्फत उत्पादकांना देतात त्यामुळे भांडवल गुंतवणूक विलंब टाळला जातो. उत्पादकांना सतत खेळते भांडवल उपलब्ध होते. त्यामुळे आर्थिक प्रश्न सहज सोडविता येतात.

६) मध्यस्थ ग्राहकांना महत्त्वाची माहिती पुरवितात :

मध्यस्थांचा बाजारपेठ, स्पर्धक, ग्राहक इत्यादींशी प्रत्यक्ष व सातत्याने संबंध येतो. त्यांच्या विषयीची महत्त्वाची माहिती ते उत्पादकांना पुरवितात त्यामुळे उत्पादकांना महत्त्वाचे निर्णय घेणे किंवा स्पर्धेबाबतचे डावपेच तयार करणे सोईचे जाते. ग्राहकांच्या अपेक्षा पूर्ण करण्यासाठी या माहितीचा खूप उपभोग होतो.

७) वितरणामध्ये महत्त्वाचे स्थान किंवा मध्यस्थ दुवा म्हणून कामगिरी करता येते :

आधुनिक विपणनामध्ये वितरण वाहिन्यांना उत्पादक आणि ग्राहक यांना जोडणारा मध्यस्थ दुवा असे महत्त्व प्राप्त झाले आहे. जागतिक बाजारपेठेत भौगोलिक सिमांच्या पलीकडे मध्यस्थ महत्त्वाची जबाबदारी दार पाडतात.

८) वितरणाची कार्यक्षमता वृद्धिगत करता येते :

वितरण वाहिन्या कार्यक्षम ठराव्यात या हेतूने उत्पादक मध्यस्थांना प्रशिक्षण व त्यांच्यासाठी विविध सुविधा उपलब्ध करून देतात. मध्यस्थांची विक्री कौशल्ये विकसित झाल्यामुळे विक्रीत मोठ्या प्रमाणात वाढ होते. काळमर्यादेत ग्राहक वस्तु व सेवांचा पुरवठा झाल्याने ग्राहक समाधानाच्या पातळीत वाढ होते आहे.

३.२.५ वितरण वाहिन्यांच्या मर्यादा :

वितरण वाहिन्यांच्या मर्यादा पुढीलप्रमाणे सांगता येतील :

१) वितरण वाहिन्या सर्वात शेवटच्या ग्राहकापर्यंत पोहोचू शकत नाही :

ज्यावेळेस एखादा वितरक एखादी विशिष्ट वितरण वाहिनी ही विपणनासाठी वापरतोय त्यावेळेस ती वितरण वाहिनी ही प्रत्येकच वेळेस बाजारपेठेतील शेवटच्या ग्राहकापर्यंत पोहोचेलच असे नाही. अशावेळेस उत्पादन आणि सेवा ह्या पुरेश्या प्रमाणात ग्राहकांना उपलब्ध होतीलच असे नाही. त्यामुळे वितरण वाहिन्यांची निवड करत असताना वितरकाने किंवा विपणनकर्त्याने काळजीपूर्वक आणि योग्य अशा वितरण मार्गाची निवड करणे आवश्यक असते.

२) काही वितरण वाहिन्या ह्या आत्यंतिक गुंतागुंतीच्या असतात :

विपणनाच्या प्रक्रियेकरिता वापरण्यात येणाऱ्या ज्या वितरणाच्या वाहिन्या असतात त्या जर सोप्या आणि सुटसुटीत असतील तर त्या अधिक परिणामकारक ठरतात. वितरण वाहिन्यांच्यामार्फत जर योग्य वेळेत बाजारपेठेत उत्पादने किंवा सेवा ह्या जर पोहोचल्या तर त्यातून ग्राहकांचे समाधान साधले जाते. पण जर या वितरणाच्या साखळ्या या अत्यंत गुंतागुंतीच्या असतील म्हणजेच जर समजा 'ए' या बाजारपेठेत एखादे उत्पादन पोहोचवायचे असेल आणि त्यासाठी केवळ 'बी' या वितरण मार्गाचा वापर केला गेला तर त्यामुळे बाजारपेठेपर्यंत उत्पादन हे लवकरात लवकर पोहोचेल पण जर ए बाजारपेठेपर्यंत उत्पादन पोहोचवण्यासाठी त्या उत्पादनाला एकाच वेळेस अनेक वितरण वाहिन्याच्या मार्फत प्रवास करावा लागला तर त्या वितरण वाहिन्या ह्या गुंतागुंतीच्या आहेत असे म्हणले जाते. कारण संबंधित उत्पादन हे बाजारपेठेपर्यंत पोचण्यास वेळ लागतो.

३) वितरण वाहिन्यांना बहुविध मध्यस्थांची आवश्यकता असते :

एखादे उत्पादन उत्पादन संस्थे मार्फत बाजारपेठेपर्यंत पोचण्यात अनेक मध्यस्थ समाविष्ट असतील तर त्यामध्ये येणार जो व्यय आहे त्या व्ययामध्ये देखील वाढ होत जाते. त्यामुळे संघटनेद्वारे उत्पादन हे कमीतकमी मध्यस्थांच्या मार्फत प्रत्यक्ष बाजारपेठेत किंवा ग्राहकांपर्यंत कसे पोहोचेल याचा विचार केला जाणे गरजेचे असते. कमी मध्यस्थांच्या मार्फत बाजारपेठेत उत्पादन पोचल्याने त्या उत्पादनापासून उद्योग व्यवसाय संस्थेला जो नफा मिळणार असतो त्या नफ्यात देखील वाढ घडून येते.

४) वितरणवाहीन्यांच्या संरचनेत कमी लवचिकता :

वितरण बिभाग ज्यावेळेस विपणनाच्या व्यूहरचनांचे निर्धारण करतो त्यावेळेस वितरण वाहिन्यांची देखील निवड केली जाते. एकदा या वितरण वाहिन्यांची निर्धारणा केली गेल्यानंतर त्यामध्ये बदल घडवून आणणे हे केवळ अशक्य असते. त्यामुळे वितरण वाहिन्यांची जी संरचना निर्धारित केली जाते त्यामध्ये बदल करण्यास अभावानेच लवचिकता आढळून येते.

५) विविध मध्यस्थांची उद्देशांमधील भिन्नता :

ज्यावेळेस एखादी संघटना ही वितरण वाहिन्यांच्यासाठी मध्यस्थानची निवड करते त्यावेळेस जर त्या मध्यस्थांची आणि उत्पादन संस्थेची ध्येये आणि उद्दिष्टे ही सारखी असतील तर उद्योग व्यवसाय संस्थेला त्याचा फायदा होतो

पण जर मध्यस्थांची ध्येये आणि उत्पादन संस्थेची ध्येये हि जर भिन्न असतील तर मात्र उत्पादन संस्थेला होणारा नफा आणि वितरण वाहिन्यांच्यामुळे होणारा फायदा यामध्ये फरक दिसतो . त्याचा परिणाम उत्पादन संस्थेवरती होतो.

३.२.६ विपणन/वितरण वाहिन्यांच्या निवडीवर परिणाम करणारे घटक :

विपणन वाहिन्यांच्या निवडीवर परिणाम करणारे घटक पुढील मुद्यांच्या आधारे स्पष्ट करता येतील :

१) उत्पादनाचे स्वरूप :

उत्पादक ज्या वस्तू किंवा सेवांचे उत्पादन करतो त्यांचे स्वरूप विचारात घ्यावे लागते. नवीन वस्तूंची नवीन बाजारपेठेमध्ये विक्री करण्यासाठी मध्यस्थांची मदत घ्यावी लागते. ज्या वस्तूंचे प्रमाण किरकोळ आहे. उत्पादन आणि विक्री प्रक्रिया जवळ आहे अशावेळी उत्पादक स्वतः वितरणाचे कार्य करू शकतो किंवा एखादा मध्यस्थ नेमून त्याच्या साहाय्याने वितरण करू शकतो. दर्जेदार व ज्या मालाला स्वतःहून मागणी आहे अशा वस्तूंची विक्री स्वतः उत्पादक करू शकतात. नाशवंत आणि हंगामी वस्तूंची विक्री वेळेवर व्हावी यासाठी आवश्यक मध्यस्थांची नेमणूक करावी लागते. जीवनावश्यक वस्तू इ. चे वितरण स्वतः उत्पादक करतात. तर छोटी यंत्रसामग्री, ऑटोमोबाईल, दूरदर्शन संच, सौंदर्य प्रसाधने, घरगुती वस्तू इ. वितरण करण्यासाठी विक्री प्रतिनिधींची नेमणूक करावी लागते. दर्जेदार वस्तू विकण्याची उत्पादकांना घाई नसल्यास अधिक मध्यस्थ नेमण्याची आवश्यकता नसते.

२) बाजारपेठेचे स्वरूप :

उत्पादक आपल्या उत्पादित वस्तू आणि सेवांची विक्री ज्या बाजारपेठेमध्ये करणार आहे त्या बाजारपेठेचे स्वरूप व वैशिष्ट्ये विचारात घ्यावी लागतात. ग्रामीण आणि लहान बाजारपेठेमध्ये कमी मध्यस्थांच्या साहाय्याने वितरण करता येते तर शहरी, घाऊक आणि प्रादेशिक, राष्ट्रीय आणि आंतरराष्ट्रीय पातळीवरील बाजारपेठ विखुरलेली असल्यास किंवा ग्राहक वर्ग विखुरलेले असल्यास उत्पादकांना अधिक मध्यस्थांची नेमणूक करावी लागते. याउलट ग्राहक वर्ग एकाच ठिकाणी असल्यास कमी मध्यस्थांच्या साहाय्याने सुद्धा उत्पादक वितरणाचे कार्य करू शकतात. उत्पादक आणि उपभोक्ता यामध्ये अधिक अंतर असल्यास मध्यस्थांची संख्या वाढवावी लागते. याउलट उत्पादक आणि ग्राहक यामध्ये अंतर कमी असल्यास कमी मध्यस्थांच्या साहाय्याने वितरण करणे शक्य होते.

३) स्पर्धेचे स्वरूप :

बाजारपेठेमध्ये स्पर्धेचे स्वरूप व प्रमाण किती आहे त्यानुसार मध्यस्थांची संख्या निश्चित केली जाते. बाजारपेठेमध्ये पूर्ण स्पर्धा असेल अशावेळी स्पर्धकांनी किती मध्यस्थांची नेमणूक केलेली आहे त्यानुसार मध्यस्थांची संख्या निश्चित करावी लागते. जर स्पर्धेचे प्रमाण अधिक वाढणार असेल तर मध्यस्थांची संख्या वाढवून स्पर्धेमध्ये टिकून राहणे गरजेचे असते. जर बाजारपेठेमध्ये स्पर्धेचे प्रमाण कमी असेल तर मध्यस्थांच्या सहाय्याने वितरण करणे शक्य होते. बाजारपेठेतील स्पर्धेमध्ये ज्याप्रमाणे बदल होत जाईल त्यानुसार मध्यस्थांच्या संख्येमध्ये बदल करावा लागतो. स्पर्धेमध्ये बदल होणे हे बाजारपेठेतील परिस्थितीवर अवलंबून आहे.

४) वितरण खर्च :

उत्पादन आणि वितरण करताना एकूण उत्पादन खर्च किती येतो त्याचा मध्यस्थांची निवड करताना विचार करावा लागतो. जर मध्यस्थांची संख्या वाढवून वितरण खर्चामध्ये वाढ होत असेल आणि हा खर्च उत्पादकांना परवडणारा नसेल तर मध्यस्थांची संख्या अधिक ठेवता येणार नाही याउलट मध्यस्थांची नेमणूक करून उत्पादन

किंवा वितरण खर्चावर फारसा परिणाम होत नसेल तर आवश्यक मध्यस्थांची नेमणूक करून वितरण करणे शक्य होते. मोठ्या उत्पादकांना अधिक प्रमाणावर खर्च करणे शक्य होते त्यामुळे त्यांना अधिक मध्यस्थांची निवड करता येते. याउलट लहान प्रमाणावरील उत्पादकांना वितरण खर्च कमी करावा लागतो. त्यामुळे त्यांना कमी मध्यस्थांची नेमणूक करावी लागते.

५) उपलब्ध मध्यस्थ वर्ग :

ज्या बाजारपेठेमध्ये वस्तू आणि सेवांचे वितरण केले जाणार आहे त्या बाजारपेठेमध्ये किती मध्यस्थ उपलब्ध आहेत त्यानुसार मध्यस्थांची संख्या निश्चित करावी लागते. जर बाजारामध्ये पुरेशा प्रमाणावर मध्यस्थ उपलब्ध असतील तर उत्पादकांना त्यांचा उपयोग वितरणासाठी करता येतो. याउलट बाजारपेठेमध्ये पुरेशा प्रमाणावर मध्यस्थ उपलब्ध नसतील तर उत्पादकांना स्वतः वितरण करावे लागते किंवा कमी मध्यस्थांच्या सहाय्याने वितरणाचे कार्य करावे लागते; परंतु आधुनिक बाजारपेठेमध्ये पुरेशा प्रमाणावर मध्यस्थ वर्ग उपलब्ध होऊ लागला आहे.

६) वितरण मार्गाची आवश्यकता :

प्रत्येक उत्पादकाला प्रथम वितरण मार्गाची आवश्यकता आहे का? याचा विचार करावा लागतो. जर मध्यस्थ वर्गाची आवश्यकता नसेल तर उत्पादक स्वतः वितरणाचे काम करतात तसेच वितरण मार्गाची फारच गरज असेल तर गरजेनुसार मध्यस्थ उपलब्ध करून देता येतात. ज्या उत्पादकांना वितरणासाठी मध्यस्थांची अत्यंत गरज आहे किंवा पर्याय नसतो ते उत्पादक बाजारपेठेमध्ये उपलब्ध असलेल्या मध्यस्थांच्या साहाय्याने वितरणाचे कार्य पूर्ण करतात.

७) नफा :

उत्पादकांना होणाऱ्या नफ्यानुसार मध्यस्थांची संख्या निश्चित करता येते. ज्या उत्पादकांना वस्तू आणि सेवांच्या वितरणातून अधिक प्रमाणावर नफा होतो. असे उत्पादक अधिक मध्यस्थ किंवा मोठ्या (घाऊक) मध्यस्थांची नेमणूक करू शकतात. जास्त नफ्याचे प्रमाण असल्यामुळे ते मध्यस्थांना पुरेशा प्रमाणावर कमिशन देऊ शकतात, याउलट ज्या उत्पादकांच्या नफ्याचे प्रमाण कमी आहे असे उत्पादक कमी प्रमाणावर आणि किरकोळ अगर लहान मध्यस्थांची (किरकोळ विक्रेता) नेमणूक करतात. कारण त्यांच्या नफ्याचे किंवा लाभाचे प्रमाण कमी असल्यामुळे ते वितरणासाठी जास्त खर्च करू शकत नाहीत.

८) वितरण वाहिनीतील बदल :

उत्पादकांना वितरण वाहिनी कायमस्वरूपी निश्चित करता येत नाही. बाजारपेठेतील परिस्थिती, स्पर्धा, ग्राहकांच्या आवडीनिवडी इ. घटकांमध्ये बदल झाल्यामुळे उत्पादकांना वितरण वाहिनीमध्ये बदल करावा लागतो. उदा. बाजारामधील मध्यस्थांची संख्या, वितरण वाहिनी यामध्ये बदल करावा लागतो. निवडलेली वितरण वाहिनी ही जर त्या उत्पादकांच्या दृष्टीने योग्य नसेल तर तिच्यामध्ये बदल करावा लागतो.

९) ग्राहकांचे स्वरूप आणि वैशिष्ट्ये :

उत्पादकांना वितरण वाहिनीची निवड करण्यापूर्वी आपल्या ग्राहकांचे स्वरूप विचारात घ्यावे लागते. जर ग्राहकांना वस्तू आणि सेवा तातडीने हव्या असतील तर त्या ग्राहकांना त्वरित उपलब्ध होण्यासाठी लागणाऱ्या वितरण वाहिनीची उपलब्धता करावी लागते. जर ग्राहकांना वस्तू खरेदीची घाई नसेल तर उत्पादक तशा प्रकारच्या वितरण वाहिनीच निवड करू शकतात. ग्राहकांची आर्थिक स्थिती चांगली असेल तर उत्पादक वितरणासाठी जास्त खर्च करू शकतात व ग्राहकांना वेळेवर वस्तू उपलब्ध करून देऊ शकतात. याउलट ग्राहकांची आर्थिक स्थिती कमकुवत असेल तर ते मोठ्या प्रमाणावर खर्च करू शकणार नाहीत. त्यामुळे उत्पादक अधिक व मोठ्या मध्यस्थांची नेमणूक करू शकणार नाहीत.

१०) इतर घटक :

वितरण वाहिनीची निवड करताना उत्पादकांना इतर घटकांचा विचार करावा लागतो. उदा. उत्पादकांमार्फत ग्राहकांना जर विविध विक्रयोत्तर सेवा उपलब्ध करून द्यायच्या असतील तर अधिक मध्यस्थांची नेमणूक करावी लागते. जसे की ग्राहकांना गॅरंटी, वॉरंटीचा लाभ देणे, वस्तू दुरूस्त करून देणे, बदलून देणे, परत देणे, प्रात्यक्षिक करून दाखविणे, वस्तू आणि सेवांची सविस्तर माहिती देणे, ग्राहकांच्या आवडीनिवडी, अभिप्राय विचारात घेणे, वितरण वाहिनीवर नियंत्रण ठेवणे इ. या विविध घटकांप्रमाणे वितरण वाहिनीची निवड करता येते.

➪ ३.३ वृद्धी मिश्र :

वृद्धी मिश्रच्या सर्व घटकांच्या एकत्रिकरणातून सर्व संभाव्य ग्राहकांपर्यंत उत्पादित वस्तूंची माहिती वितरीत केली जाते. वृद्धी मिश्र हा काही अपेक्षित किंवा नियमित ग्राहकांना समाधानी करण्यासाठी तयार केलेला आराखडा नाही. या मिश्र मधील काही घटकांकडून असे ग्राहक लक्ष्य होवू शकतात की, ज्यांना या उत्पादनाबद्दलची काहीच माहिती नाही. त्याचवेळी अन्य घटकांकडून असे ग्राहक प्रभावित होतात की, जे उत्पादित वस्तूबद्दल जागरुक आहेत/ उत्पादित वस्तूबद्दल ज्यांना माहिती आहे व खरेदी करण्यास सक्षम आहेत. उत्पादनाची ओळख माध्यमांच्या वेगवेगळ्या प्रकाराने करुन देता येते. त्यांपैकी जाहिरात, वैशिष्ट्यपूर्ण प्रसंग, वृत्तपत्रे असे काही मार्ग वर्गीकृत होतील.

३.३.१ अर्थ :

वृद्धी मिश्र ही विपणन संदेशवहनाची अशी एक प्रक्रिया आहे की, ज्यातून ग्राहकांना तुमच्या उत्पादित वस्तू/ सेवेबद्दल माहिती देवून त्यांचे मन वळवले जाते, वस्तू/ सेवेच्या वैशिष्ट्यांबद्दल स्मरण करुन दिले जाते, प्रभावित केले जाते. वृद्धीचे तीन विशिष्ट हेतू आहेत. यातून विपणनाची माहिती ग्राहक, उपभोक्ते आणि पुर्नविक्रेते यांच्यापर्यंत संदेशवहनाने पोहोचवली जाते. वृद्धीमुळे ग्राहकांचे मन वळविले जाते आणि खात्री करुन दिली जाते आणि ग्राहक वर्तनाला निश्चित कृती करण्यासाठी प्रभावित केले जाते. वृद्धी प्रयत्न हे विपणन कार्यक्रमामध्ये महत्त्वाचे स्पर्धात्मक साधन आहे.

३.३.२ व्याख्या :

वृद्धी मिश्रच्या व्याख्या पुढीलप्रमाणे स्पष्ट करता येतील :

१) फिलीप कोटलर :

''कंपनी/ उद्योगसंस्थेचे संपूर्ण विपणन संदेशवहन मिश्र वृद्धी मिश्र म्हणून ओळखले जाते. ज्यामध्ये विशिष्ट जाहिरातींचे मिश्रण, व्यक्तिश: विक्री, विक्री वृद्धी, व्यक्तिगत संपर्क आणि प्रत्यक्ष विपणनाची साधने की ज्याचा वापर करुन कंपनी/ उद्योगसंस्था जाहिरात आणि विपणनाची उद्दिष्टे साध्य करुन ग्राहक प्रभावित करु शकतात/ ग्राहकांचे मन उत्पादित वस्तू/ सेवेकडे वळवू शकतात.''

२) गॅरी आर्मस्टाँग :

''कंपनीच्या वृद्धी मिश्रमध्ये जाहिरात, व्यक्तिश: विक्री, विक्रयवृद्धी, व्यक्तिश: संपर्क, प्रत्यक्ष विपणन यांचा समावेश होतो. त्याचप्रमाणे उत्पादन आराखडा, आकार पॅकेज, रंग, खुणा यांचाही समावेश होतो, की ज्यामधून उत्पादनाचे विक्रेत्यांशी संदेशवहन होते.''

३) जॉर्ज बेल्च :

''ज्या संघटनेची संदेशवहनाची उद्दिष्टे पूर्ण होण्यासाठी वापरले जाणारे पायाभूत साधन जे वृद्धी मिश्र म्हणून ओळखले जाते व ज्यात जाहिरात प्रत्यक्ष विपणन परस्परांशी संबंध प्रस्थापित करु शकणारे व माहिती जालाद्वारे विपणन, विक्रयवृद्धी जनप्रसिद्धी आणि जनसंपर्क आणि व्यक्तिश: विक्रय यांचा समावेश होतो.''

३.३.३ वृद्धी मिश्रचे घटक :

व्यवसायासाठी केवळ चांगल्या वस्तू वा उत्पादनाचे आकर्षक किमतीत विक्री एवढेच पुरेसे नसते. विक्री वाढवून नफ्यात वाढ घडवून आणण्याच्या दृष्टीने वस्तूंचे फायदे ग्राहकांपर्यंत पोहोचविणे अत्यंत गरजेचे असते. त्यामुळे सर्व प्रकारच्या विपणनात संदेशवहन हे एक स्वतंत्र कार्य न राहता संपूर्ण प्रणालीचा एक भाग म्हणूनच त्याचे नियोजन झाले पाहिजे. विक्रयवृद्धीमध्ये पुढील चार घटकांचा समावेश असतो :

१) जाहिरात :

वस्तू व सेवा यांच्या विपणनाच्या प्रक्रियेत जाहिरात हे अत्यंत महत्त्वाचे साधन आहे.

'किंमत देऊन अवैयक्तिक माध्यमातून कल्पना, वस्तू किंवा सेवा खात्रीशीररीत्या बाजारात मांडण्याच्या प्रकारास 'जाहिरात' असे म्हणतात.

जाहिरात म्हणजे मोठ्या प्रमाणावर संदेशवहन करून निरनिराळ्या संभाव्य ग्राहकांना आकर्षित करण्याची कला होय. वस्तूबद्दल माहिती पुरवून ग्राहकांच्या क्रयप्रेरणांना आवाहन करून वस्तू खरेदीसाठी त्यांचे मन वळविले जाते. वस्तूच्या उत्पादनानंतर बाजारात असलेल्या स्पर्धेला तोंड देण्यासाठी जाहिरातीचा वापर केला जातो.

अ) फायदे :

i) लोकांमध्ये जागृती निर्माण करण्याचे जाहिरात हे एक प्रभावी माध्यम आहे.

ii) वस्तूची मोठ्या प्रमाणावर जाहिरात करून संभाव्य ग्राहकांना आकर्षित केले जाते व वस्तूची जास्तीत जास्त विक्री होते.

iii) जाहिरातीमध्ये चिन्हांकनाचा वारंवार वापर केला जातो त्यामुळे ग्राहकांचा विश्वास मिळविणे सोपे जाते.

ब) तोटे :

i) हे व्यक्तिनिरपेक्ष असे संदेशवहन असते.

ii) सर्व प्रकारच्या ग्राहकांच्या प्रश्नांना उत्तर देणे शक्य नसते.

iii) ग्राहकांना एखादी वस्तू खरेदी करण्यासाठी, त्यांना अंतिम निर्णय घेण्यासाठी जाहिरात ग्राहकांना तयार करू शकत नाही.

२) व्यक्तिगत विक्री :

'व्यक्तिगत विक्री' म्हणजे विक्रेता व ग्राहक यांच्यामधील थेट संवाद होय. व्यक्तिगत विक्रीमध्ये ग्राहक व विक्रेत्याचा प्रत्यक्ष संबंध येत असल्यामुळे परस्परलाभाचा विचार होऊ शकतो. त्याच्यामुळे विक्रीमध्ये वाढ तर होतेच, पण त्याचबरोबर ग्राहकांच्या समाधानात भर पडते म्हणून व्यक्तिगत विक्री, हे विक्रीवृद्धीचे प्रभावी साधन आहे असे म्हटले जाते.

अमेरिकेच्या राष्ट्रीय विक्रेता प्रशिक्षण संस्था :

'विक्रेत्याला फायदा मिळावा व ग्राहकांना लाभ प्राप्त व्हावा म्हणून वस्तू वा सेवा खरेदी करण्यास त्यांना प्रवृत्त करण्यासाठी आवश्यक असणारी क्षमता म्हणजे व्यक्तिगत विक्री होय.'

अ) व्यक्तिगत विक्रीची उद्दिष्टे :

i) विशिष्ट विक्री लक्ष्य साध्य करणे.

ii) नफ्याचे उद्दिष्ट साध्य करण्याकरिता साहाय्य करणे.

iii) व्यक्तिगत विक्रीवर होणारा खर्च आटोक्यात ठेवणे.

iv) ग्राहकांच्या समाधान पातळीत वाढ घडवून आणणे.

v) ग्राहकांना माहिती देणे.

vi) बाजारपेठेत व्यवसाय संघटनेचा विक्रीचा हिस्सा टिकवून ठेवणे.

ब) व्यक्तिगत विक्रीचे फायदे :

i) व्यक्तिगत विक्री हे विक्रीवृद्धीचे कमी खर्चिक साधन आहे.

ii) व्यक्तिगत मुलाखतीमुळे संभाव्य ग्राहकांना आकर्षित करून त्यांच्यामध्ये वस्तूविषयी आवड निर्माण करता येते.

iii) व्यक्तिगत विक्रीमध्ये लवचिकता हा गुण असल्यामुळे प्रसंगानुसार त्यात बदल करता येतो.

iv) ग्राहकांच्या शंकांना व प्रश्नांना जागच्या जागी विक्रेता समाधानकारक उत्तरे देऊ शकतो.

v) वस्तूचे प्रात्यक्षिक दाखविल्याने पटवून सांगण्याची क्रिया सुलभ होते. हे केवळ व्यक्तिगत विक्रीमध्ये शक्य आहे.

vi) व्यक्तिगत विक्रीमध्ये व्यक्तिगत सेवा व संबंध यांचा समावेश होत असल्याने त्वरित परत-प्रतिसाद (Feedback) प्राप्त होतो.

क) व्यक्तिगत विक्रीचे दोष :

i) भाववाढीच्या कालावधीत व्यक्तिगत विक्रीवरचा खर्च फार मोठा असतो. विक्री कर्मचारी नियुक्त केल्यामुळे पगारासाठी फार मोठा खर्च करावा लागतो.

ii) पात्र व उत्तम विक्रेते मिळतीलच याची खात्री नसते.

३) विक्रयवृद्धी :

'विक्रयवृद्धी' म्हणजे वस्तू वा उत्पादनाची मागणी वाढविण्याच्या दृष्टीने ग्राहक आणि वितरक यांना देण्यात येणारी संप्रेरके होय. विक्री वाढविण्यासाठी केल्या जाणाऱ्या सर्व प्रयत्नांचा समावेश विक्रयवृद्धीमध्ये होतो. यामध्ये जाहिरात, प्रसिद्धी आणि वैयक्तिक विक्री इत्यादी विपणन कृतींना सोडून विपणन उपक्रमातील सर्व बाबींचा समावेश होतो. असे उपक्रम म्हणजे प्रदर्शन, खेळ, प्रात्यक्षिक यांचा समावेश होतो.

अ) फायदे :

i) विशिष्ट उत्पादनांच्या संदर्भात वृद्धी संप्रेरकांचा उपयोग करून विक्रीच्या प्रमाणात मोठ्या प्रमाणावर वाढ घडवून आणता येते.

ii) हे अल्पकालीन कौशल्यपूर्ण असे साधन आहे.

ब) तोटे :

i) नेहमीच्या वापरामुळे ग्राहक याकडे दुर्लक्ष करू शकतात.

ii) जास्त वृद्धीमुळे ब्रॅण्ड प्रतिमेला धोका पोहोचण्याचा संभव असतो.

४) प्रसिद्धी :

वस्तू, सेवा व संस्था याविषयी व्यापारदृष्ट्या महत्त्वाची कोणतीही बातमी पैसे न देता कुठेही छापली, रेडिओवरून ऐकवली किंवा दूरदर्शनवर दाखविली तर त्यास 'प्रसिद्धी' असे म्हणतात. यालाच लोकसंग्रह/संबंध असे संबोधले जाते. एखाद्या प्रकाशनामध्ये बातमी छापून वस्तू वा सेवेला मागणी निर्माण करण्याची ती एक पद्धत आहे.

अ) फायदे :

i) मासिक, वृत्तपत्र यासारख्या त्रयस्थ माध्यमांकडून माहिती येत असल्याने तिच्याकडे विश्वासार्हतेने पाहिले जाते.

ii) अनेक ग्राहकांपर्यंत पोहोचण्याचा हा सर्वात स्वस्त मार्ग आहे.

ब) तोटे :

i) नियंत्रण सुटण्याची जोखीम असते.

ii) एखादी व्यक्ती नेहमीच दुसरे लोक आपल्या वस्तू वा उत्पादनाबाबत काय लिहितात किंवा म्हणतात यावर नियंत्रण ठेऊ शकत नाही.

➪ ३.४ जाहिरात :

व्यवसाय जगतात अत्याधुनिक तंत्रज्ञान व वैज्ञानिक शोधांनी उत्पादन क्षेत्रात क्रांती घडवून आणली. मोठ्या प्रमाणावर उत्पादनाची सुरुवात झाली. आज उत्पादन करणे सोपे झाले आहे; परंतु त्या उत्पादनांच्या विक्रीसाठी मोठ्या प्रमाणावर स्पर्धा सुरू झाली. त्यामुळे विक्री क्षेत्रात अनेक आव्हाने समोर उभी ठाकली. असे असले तरी आकर्षक जाहिरात करून बाजारपेठेवर ताबा मिळू शकतो. दुसऱ्या शब्दांत सांगायचे झाल्यास विक्रीतील स्पर्धेसाठी प्रभावी जाहिरात हेच एक उत्तर आहे.

३.४.१ अर्थ :

जाहिरात या शब्दाचा नेमका अर्थ सांगणे अथवा व्याख्या करणे कठीण आहे. विक्रीतील स्पर्धा जसजशी वाढत गेली तसतसा विक्रय कलेचा अंग असलेली जाहिरात कलाही एकसारखी वाढत गेली. आज जाहिरात कला व्यवसाय वाढीसाठी आवश्यक अंग बनलेली आहे. ती एक प्रकारची मदत आहे. या माध्यमातून आपल्या मालाची माहिती देऊन उत्पादकाला ग्राहकापर्यंत पोहोचता येते. आज माहिती पुरविण्याबरोबरच आपला माल विकत घेण्यास ग्राहकास प्रवृत्त केले जाते.

३.४.२ व्याख्या :

जाहिरातीची व्याख्या पुढील प्रमाणे जाणून घेता येईल :

१) ब्रिटिश इन्स्टिट्यूट ऑफ मॅनेजमेंट :

''जाहिरात म्हणजे एखाद्या मालाची लोकप्रियता वाढविण्यासाठी वापरलेल्या कल्पना, घोषणा किंवा आकर्षक टूम होय.''

२) अमेरिकन मार्केटिंग असोसिएशन :

''किंमत देऊन अवैयक्तिक माध्यमातून कल्पना, वस्तू किंवा सेवा खात्रीशीररीत्या बाजारात मांडण्याच्या प्रकारास जाहिरात असे म्हणतात.''

अशा प्रकारे जाहिरात म्हणजे मोठ्या प्रमाणावर संदेशवहन करून संभाव्य ग्राहकांना विशिष्ट वस्तू किंवा सेवा घेण्यास प्रवृत्त करण्याची कला होय.

३.४.३ जाहिरातीचे वर्गीकरण :

जाहिरात म्हणजे मोठ्या प्रमाणावर संदेशवहन करून संभाव्य ग्राहकांना वस्तू आणि सेवेची दिलेली माहिती होय. वस्तूबद्दल माहिती पुरवून ग्राहकांच्या क्रयप्रेरणांना आवाहन करून वस्तू खरेदीसाठी त्यांचे मन वळविणे हा जाहिरातीचा मूळ उद्देश आहे. खरेतर वस्तूंच्या उत्पादनानंतर बाजारात असलेल्या स्पर्धेला तोंड देण्यासाठी जाहिरातकलेचा वापर केला जातो; परंतु आज हा उद्देश पूर्णपणे सफल होणे कठीण झालेले आहे कारण जाहिरातकलेतच आता स्पर्धा निर्माण झालेली आहे. आजच्या काळात एखाद्या संस्थेच्या वस्तूंची विक्री वाढण्यासाठीच नाही तर समाजाच्या भल्यासाठी आणि ग्राहकांना जास्तीतजास्त फायदे मिळवून देण्याचे सामाजिक हेतू समोर ठेवून जाहिरात केली जाते.

जाहिरातकलेच्या उद्देशामध्ये बदल झालेले आहेत. वस्तूंची ठरावीक साच्याची जाहिरात करण्याऐवजी निरनिराळ्या प्रकारच्या पद्धती आणि तंत्रज्ञान वापरून वस्तूंची जाहिरात करण्यासाठी निरनिराळे प्रकार वापरले जातात.

अ) वस्तूंशी/उत्पादनाशी निगडित असलेल्या जाहिराती :

वस्तूंशी/उत्पादनाशी निगडित असलेल्या जाहिरातीचे खालील प्रकार आहेत:

१) प्राथमिक किंवा आरंभीची जाहिरात :

एखाद्या उत्पादनाच्या निर्मिती प्रक्रियेची प्रस्तावना करण्यासाठी या प्रकारची जाहिरात करणे अत्यंत महत्त्वाचे व आवश्यक असते. या प्रकारच्या जाहिरातीचा मुख्य उद्देश एखाद्या उत्पादनाच्या प्राथमिक अथवा आरंभीच्या मागणीसाठी व त्यातील वाढीसाठी आवश्यक असतो. या प्रकारच्या लोकप्रिय जाहिराती म्हणजे बाजारात नव्याने आलेल्या व्हॅक्युम क्लिनर, फ्रीज, टू व्हीलर्स, फोर व्हीलर्स यांच्या जाहिराती.

२) स्पर्धात्मक जाहिरात :

बाजारात उपलब्ध असणाऱ्या अनेक वस्तूंमधून एखाद्या विशिष्ट ब्रँडच्या वस्तूची मागणी वाढविण्यासाठी केलेली अत्याधुनिक जाहिरात म्हणजे स्पर्धात्मक जाहिरात. दुसऱ्या शब्दांत सांगावयाचे झाल्यास एखादे उत्पादन जेव्हा लोकप्रियतेच्या अत्युच्च पातळीवर असते व अशावेळी तिची लोकप्रियता कमी होऊ नये किंवा मागणी कमी होऊ नये यासाठी करण्यात आलेली जाहिरात म्हणजे स्पर्धात्मक जाहिरात होय. उदा. साबण, पेये, सौंदर्य प्रसाधने इत्यादी.

३) प्रत्यक्ष जाहिरात :

ग्राहकांना ताबडतोब वस्तू खरेदी करण्यासाठी, प्रेरित करण्यासाठी करण्यात आलेली जाहिरात म्हणजे प्रत्यक्ष जाहिरात. उदा. खाद्यपदार्थ, औषधे तसेच इतर वैयक्तिक वापराच्या वस्तूंच्या संदर्भात ही पद्धत वापरण्यात येते.

४) अप्रत्यक्ष जाहिरात :

प्रत्यक्ष जाहिरातीच्या विरुद्ध जाहिरात म्हणजे अप्रत्यक्ष जाहिरातीचा प्रकार होय. या प्रकारामध्ये ग्राहकांच्या मनात ताबडतोब वस्तू खरेदी करण्याची अभिलाषा निर्माण करावयाची नसून त्यांच्या मनात त्या वस्तूचा ब्रँड नेहमीसाठी ठसविण्याकरिता आणि एकाचवेळी जास्तीतजास्त ग्राहकांच्या मनात त्या वस्तूबद्दल उत्सुकता निर्माण करून ग्राहकांत त्याची लोकप्रियता वाढविणे हा हेतू असतो. पेप्सी आणि कोका-कोला यांच्या जाहिराती हे या प्रकाराचे उत्कृष्ट उदाहरण आहे.

५) प्रतिसाद कायम ठेवण्यासाठी करण्यात येणारी जाहिरात :

या प्रकारामध्ये ज्या वस्तूंची जाहिरात केलेली असते, त्या वस्तूला बाजारात ग्राहकांकडून चांगली मागणी असते. ती वस्तू ग्राहकांत लोकप्रिय असते. ग्राहकांच्या मनात या वस्तूबद्दल कायम आकर्षण राहिले पाहिजे किंवा त्यांनी तो ब्रँड विसरू नये, अशी जाहिरात कर्त्याची इच्छा असते. त्यामुळे अधूनमधून या वस्तूंची जाहिरात केली जाते. जाहिरातीचा हा प्रकार म्हणजे एक प्रकारचे स्मरणपत्र असते. रेमण्ड सूटची दी कंप्लिट मॅन आणि ओन्ली विमल यांच्या जाहिराती या प्रकाराचे उत्कृष्ट उदाहरण होय.

ब) संस्थेची जाहिरात :

जाहिरातीचा दुसरा प्रकार म्हणजे संस्थेची जाहिरात. या प्रकारामध्ये उत्पादनावर जास्त प्रकाश न टाकता ती वस्तूनिर्मित करणाऱ्या कंपनीची अथवा संस्थेची प्रतिमा उजळण्यासाठी जाहिरात केली जाते. या प्रकाराचा उद्देश कंपनीची पत निर्माण करणे हा असतो. याचे दोन उपप्रकार पडतात :

१) ग्राहकांच्या संदर्भातील जाहिरात :

या प्रकारच्या जाहिरातीत ग्राहकांशी चांगले संबंध निर्माण करण्याचा प्रयत्न केलेला असतो. तसेच पुरवठादार, कॉन्ट्रॅक्टर बँका, विमा कंपन्या, इतर स्पर्धक तसेच कंपनीशी प्रत्यक्ष अथवा अप्रत्यक्षरीत्या संबंधित असलेले इतर घटक यांच्याशी संबंध निर्माण केले जातात व त्यादृष्टीने कंपनीशी व्यवहार करण्यासाठी संस्थेची अशी जाहिरात केली जाते. त्याचप्रमाणे सावकार तसेच रोखेधारक यांच्याशी संबंध प्रस्थापित करण्यासाठीही हा प्रकार वापरला जातो. अशाप्रकारे लोकांशी संबंध निर्माण करून फक्त संस्थेचीच नाही तर त्यांच्या उत्पादनाचीही जाहिरात करून त्यांच्या ब्रँडबद्दल लोकांच्या मनात आकर्षण निर्माण केले जाते.

२) लोकसेवार्थ केलेली जाहिरात :

या जाहिरातीची निर्मितीच लोकसेवेसाठी केलेली असते म्हणून तिला सामाजिक जाहिरात असेही म्हणतात. या जाहिरातीचा उद्देश लोकांचे प्रबोधन हा असतो. तसेच देशाच्या हितासाठी आणि लोक कल्याणासाठी लोकांच्या मनात जागृती करण्याच्या दृष्टिकोनातून ही जाहिरात केलेली असते. वृक्षारोपण, तेल, पाणी आणि वीज यांचा वापर, पोलिओ/कॅन्सर, एड्स इत्यादी संदर्भात करण्यात येणाऱ्या जाहिराती या प्रकाराची उत्कृष्ट उदाहरणे आहेत. अशाप्रकारे जाहिरातीकडून होत असलेल्या कार्यांवरून जाहिरातीचे वर्गीकरण केले जाऊ शकते. जाहिरातीचे विविध नमुने उत्पादकांच्या अपेक्षा आणि ग्राहकांच्या वस्तू व सेवा यापासून असलेल्या अपेक्षा यामधील दरी जोडण्याचे काम करीत असतात.

३.४.४ जाहिरातींची कार्ये :

आधुनिक युगात जाहिरात हे एक प्रकारचे इंधन, गरज व न टाळता येणारी गोष्ट झाली आहे. औद्योगिक क्रांतीनंतर उत्पादन व्यवसाय व बाजार यात आमूलाग्र बदल झाला. ग्राहकांचे राहणीमान उंचावत गेल्याने आवडी-निवडीत बदल झाले. त्यामुळे जाहिरातीचे महत्त्व व वापर यात वाढ झाली व जाहिरात ही गरज बनली. रेडिओ, टी.व्ही., वाहतुकीची साधने, वर्तमानपत्रे, फुगे, सिनेमा, जाहिरातीचे फलक या व इतर अनेक माध्यमांद्वारे हजारो मालांविषयीची माहिती ग्राहकांच्या कानावर पडत असते. त्याचा प्रत्यक्ष वा अप्रत्यक्ष पगडा ग्राहकांवर पडतो. आज निनावी वस्तू बाजारात विकणे अशक्य आहे. त्यामुळे आधुनिक व्यापार व जाहिरात हे पूर्णपणे एकमेकांवर अवलंबून आहेत.

१) विक्रीत वाढ :

जाहिरात ग्राहकांना आपल्या मालाविषयी ज्ञान पुरवून त्याला आपल्याकडे आकर्षित करण्याची भूमिका पार पाडते व त्यामुळे विक्रीत वाढ होण्यास मदत होते.

२) स्पर्धेत टिकून राहणे :

उत्पादक आपली वस्तू बाजारात कशी श्रेष्ठ, दर्जेदार व स्वस्त आहे त्याची माहिती जास्तीतजास्त ग्राहकांपर्यंत पोहोचविण्याची भूमिका जाहिरात पार पाडीत असते. त्यामुळे बाजारात उत्पादक तग धरून राहतो.

३) बाजाराचा विस्तार :

एकाच वेळी सर्व देशांत दूर कानाकोपऱ्यात तसेच परदेशातदेखील विविध माध्यमांद्वारे जाहिरात पोहोचते व त्यामुळे त्या मालाची बाजारपेठ आपोआपच विस्तारली जाते.

४) खर्चात बचत :

जाहिरातीमुळे मालाच्या उत्पादनात वाढ होते व जाहिरात मालाची माहिती घरोघरी पोहोचविण्याची भूमिका पार पाडीत असल्याने उत्पादन व वितरण खर्चात बचत होते.

५) दर्जा व नवीन तंत्रज्ञानात वाढ :

विक्रीत वाढ झाल्यामुळे उत्पादकाच्या आर्थिक उत्पन्नात वाढ होते. त्यामुळे उत्पादक नवीन तंत्रज्ञान वापरून वस्तूचा दर्जा टिकविण्याचा/वाढविण्याचा प्रयत्न करतो व हे सर्व जाहिरातीमुळे घडते.

६) किंमत स्थिरता :

मध्यस्थांची साखळी रद्द झाल्याने त्यांच्या कमिशन व नफा या हेतूला फाटा पडतो व किंमत निश्चित करून त्याच किमती ग्राहकांपर्यंत पोहोचवून ग्राहकांस एकाच किमतीला सर्वत्र माल उपलब्ध होतो व जाहिरातीमुळे उत्पादक मालाच्या किमतीवर नियंत्रण ठेऊ शकतो.

७) उत्पादकाच्या मालाला प्रतिष्ठा प्राप्त करून देणे :

जाहिरातीमुळे उत्पादक आपल्या मालाच्या दर्जाविषयी जागरूक असतो. ग्राहक त्या मालाच्या दर्जाबद्दल समाधानी असल्याने पुनखरेदी करतो व इतरांना प्रवृत्त करतो. त्यामुळे मालाच्या प्रतिष्ठा व लौकिकमूल्य यात वाढ होते.

८) विक्रीच्या कामात मदत :

जाहिरातीद्वारे ग्राहकांना मालाची पूर्ण माहिती मिळत असल्याने विक्रेत्यास फक्त त्यांच्या शंकांचे समाधान करावे लागते. माल गळी उतरवावा लागत नाही.

९) मध्यस्थांची साखळी कमी करणे :

जाहिरातीद्वारे ग्राहक थेट उत्पादकांकडून अथवा त्यांनी नेमलेल्या एजंटामार्फतच मालाची खरेदी करीत असल्याने इतर दलालांची व मध्यस्थांची साखळी कमी होते व ग्राहक योग्य किमतीला माल खरेदी करतो.

१०) औद्योगिकीकरणात वाढ :

जाहिरातीमुळे उत्पादकांना उत्पादनात वाढ करावी लागते. त्यामुळे त्या उद्योगांवर अवलंबून असणाऱ्या इतर लहान उद्योगांची वाढ होते व आधुनिक औद्योगिक वसाहती निर्माण होतात.

या व इतर अनेक प्रकारच्या भूमिका जाहिरात पार पाडीत असते.

३.४.५ जाहिरातीचे फायदे :

जाहिरातींचे प्रमुख फायदे खालीलप्रमाणे :

अ) उत्पादकांना फायदा :

१) विक्रीमध्ये वाढ होते. एका दृष्टीने खर्चात बचतही होते आणि दुसऱ्या दृष्टीने नफ्यात वाढ होते.
२) केवळ उत्पादनाचे नाव आणि ख्यातीच वाढत नाही पण जाहिरातदाराचेही नाव चांगले होते.
३) नवीन उत्पादन बाजारात उतरविण्यास मदत होते.
४) किरकोळ स्तरावर समान किंमत राखण्यास मदत होते.
५) विक्रेते आणि ग्राहक यांच्यात थेट संपर्क साधण्यास मदत होते.

ब) ठोक व्यापारी आणि किरकोळ व्यापारी यांना फायदा :

१) ग्राहकांना उत्पादन आणि त्याची गुणवत्ता आधीच ठाऊक असल्यामुळे विक्री करणे जास्त सोपे होते.
२) मालाची एकूण उलाढाल वाढते.
३) विक्रीच्या प्रयत्नांना मदत होते.
४) उत्पादनाबरोबर ठोक आणि किरकोळ दुकानदाराची पत वाढते.
५) त्यांना उत्पादनांची जास्त व सविस्तर माहिती होते.
६) विक्री खर्चामध्ये बचत होते.

क) ग्राहकांना होणारे फायदे :

१) जाहिरातीतून गुणवत्तेवर आणि किर्तीवर बराच भर दिला जातो त्यामुळे ग्राहकाची खात्री पटण्यास मदत होते. जाहिरातींमुळे विक्री वाढल्याने उत्पादन मोठ्या प्रमाणावर करता येते आणि उत्पादनाचा सरासरी खर्च कमी करता येतो.
२) कोठे आणि केव्हा विशिष्ट उत्पादन मिळू शकेल याची ग्राहकांना माहिती मिळाल्यामुळे खरेदीमध्ये त्यांचा वेळ वाया जात नाही.

३) विविध पर्यायी उत्पादनांचे फायदे-तोटे तपासून पाहण्याची ग्राहकांना संधी मिळते.

४) एखाद्या उत्पादनाचे विविध आणि वेगवेगळे गुणधर्म केवळ जाहिरातीतूनच ग्राहकांना कळू शकतात.

५) आधुनिक जाहिराती बऱ्याच माहितीपूर्ण असतात.

ड) विक्रेत्याला होणारे फायदे :

जाहिरातींशिवाय विक्रयकला अपूर्ण असते. जाहिरातींमुळे विक्रेत्याला खालील फायदे होतात :

१) उत्पादनाचा परिचय करून देणे सोपे जाते.

२) विक्रेत्याला पूरक अशी पार्श्वभूमी आधीच तयार केली जाते त्यामुळे प्रयत्नातील कष्ट थोडे कमी होऊ शकतात.

३) ग्राहकाशी भेट झाल्यानंतर ग्राहक आणि उत्पादन यांच्यात निर्माण होणारे नाते जाहिरातींमुळे अधिक दृढ होते.

४) ग्राहकाशी थेट संपर्क झाल्यावर विक्रेता जाहिरातीचा ग्राहकांवरील परिणाम जाणून घेऊ शकतो.

ई) समाजाला होणारे फायदे :

१) जाहिरात हे शिक्षणाचे काम करते. अनेक उपयुक्त गोष्टींची तपशीलवार माहिती जाहिरातीतूनच लोकांना मिळते. अशा शिक्षणातून जाहिराती एका प्रकारे संस्कृतीवर्धनाचे कार्य करतात.

२) जाहिरातींमुळे विक्री तसेच उत्पादन वाढते आणि अप्रत्यक्षपणे रोजगारही वाढतो.

३) जाहिरातींमुळे लोकांच्या इच्छा वाढतात. इच्छापूर्ती केल्याने जीवनमानामध्ये सुधारणा होते.

४) जाहिरातीतून घरात वापरली जाणारी नवनवीन उपकरणे, रेडिओ, मोटारगाड्या अशा संशोधनांचा सार्वत्रिक वापर सुरू झाला. मनुष्याची विविध उपभोगांची इच्छा आणि आपले जीवनमान सुधारण्याची इच्छा जाहिरातीतून वाढीस लागते. त्यामुळे माणूस अधिक कष्ट करतो आणि उत्पादनात वृद्धी होते.

५) जाहिराती नसत्या तर वर्तमानपत्रे इतकी स्वस्त आणि लोकप्रिय कधीच झाली नसती. जाहिरातींच्या उत्पन्नामुळेच वर्तमानपत्रे अल्प किमतीला विकणे परवडते.

६) जाहिरातींमुळे व्यवसायिक, कलावंत, मुद्रक, संगणक तज्ज्ञ अशा अनेक लोकांना जाहिरात क्षेत्रात रोजगार मिळतो.

३.४.६ जाहिरातीच्या मर्यादा :

जाहिरातीच्या मर्यादा पुढीलप्रमाणे सांगता येतील :

१) जाहिरातीतील अतिशयोक्ती :

काही वेळा जाहिरातींमुळे लोकांची दिशाभूल होते. उत्पादनाच्या गुणधर्माबाबत अवाजवी लिहिलेला मजकूर अंगाशी येऊ शकतो. उदा. सौंदर्य प्रसाधने, पावडरी, शाम्पू, केसांची तेले, आदि वस्तूंच्या जाहिरातींमुळे महिला वर्ग मोठ्या प्रमाणात आकर्षित होतो, पण इच्छित परिणाम मात्र फार दुर्मीळपणे दिसतात. अशा प्रकारे जाहिरातीतून लोकांची दिशाभूल होऊ शकते.

२) भाषेची समस्या :

दूरचित्रवाणीवरील जाहिराती बहुधा हिंदी किंवा इंग्रजीत असतात. स्थानिक भाषेचा वापर कमीच केला जातो. त्यामुळे अशिक्षित ग्राहकांना उत्पादन नीट समजत नाही. बऱ्याच वेळा रेडिओ आणि टी. व्ही. वरील जाहिराती फार वेगाने दाखविल्या जातात त्यामुळे त्यांची परिणामकता कमी होते. अशा जाहिरातींतून बऱ्याच वेळा एकतर्फी आणि अपूर्ण माहिती ग्राहकांना दिली जाते.

३) जाहिरातींचा खर्च :

दिवसेंदिवस जाहिरात करण्याचा खर्च वाढतच चाललेला आहे. त्यामुळे उत्पादकांवर आणि वितरकांवर अनावश्यक ओझे पडते. लघु उद्योजक आणि लहान व्यापारी यांना आपल्या अंदाजपत्रकात जाहिरातींसाठी वेगळी तरतूद करता येत नाही.

४) जाहिरातीतील कंटाळवाणेपणा :

जेव्हा वर्तमानपत्रात, मासिकांमध्ये, टी. व्ही. वर काही जाहिराती सतत दाखविल्या जातात तेव्हा लोकांना याचा त्रास होतो. त्याचप्रमाणे दारावर सतत येणारे विक्रेते आणि प्रात्यक्षिक दाखविणारे सुद्धा अतिशय त्रासदायक वाटतात. सर्वसाधारणपणे अशा जाहिरातींकडे दुर्लक्ष करण्याची प्रवृत्ती वाढते. खरे म्हणजे अशा जाहिरातींचा विपरित परिणाम होऊ लागतो.

५) अपुरी माहिती :

वर्तमानपत्रातील, टी. व्ही. वरील किंवा मासिकातील जाहिरातींतून नव्याने बाजारात आलेल्या वस्तूंची किंवा सेवांची पूर्ण माहिती कधीच दिली जात नाही. अशा अपूर्ण माहितीमुळे त्या जाहिराती परिणामकारक होत नाहीत आणि जाहिरातींचा खर्च वाया जाऊ शकतो.

अशा प्रकारे जाहिरात आणि प्रसिद्धी या दोन तंत्रांनाही काही मर्यादा पडतात त्यामुळे जाहिरातींसाठी योग्य माध्यम निवडणे आवश्यक ठरते. परिणामकारक आणि कमी खर्चिक जाहिरात करणे हे जाहिरातदारांसमोरील मोठेच आव्हान आहे.

३.४.७ जाहिरातीतील मुद्दे :

जाहिरात कार्याच्या दोन महत्त्वाच्या बाजू विचारात घ्याव्या लागतात. त्या म्हणजे आर्थिक आणि सामाजिक बाजू. उत्पादक आणि वितरक यांच्याकडून सर्वसाधारणपणे जाहिरात केली जाते आणि तिचे अर्थव्यवस्थेमध्ये प्रत्यक्ष आणि अप्रत्यक्ष परिणाम दिसून येतात.

अ) जाहिरातीची आर्थिक मुद्दे :

जाहिरातीची आर्थिक मुद्दे पुढील प्रमाणे जाणून घेता येईल :

१) गुंतवणुकीची संधी :

उत्पादन आणि साठवण याशिवाय अन्य क्षेत्रांमध्ये गुंतवणूक करण्याचे जाहिरात हे एक माध्यम आहे. त्यासाठी अतिरिक्त भांडवलाची गरज भासते आणि अशाप्रकारे एकूण भांडवलाची मागणी वाढते.

२) रोजगाराच्या संधी :

जाहिरात क्षेत्रात कुशल आणि अर्धकुशल कर्मचाऱ्यांची नेमणूक होत असल्याने अधिक रोजगार संधी उपलब्ध होतात आणि त्याप्रमाणात बेरोजगारीचा प्रश्न कमी होतो.

३) व्यापार वृद्धीचे साधन :

जाहिरातींमुळे व्यापाराची वृद्धी होतेच शिवाय उद्योजकता विकासालाही हातभार लागतो. तरुण, सुशिक्षित आणि उत्साही व्यक्ती जाहिरात आणि प्रसिद्धी क्षेत्रामध्ये काही निर्मितीक्षम कार्य करू शकतात.

४) बाजारपेठेचा विस्तार :

भविष्यात निर्माण होणारी किंवा नवीन उत्पादने आणि सेवा यांची माहिती सर्वत्र प्रसृत करून जाहिरातीतून बाजारपेठेचा विस्तार होऊ शकतो. परदेशातील बाजारपेठ ही काबीज करून परकीय चलन मिळविण्यास मदत होऊ शकते.

५) आर्थिक स्थैर्य :

सतत जाहिरात केल्याने अनेक प्रकारच्या वस्तू आणि सेवा यांची मागणी वरच्या पातळीवर आणि स्थिर ठेवण्यास मदत होते. मागणी कायम राहिल्याने देशात आर्थिक स्थैर्य निर्माण होऊ शकते.

ब) जाहिरातीतील सामाजिक मुद्दे :

जाहिरातीतील सामाजिक मुद्दे पुढील प्रमाणे जाणून घेता येईल :

१) सामाजिक विकासावर परिणाम :

ग्राहकांना वस्तूंकडे आकर्षित करण्यासाठी वस्तूंची जाहिरात केली जाते. जाहिरातीचा मानवाच्या आर्थिक जीवनावर जसा परिणाम होतो तसाच तो सामाजिक जीवनावरही होतो. मानवाची प्रगती आर्थिक आणि औद्योगिक विकासावर अवलंबून असते. वस्तूंची विक्री करण्यासाठी जाहिरात करणे आजच्या काळात अपरिहार्य बनले आहे. जाहिरातीशिवाय औद्योगिक विकास जवळजवळ अशक्य आहे. जाहिरात हा आपल्या सामाजिक जीवनाचा अविभाज्य घटक बनला आहे. आपल्या सभोवती जिकडे-तिकडे आपल्याला जाहिरातीच दिसतात.

२) ग्राहकांच्या निवडीस महत्त्व प्राप्त होते :

जाहिरातीमुळे आपल्या अभिरुचीला आणि आवडी-निवडींना आकार प्राप्त होतो. आपल्या मतांमध्ये परिवर्तन होते. जाहिरातीमुळे आपल्याला योग्य वस्तू निवडण्यास मदत होते. जाहिरातीमुळे अनेक लोकांना रोजगार मिळतो.

३) वस्तू व सेवांविषयी ग्राहकांस ज्ञान मिळते :

जाहिरातीतून वस्तूंबद्दल माहिती दिली जाते किंवा मते मांडली जातात. त्यामधून ग्राहकांच्या मनात त्या वस्तूच्या उपयोगितेविषयी जाणीव निर्माण होते. जाहिरातींमार्फत ग्राहकांच्या ज्ञानाची पातळी उंचाविण्याचे काम होते. या वस्तूंविषयी सतत माहिती मिळत गेल्याने ती वस्तू खरेदी करण्याची तीव्र इच्छा ग्राहकाच्या मनात निर्माण होते. जाहिरात वस्तूला काळ उपयोगिता, स्थल उपयोगिता, आकार उपयोगिता आणि मालकी उपयोगिता इत्यादी उपयोगिता प्राप्त करून देते.

४) योग्य निवड करण्याची संधी मिळते :

ग्राहकाला आज आपली गरज पूर्ण करण्यासाठी अनेक पर्यायी वस्तू बाजारात उपलब्ध आहेत. त्यांपैकी कोणती वस्तू खरेदी करावी, असा प्रश्न ग्राहकांपुढे उभा असतो. जाहिरातींमधून आपल्याला या प्रश्नाचे उत्तर मिळते. मोठ्या मनोरंजक पद्धतीने जाहिरात वस्तूची वैशिष्ट्ये कथन करते. एखाद्या वस्तूची जाहिरात पाहिल्यानंतर तीच वस्तू खरेदी करण्याचे आपण ठरवितो. ग्राहकाला जाहिरातींमुळे वस्तू निवडण्याची संधी मिळते. ग्राहकाला हवी असलेली वस्तू कोठे मिळेल, त्या वस्तूने कोणत्या गरजा भागविल्या जाऊ शकतात, त्या वस्तूची उपयोगिता, त्या वस्तू वापरण्याची पद्धत, वापरताना घ्यावयाची काळजी इत्यादी माहिती देण्याचे काम या जाहिराती करतात व याच आधारावर ग्राहक वस्तूची निवड करू शकतात.

५) ग्राहक हित संरक्षण व जाहिरात :

जाहिरात खूप थोड्या वेळात ग्राहकांपर्यंत पोहोचू शकते. आज जाहिरातीच्या क्षेत्रात अनेक गैरव्यवहार होतात व त्यामुळे ग्राहकांची फसवणूक होते. यापासून ग्राहकाचे संरक्षण करणे अत्यंत आवश्यक बनलेले आहे. त्यामुळे चांगली जाहिरात ग्राहकांचे लवकर हित साधते. वाईट व फसवी जाहिरात ग्राहकांचे हित धोक्यात आणू शकते. त्यामुळे यापासून ग्राहकांच्या हिताचे संरक्षण पुढीलप्रमाणे केले जाते :

अ) जाहिरात संस्थांचे व उत्पादकांचे स्वयंनियंत्रण

ब) शासनामार्फत नियंत्रण

क) प्रसारमाध्यमांद्वारे नियंत्रण

ड) ग्राहक हितरक्षणाच्या विविध कायद्यांद्वारे नियंत्रण

इ) ग्राहक संघटनांद्वारे नियंत्रण

जाहिरात अधिक प्रभावी आणि परिणामकारक होण्यासाठी जाहिरातदार नवनवीन तंत्राचा उपयोग करतात. स्पर्धात्मक जाहिरातीतून आवाहन केलेले असते. असे करताना स्पर्धकांच्या बोधचिन्हांना बाधा येणार नाही याची दक्षता घेणे गरजेचे असते. जाहिरात हा व्यवसाय आहे. या जाहिरातीची किंमत अप्रत्यक्षपणे ग्राहकाला मोजावी लागते. त्यामुळे जाहिरात ग्राहकाशी प्रामाणिक आणि विश्वसनीय असली पाहिजे.

क) जाहिरातीतील नैतिकता :

विपणनाचे प्रभावी माध्यम म्हणून जाहिरातीस महत्त्व आहे. समाजाच्या सांस्कृतिक व नीतिमूल्यांवर जाहिराती परिणाम करतात. जाहिरातीमुळे ग्राहकांच्या नवीन गरजा निर्माण झाल्या किंवा विचारात बदल घडून येत आहेत व गरज नसताना देखील एखादी वस्तू ग्राहक खरेदी करू लागला आहे.

१) दिशाभूल करणाऱ्या जाहिराती :

या गोष्टीचा फायदा घेऊन काही उत्पादक ग्राहकांची दिशाभूल करणाऱ्या जाहिराती करतात. अतिशयोक्तीपूर्ण विधानांचा वापर करून ग्राहकांमध्ये गैरसमज निर्माण करतात. यात जाहिरातीच्या नीतिमूल्यांचा विचार केलेला नसतो. जाहिरात करताना आपल्या मालाची स्तुती; परंतु स्पर्धकांची निंदा असा प्रकार घडू शकतो. त्यासाठी नैतिक बंधन उत्पादकाने स्वत:साठी घालून घ्यावे.

२) नफ्यासाठी नैतिकतेकडे व सत्याकडे दुर्लक्ष :

जाहिरात हा व्यवसाय आहे. त्याद्वारे नफा कमविणे व त्यासाठी मोठ्या प्रमाणावर खर्च करणे व शेवटी तो ग्राहकांकडूनच वसूल करणे असा प्रकार असतो. अशा वेळी प्रामाणिकपणे व विश्वसनीय सत्य व वास्तविकता अभिप्रेत असणारी जाहिरात करण्याचे नैतिक बंधन आहे.

३) जाहिरातीतील फोलपणा :

वस्तूंमधील दोष लपविला जातो; परंतु नसणारे गुण दाखविण्याचा प्रयत्न करणे हे जाहिरातीमधील फोलपणाचे लक्षण आहे. काही जाहिरातीत आपली वस्तू एखाद्या संस्थेद्वारे प्रमाणित केली आहे म्हणून एखाद्या संस्थेची आद्याक्षरे दाखविली जातात. प्रत्यक्षात अशा संस्था अस्तित्वातच नसतात. काही जाहिरातीत आक्षेपार्ह विधानाबरोबर स्त्री-देहाचा वापर केलेला असतो. अशा वेळी नीतिमूल्यांचा कोणताही विचार जाहिरात करीत नसते. ग्राहकांची दिशाभूल करणारी जाहिरात करणे हे आधुनिक काळातील नव्हे तर त्याची जाहिरातीच्या उगमापासूनच सुरुवात झाली आहे. यासाठी १७५८ मध्ये 'सॅम्युटल जॉन्सन' यांनी 'ढहश श्रवळशी' या वृत्तपत्रात जाहिरातींनी आपली नीतिमत्ता पाळावी व दर्जा वाढवावा असे स्पष्टपणे मांडले होते.

४) अवाजवी अतिशयोक्ती :

जाहिरातीमध्ये अतिशयोक्ती असते. आधुनिक काळात ग्राहकांची दिशाभूल करणारा मजकूर, अश्लीलता, भडकपणा, चुकीची विधाने यांचा वापर केला जातो. यावर कायदेशीर बंधने घालता येतात; परंतु त्याची अंमलबजावणी प्रभावीपणे केली जात नाही. त्यामुळे जाहिरातदारांनी स्वत:वर नियंत्रण ठेवावे.

३.४.८ जाहिरात परिणामकारकतेचे मूल्यमापन :

सर्व जाहिरातीचे प्रयास मुख्यातः व्यवसाय, विपणन आणि जाहिरातीचे उद्दिष्टये यांच्या साध्यतेच्या दृष्टीने केले जातात. जसे, विक्री उलाढालीत वाढ आणि तसेच नफा वाढविण्यासाठी जाहिरात कर्ता या जाहिरातीच्या कामात लाखो रुपये खर्च करतो. सर्व प्रयत्नांची पार्श्वभूमी ही आहे की, जाहिरातीच्या माध्यमातून ग्राहकांना उत्पादनांकडे आकर्षित करावे, जेव्हा जाहिरात कार्यक्रम संपतो तेव्हा त्या कार्यक्रमाच्या प्रभावाचे किंवा परिणामकारकतेचे मूल्यमापन करणे आवश्यक असते. त्यामुळे त्याने इच्छित परिणाम साध्य केला आहे की नाही हे कळते.

अ) जाहिरात परिणामकारकतेच्या मूल्यमापनाचे महत्त्व :

जाहिरात परिणामकारकतेच्या मूल्यमापनाचे महत्त्व पुढीलप्रमाणे सांगता येईल :

१) जाहिरात खर्चाचा फायदा मिळतो :

जाहिरात करणे हे खर्चिक बाब आहे. जाहिरातीचा खर्च दिवसेंदिवस वाढत आहे म्हणून खर्चाचा फायदा माहिती करुन घेणे आवश्यक आहे. विक्री आणि फायद्याच्या स्वरुपात खर्चाचे मूल्यमापन करणे कठीण आहे. जाहिरात खर्चाचे मूल्यमापन करणे कठीण आहे. जाहिरात खर्चाचे नफा मिळवायला पाहिजे, तसेच जाहिरातीने विपणन प्रयत्नातील आपला सहभाग सिद्ध करणे आवश्यक असते.जर कोणत्याही जाहिरात कार्यक्रमाचा सहभाग हा जास्त असेल तर याचा अर्थ असा की, खर्चाचा फायदा अधिक आहे आणि जाहिरात परिणामकारक आहे.

२) उद्दिष्ट्ये आणि ध्येय यांच्यासोबत परिणामांची तुलना :

जाहिरातीचे ध्येय आणि उद्दिष्ट्ये हे जाहिरात तयार करण्यापूर्वीचे ठरविले जातात. ही उद्दिष्ट्ये किंवा ध्येय साध्य होतील किंवा नाही हे माहित करून घेण्यासाठी जाहिरात मूल्यमापन केले जाते. जर ती उद्दिष्ट्ये आणि ध्येय साध्य झाली तर जाहिरात प्रभावी आहे असे म्हटले जाते. परिणामी, प्रत्यक्ष विक्रीची ध्येयाशी तुलना केली जाते. जर प्रत्यक्ष कार्यप्रदर्शन चांगले असेल तर जाहिरात प्रभावी होते नाही तर अप्रभावी होत.

३) सुसंवादाचे परिणाम जाणून घेणे :

जाहिरातीचा मुख्य उद्देश सामान्य जनतेशी संवाद साधने आणि अस्तित्वात असलेल्या संभाव्य ग्राहकांना कंपनी व उत्पादनाबद्दल विविध माहिती देणे हा असतो. त्यामुळे ते जाहिरातीचा वापर, संदेश आणि प्रकार यांच्या संबंधित सुसंवाद साधतो किंवा जाहिरात पाहिली गेली आहे की नाही याबद्दल विचार करुन तिचे इष्ट मापन केले जाते.

४) दोन बाजारपेठांची तुलना :

जाहिरातकार बाजारातील प्रयोगांद्वारे जाहिरातीची किंमत आणि पर्यायी प्रकार यांचे वारंवार मूल्यमापन करतो. या प्रक्रियेत जाहिरात चाचणी बाजारात प्रकाशित केली जाते आणि परिणामी इतर बाजारपेठांशी परस्पर विरोधी असतात.

५) नियोजन आधार :

जाहिरातीच्या प्रभावीपणाचे मूल्यमापन हे नियोजनात ठरविलेल्या उद्दिष्टांचा स्पर्धात्मक दृष्टिकोनाद्वारे जाहिरात नियोजन सुधारविण्यासाठी केले जाते आणि नियोजन सुधरविण्यासाठी केले जाते. आणि नियोजनाच्या अंमलबाजवणीच्या वेळी उद्दिष्टये किंवा ध्येये साध्य केली जातात. अशा प्रकारचे मूल्यमापन आवश्यक आहे. नाहीतर संपूर्ण नियोजन प्रक्रियेत बिघाड होऊ शकतो.

ब) जाहिरात प्रभावीपणाच्या मूल्यमापनाची मोजणी :

जाहिरातीच्या प्रभावीपणाचे मूल्यमापन करण्यासाठी दोन प्रकारची मापे वापरली जातात ही मापे पुढीलप्रमाणे :

१) प्रत्यक्ष माप :

प्रत्यक्ष मापात, जाहिरात आणि विक्री यांमध्ये संबंध स्थापन होतात. यात दोन काळातील विक्री किंवा दोन बाजारपेठेतील तुलना केली जाऊ शकते किंवा काही सुसंगत बदलही घडू शकतात. सामान्यातः खालील पद्धती जाहिरातीचा प्रभावीपणा मोजण्यासाठी वापरल्या जातात.

i) ऐतिहासिक विक्री पद्धत :

जाहिरात खर्च आणि उत्पादनाची एकूण विक्री यांच्यातील संबंधचे मापन करून पूर्वीच्या जाहिरातीच्या प्रभावीपणा मिळवता येऊ शकतो. एकाधिक प्रतिगमन विश्लेषणाची यात उपयोग केला जाऊ शकतो. यामुळे जाहिरातीच्या

खर्चातील बदलांमध्ये कशा प्रकारे विक्रीच्या मापात सुसंगत बदल घडून येतात हे लक्षात येते.हे तंत्र विक्रीमध्ये वाढ करण्यासाठी योगदान देते,जर यात सकारत्मक परस्परसंबंध असतील तर अंदाजपत्रकातील खर्च परिणामकारक संबंध दाखवतो. तसेच ही पद्धत म्हणजे फक्त जाहिरातीच्या प्रभावीपणाच्या पुढील उपायांचे मापन असते ती पूर्वीच्या उपायांसाठी वापरली जात नाही.

ii) प्रयोगात्मक नियंत्रण :

जाहिरातीच्या परिणामकतेचे दुसरे माप म्हणजे प्रयोगात्मक नियंत्रण किंवा मर्यादा. ज्यात जाहिरीत आणि विक्रीतील प्रासंगित संबंद निर्माण होतात. हि पद्धत थोडीशी खर्चिक आहे. इतर मापांशी संबंधित असते. विक्रीपासून जाहिरात योगदानाला वेगळे ठेवणे शक्य आहे.

२) अप्रत्यक्ष मापे :

संस्थेचा नफा किंवा विक्री यांच्यावरील जाहिरातींचे प्रत्यक्ष परिणांमाचे प्रत्यक्ष परिणामांचे मूल्यमापन करणे कठीण आहे, बहुतेक संस्था अप्रत्यक्ष मूल्यमापनावर मोठया प्रमाणात अवलंबुन असतात. ही मापे विक्री किंवा नफ्यावरील प्रत्यक्ष परिणामांचे मूल्यमापन करत नाहीत. यात ग्राहक जागृती किंवा अभिवृत्ती किंवा ग्राहकाला जाहिरात संदेश देणे या घटकांचा विचार केला जातो. हे घटक व्यवसायाच्या विक्री नफा किंवा ध्येयावर अप्रत्यक्ष परिणाम करतात. या घटकांची काही गृहीतके पुढीलप्रमाणे आहेत ग्राहक जागृती व अभिवृत्ती यात अनुकूल परिणाम होतात. उत्तम विक्री व नफा यांच्या क्षमतेला काही मार्गानी नेतृत्त्व केले जाते.तथापि, वरील मापने जाहिरातीच्या परिणामकारकतेचे मूल्यमापन करण्यासाठी वापरले जाते. यावरुन हे स्पष्ट होते की, वरील परिणामकारकतेची मापने विक्री किंवा नफ्यात प्रत्यक्ष किंवा अप्रत्यक्षपणे बदल करतात.

३.४.९ जाहिरातीतील सद्यकालीन प्रवाह :

जाहिरात क्षेत्रात इलेक्ट्रॉनिक युग आल्यानंतर मोठीच क्रांती झाली आहे. वर्तमानपत्रे, मासिके, फलक, रेडिओ याद्वारेच पूर्वी जास्त प्रमाणावर जाहिरात होत असे. अलीकडच्या काळात जाहिरात करण्याची नवी तंत्रे ग्राहकांना वेगाने आकर्षित करताना दिसतात. त्यातील काही नवीन तंत्रे खालीलप्रमाणे:

१) केबल टी.व्ही. वरील जाहिरात :

केबल टी.व्ही. हे माध्यम आता विकसनशील देशातही घरोघरी पोहोचले आहे व २४ तास कोणत्या ना कोणत्या माहितीवर सतत जाहिरात केल्याने कोट्यावधी ग्राहकांना कंपन्या व त्यांच्या उत्पादनांची माहिती स्पर्धा एकाच वेळी मिळते. त्यामुळे हा नवीन मार्ग जाहिरातींसाठी अत्यंत लोकप्रिय ठरला आहे.

२) इंटरनेटवरील जाहिरात :

इंटरनेटवरील काही लोकप्रिय संकेतस्थळांना कोट्यावधी लोक सतत भेट देत असतात. उदा. चीप मेसेंजर इत्यादी. ई-मेलच्या लोकप्रियतेचा फायदा घेऊन अनेक मोठ्या कंपन्या इंटरनेटवर, विशेषत: लोकप्रिय संकेतस्थळांवर जाहिराती देत असतात.

३) संगणकाचा वापर करून तयार केलेले मोठेमोठे फलक :

पूर्वी जाहिरातींचे फलक हाताने रंगवावे लागत. त्यामुळे त्यांच्या आकारावर व संख्येवर मर्यादा असे. आता संगणकाच्या साहाय्याने प्रचंड आकाराचे मोठमोठे फलक मोठ्या संख्येने सहज निर्माण करता येतात.

४) आकाशात दिसणाऱ्या जाहिराती :

हेलिकॉप्टर किंवा हवाई जहाजांना मोठमोठ्या जाहिराती लावून आकाशातून अल्प वेगाने ही वाहने फिरवून पृथ्वीवरच्या लाखो दर्शकांसाठी आकर्षक पद्धतीने जाहिरात केली जाते. विशिष्ट साधनांद्वारे आकाशात जाहिरातींची चित्रे व अक्षरे निर्माण करणे हे एक तंत्र अलीकडे वापरात आलेले दिसते.

तसेच विशिष्ट साधनांद्वारे ढगांसारख्या धुरातून आकाशात वेगवेगळी 'फ्लोगो' नावाची चित्रे तयार करणे हे आधुनिक तंत्रही अलीकडे अमेरिकेत विकसित झाले आहे.

लेझर किरणांच्या साहाय्याने आकाशात रंगीत हालचाल करणाऱ्या प्रतिमांमधूनही जाहिरात केली जाते.

५) **चित्रपटांद्वारे जाहिरात :**

एखादी लोकप्रिय चित्रनिर्मिती संस्था कोकाकोला किंवा पेप्सीकोला यांसारख्या आंतरराष्ट्रीय/स्थानिक उत्पादनांची जाहिरात आपल्या चित्रपटातून सहजपणे करते. अलीकडच्या काळात अशा प्रकारे भारतातही मोठ्या कंपन्या जाहिरात करू लागल्या आहेत.

६) **ब्रँड ॲम्बॅसॅडरचा वापर :**

चित्रपट, टीव्ही, खेळ, अशा क्षेत्रातील मान्यवर व्यक्तींची लोकप्रियता वस्तुत घेऊन त्यातील काही व्यक्तींना ब्रँड ॲम्बॅसॅडर म्हणून घोषित करण्याची पद्धत अलीकडे दिसू लागली आहे. भारतात शाहरूख खान, अमिताभ बच्चन, सचिन तेंडुलकर, रामदेव बाबा अशा अत्यंत लोकप्रिय लोकांना कोणत्या ना कोणत्या संकल्पनेचे ब्रँड ॲम्बॅसॅडर केल्याचे आपण वृत्तपत्रात वाचत असतोच. जाहिरात क्षेत्रात वरील मुख्य नवीन प्रवाह भारतात व इतरत्र आढळतात.

⇨ ३.५ व्यक्तिगत विक्री :

वस्तू व सेवांच्या विक्रीसाठी अनेक प्रकारच्या मार्गांचा अवलंब करावा लागतो. त्यापैकी एक महत्त्वाचा मार्ग म्हणजे व्यक्तिगत किंवा वैयक्तिक विक्री होय. वैयक्तिक विक्री ही वस्तू आणि सेवांच्या विक्रीसाठी विक्रेत्याने वापरलेली एक कला असते. ही कला फार पूर्वीपासून चालत आलेली आहे. आजही या विक्री प्रकाराचे महत्त्व कमी झालेले नाही. वस्तू वा सेवांच्या विपणनाचा तो एक प्रभावी असा मार्ग आहे. बहुतेक व्यवसायसंस्था या मार्गाचा अवलंब करताना दिसून येतात.

३.५.१ अर्थ :

व्यक्तिगत विक्री हा विक्रयवृद्धीचा एक वैशिष्ट्यपूर्ण प्रयत्न आहे. मूलतः व्यक्तिगत विक्री म्हणजे प्रभावी संदेशवहन. एखादा विक्रेता आणि ग्राहक यांच्यात समोरासमोर चर्चा, परस्परसंवाद होऊन जो 'विक्री व्यवहार' घडतो त्याला व्यक्तिगत विक्री असे म्हणतात. दोन्ही बाजूंकडून संबंधित वस्तूबद्दल संदेशवहन कशा प्रकारे होते व त्या वस्तूची उपयुक्तता ग्राहकाना समजून कशी घेते यावर विक्री अवलंबून असते.

३.५.२ व्याख्या :

व्यक्तिगत विक्रीच्या व्याख्या पुढीलप्रमाणे जाणून घेता येतील :

१) **अमेरिकन मार्केटिंग असोसिएशन :**

''भावी ग्राहकाला एखादी वस्तू किंवा सेवा घेण्यास उद्युक्त करणे किंवा विक्रेत्याच्या मनातील संकल्पना भावी ग्राहकाने स्वीकारण्यास प्रवृत्त करणे.''

२) **इ. एफ. शूमाकर :**

''विक्रेता व ग्राहक या दोघांनाही फायदा होईल अशा पद्धतीने एखाद्या वस्तूचे हस्तांतरण होणे व ज्या प्रक्रियेमुळे ग्राहकांचे पूर्ण समाधान होऊन ग्राहक ती वस्तू/सेवा घेण्यास पुनःपुनः इच्छुक राहील अशी प्रक्रिया म्हणजे व्यक्तिगत विक्री''.

३.५.३ व्यक्तिगत विक्रीचे महत्त्व :

व्यक्तिगत विक्रीचे महत्त्व खालील मुद्यांच्या साहाय्याने स्पष्ट करता येईल :

१) संभाव्य ग्राहकांचा शोध :
व्यक्तिगत विक्री करताना विक्रेता अगोदर आपल्या ग्राहकाचा शोध घेत असतो. याचाच अर्थ व्यक्तिगत विक्रीमुळे संभाव्य ग्राहक कोण आहेत याची माहिती कंपनीला मिळते. ग्राहकांच्या गरजा समजतात आणि कंपनीची उत्पादने खरेदी करु शकणाऱ्या ग्राहकांचा शोध लागतो.

२) पाठपुरावा :
व्यक्तिगत विक्रीमुळे संभाव्य ग्राहकांना वस्तू खरेदी करण्यासाठी पाठपुरावा करुन त्यांना वस्तू खरेदी करण्यास प्रवृत्त केले जाते. विविध मार्गांनी वस्तू वा सेवांची माहिती देऊन, ग्राहकांना आवाहन करुन विक्री होईलच असे नसते; परंतु व्यक्तिगत विक्रीमुळे अशा ग्राहकांना कंपनीचे कायमचे ग्राहक बनवता येते.

३) ग्राहकांचे समाधान :
व्यक्तिगत विक्रीमध्ये ग्राहक आणि विक्रेता यांच्यात समोरासमोर संभाषण होते. ग्राहकांच्या काही शंका असल्यास ते लगेच विक्रेत्याला विचारुन आपले समाधान करुन घेऊ शकतात. त्याचवेळी विक्रेता त्यांना वस्तूबद्दलची, त्याच्या उपयुक्ततेबद्दलची माहिती प्रत्यक्ष सांगतो. त्यामुळे ग्राहकाने खरेदी केलेल्या वस्तूविषयी ग्राहकाची खात्री पटते व समाधानाची भावना निर्माण होण्यास मदत होते.

४) ग्राहकांचा विश्वास मिळविणे :
ग्राहकांना एखादी वस्तू खरेदी करण्यासाठी प्रवृत्त करण्यासाठी अगोदर ग्राहकांचा विश्वास प्राप्त करणे गरजेचे असते. ग्राहकांनी आपल्याच कंपनीची वस्तू वा सेवा खरेदी करावी म्हणून विक्रेता ग्राहकाला तयार करीत असतो. त्यांच्याशी प्रत्यक्ष बोलून प्रात्यक्षिक दाखवून तो ग्राहकांचा विश्वास मिळवितो. त्यांच्या शंकांचे समाधान करुन वस्तू खरेदीस प्रवृत्त करतो.

५) ग्राहकांना सेवा पुरविणे :
आधुनिक व्यक्तिगत विक्री ही सेवा तत्त्वावर आधारित असते. विक्रेता ग्राहकांच्या गरजा शोधून त्यांच्या समस्या सोडविण्याच्या दृष्टीने त्यांच्या आवश्यकतेनुसार वस्तू आणि सेवा पुरवून ग्राहकांची सेवा करतो. याचाच अर्थ स्वतःचे ज्ञान आणि क्षमता यांच्या आधारावर विक्रेता ग्राहकांना सेवा पुरवितो.

६) शैक्षणिक प्रक्रिया :
व्यक्तिगत विक्रीचे महत्त्व तिच्या शैक्षणिक मूल्यात सामावलेले आहे. व्यक्तिगत विक्री ही एक शैक्षणिक अशी प्रक्रिया आहे. यामध्ये विक्रेता ग्राहकांना त्यांच्या गरजांची जाणीव करुन देतो. कधी-कधी लोकांना आपल्या गरजा आणि त्या पूर्ण करण्याचे मार्गच माहीत नसतात. विक्रेता ग्राहकांना वस्तूबद्दल माहिती देतो. त्याची उपलब्धता, ती कशी वापरायची इत्यादीची माहिती देऊन तो ग्राहक शिक्षणाचे कार्य करतो.

७) विक्री वृद्धी :
व्यक्तिगत विक्री हे विक्री वृद्धीचे अतिशय प्रभावी असे माध्यम आहे. व्यक्तिगत विक्रीमुळे कंपनीच्या म ालाची माहिती थेट ग्राहकांपर्यंत जाते. व्यक्तिगत विक्री वस्तूंसाठी बाजारात मागणी निर्माण करते. त्यामुळे कंपनीची विक्री वाढते व परिणामी कंपनीचा नफा वाढतो. व्यक्तिगत विक्रेता संस्थेला उर्जितावस्थेत आणू शकतो.

८) संबंध प्रस्थापित करणे :
व्यक्तिगत विक्रीमुळे विक्रेता ग्राहकांशी थेट संपर्क साधत असतो. त्यामुळे कंपनी आणि ग्राहक यांच्यात कायमस्वरुपी संबंध निर्माण होतात. विक्रेता ग्राहकांच्या सर्व समस्या दूर करत असल्यामुळे ग्राहक त्या कंपनीशी एकनिष्ठ बनतो.

९) बदलाला प्रोत्साहन :

व्यक्तिगत विक्रीमुळे बदलाला प्रोत्साहन मिळते. व्यक्तिगत विक्रीमध्ये विक्रेता सतत ग्राहकांना भेटत असतो. नवनवीन वस्तू त्यांच्यापर्यंत थेट आणतो. त्याच्यामुळेच लोकांना बाजारातील नवीन वस्तूंची माहिती होते. लोक त्यांच्याकडे आकर्षित होऊन त्यांचा वापर करतात. त्यामुळे त्यांच्या राहणीमानात बदल होतो.

३.५.४ व्यक्तिगत विक्री प्रक्रिया :

विक्रयकला ही एक कला आहे आणि ही कला आत्मसात करण्याकरिता शास्त्रीय पद्धतीचा अवलंब करावा लागतो. विक्रेत्याला आपल्या मालाच्या विक्रीसाठी सातत्याने प्रयत्न करावे लागतात. त्यासाठी विक्रेत्याला ग्राहकाशी ज्या विशिष्ट पद्धतीने वागावे लागते त्याला 'विक्रय प्रक्रिया किंवा विक्रय पद्धती' असे म्हणतात. विक्रेता व ग्राहक यांच्यात दृष्टादृष्ट झाल्यापासून या विक्रय प्रक्रियेस आरंभ होतो. विक्रय प्रक्रियेचा आरंभ ते शेवट या दरम्यानच्या काळात विक्रेत्याला अनेक अवस्थातून किंवा टप्प्यांमधून काम करावे लागते. या अवस्थांचा शेवट विक्रीकार्य यशस्वी होण्यात किंवा अयशस्वी होण्यात होते. थोडक्यात, ग्राहकाची भेट घेण्यापासून विक्रीचा अनुकूल किंवा प्रतिकूल निर्णय होईपर्यंत ज्या अवस्थातून व्यवहार पूर्ण होत जातो त्या सर्व टप्प्यांची किंवा अवस्थांची एकत्रित क्रमवार मालिका म्हणजे 'विक्रय प्रक्रिया' होय. विक्रय प्रक्रियेतील विविध अवस्था खाली नमूद केल्या आहेत :

१) ग्राहकाचे चित्त आकर्षित करणे :

ग्राहकांचे चित्त आकर्षिक करणे ही पहिली पायरी आहे. प्रथम विक्रेता ग्राहकाचे लक्ष वस्तूकडे आकर्षित करतो. ग्राहकाची गरज पूर्ण करू शकणाऱ्या वस्तूच्या उपलब्धतेविषयी तो माहिती देतो. वस्तू नवीन असल्यास ग्राहकाचे लक्ष वेधून घेण्यासाठी विक्रेत्याला विशेष परिश्रम घ्यावे लागतात. विक्रेत्याच्या या प्रयत्नांमुळे वस्तूची उपयुक्तता व अनुरूपता या संबंधी ग्राहक विचार करू लागतो. साधारणपणे जाहिरात व वस्तूंच्या मांडणीमुळे ग्राहकाला वस्तूची माहिती मिळते व तो वस्तूकडे आकर्षिला जाऊ शकतो.

२) संभाव्य ग्राहकांचा शोध व स्वागत :

विक्रय प्रक्रियेतील दुसरा महत्त्वाचा टप्पा म्हणजे ग्राहकांचा शोध घेणे होय. व्यवसाय हा ग्राहकांशिवाय चालत नाही. व्यवसाय वृद्धीच्या दृष्टीने विक्रेत्याला सातत्याने नव्या ग्राहकांचा शोध घ्यावा लागतो; कारण अनेकविध कारणांमुळे जुन्या ग्राहकांची संख्या कमी होत असते. संभाव्य ग्राहक शोधणे हे काम अत्यंत अवघड असते. त्यासाठी अथक परिश्रम करावे लागतात. प्रवास करावा लागतो. वेळ व पैसा खर्च करावा लागतो. आपल्या वस्तूंची खरेदी करु इच्छिणाऱ्या व्यक्तीस 'संभाव्य ग्राहक' असे म्हणतात. संभाव्य ग्राहक शोधताना ग्राहकांच्या गरजा, इच्छा, त्याची वृत्ती, क्रयशक्ती, क्रयाधिकार इत्यादी बाबींचा अभ्यास विक्रेत्याला करावा लागतो. संभाव्य ग्राहक शोधून काढण्यासाठी विक्रेता व्यवसायाची जुनी दफ्तरे तपासणे, ओळखी, मित्रपरिवार, आप्त, नातलग यांच्यामार्फत ग्राहक शोधणे, मासिके वर्तमानपत्रे यातून ग्राहकांचा शोध घेणे, मतदार यादी, सभासद याद्या इत्यादीतूनही संभाव्य ग्राहकांचा शोध घेता येतो. एकदा संभाव्य ग्राहकाची निवड निश्चित केल्यानंतर कोणत्या व्यक्तीला केव्हा भेटायचे याबाबत विक्रेता आपला कार्यक्रम ठरवीतो व त्याप्रमाणे ग्राहकाची भेट घेऊन त्याला खरेदीसाठी प्रवृत्त करण्याचा प्रयत्न करतो.

३) विक्रय संभाषण :

विक्रीचे बरेचसे यश विक्रेत्याच्या संभाषण चातुर्यावर अवलंबून असते. सूचक संभाषण कसे व कोणत्या क्षणी करावे ही एक कला आहे. त्यासाठी विशिष्ट असे नियम नाहीत, पण अनुभवातून विक्रेता ही कला निश्चितच साध्य करु शकतो. ज्या संभाषणामुळे ग्राहकाच्या क्रयप्रेरणा उत्तेजित होतील व ग्राहक वस्तू खरेदी करण्याचा अनुकूल निर्णय घेईल ती संभाषण पद्धती चांगली समजली जाते.

४) ग्राहकांच्या मनात वस्तूविषयी रस निर्माण करणे :

विक्रेत्याने ग्राहकाच्या मनामध्ये वस्तूची आवड निर्माण करण्याचा प्रयत्न केला पाहिजे. हे कार्य अतिशय महत्त्वाचे आहे कारण ग्राहकाचे चित्त लवकर विचलित होण्याची शक्यता असते. चित्त विचलित झाल्यास विक्रीची शक्यता मावळते. म्हणून ग्राहकांच्या मनात वस्तूविषयी आवड उत्पन्न होण्याकरिता विक्रेत्याने धडपड केली पाहिजे.

५) इच्छा जागृती करणे :

वस्तूविषयी रस किंवा आवड निर्माण झाल्यानंतर त्याचे रूपांतर इच्छेमध्ये होण्यासाठी प्रयत्न केले पाहिजेत. विक्री प्रक्रियेमधील ही महत्त्वाची पायरी आहे. ग्राहकाला अनेक वस्तूंची आवड असते; परंतु या सगळ्या वस्तू खरेदी करण्याची इच्छा त्याच्या मनात असतेच असे नाही. ग्राहकांच्या आवडीचे रूपांतर इच्छा जागृतीमध्ये करण्याचे कार्य विक्रेत्याला करावे लागते. मूलत: आवड किंवा रस निर्माण करण्याचे कार्य योग्य पद्धतीने केलेले असल्यास इच्छा जागृतीचे कार्य करणे सोपे जाते.

६) शंकांचे निरसन करणे :

वस्तूविषयी ग्राहकाच्या असणाऱ्या शंका दूर करणे अतिशय आवश्यक असते. तो शंकामुक्त नसल्यास खरेदीचा निर्णय घेण्यास टाळाटाळ करू शकतो. वस्तू उपयुक्त व चांगल्या दर्जाच्या असल्याबद्दल विक्रेत्याने ग्राहकाची खात्री पटविली पाहिजे. ग्राहकाचा विश्वास संपादन करण्यासाठी त्याच्या सर्व शंका दूर होणे आवश्यक असते.

७) विक्रीचा शेवट :

विक्री प्रक्रियेतील हा शेवटचा टप्पा आहे. ग्राहकाला वस्तू पाहण्याची, तिचा वास घेण्याची, तिला स्पर्श करण्याची, ऐकण्याची व अनुभवण्याची व्यापक मुभा दिली पाहिजे. शेवटी पुन्हा एकदा विक्रय मुद्दे कथित केले पाहिजेत. वस्तूची किंमत, उपयुक्तता, सेवा इत्यादींबद्दल खात्री पटल्याशिवाय ग्राहक वस्तूची खरेदी करणार नाही. यशस्वी विक्रेता आपली क्षमता आणि कौशल्ये यांचा पुरेपूर उपयोग करतो. ग्राहकाच्या मनावर खोल परिणाम घडवून आणण्यासाठी विक्रेत्याने मित्रत्वाच्या भावनेतून ग्राहकाला मार्गदर्शन करण्याचा प्रयत्न केला पाहिजे.

८) विक्रयोत्तर सेवा :

विक्रय प्रक्रियेतील सर्वात शेवटचा टप्पा म्हणजे विक्रयोत्तर सेवा. ग्राहकाने वस्तूची खरेदी केलेली असते. आता ग्राहकाला त्या वस्तूचा वापर कसा करावयाचा याचे प्रात्यक्षिक यात दाखविले जाते. विक्रीचा उद्देश सफल म्हणजेच ग्राहकाला वस्तू विकल्यानंतर विक्रेत्याचे कार्य पूर्ण होते असे नाही तर त्या नंतरचा टप्पा म्हणजे विक्रयोत्तर सेवा होय. आजच्या या तीव्र स्पर्धेच्या काळात विक्रयोत्तर सेवा अत्यंत महत्त्वाची आहे. ग्राहक टिकवून ठेवण्याचा तो एक उत्तम मार्ग आहे. ग्राहकांचे समाधान हा विक्रयकलेचा अंतिम उद्देश असतो. त्या दृष्टीने ही सेवा अत्यंत महत्त्वाची असते. यामध्ये ग्राहकांना विक्रीपश्चात दुरुस्ती, वस्तूची स्वच्छता, वस्तूसाठी लागणाऱ्या सुट्या भागांचा योग्य दरात पुरवठा, वस्तूला लागणारे तेलपाणी, वस्तूचा टिकाऊपणा इत्यादी प्रकारच्या सेवा देण्यात येतात.

३.५.५ व्यक्तिगत विक्री सिद्धांत :

कोणत्याही उद्योग-व्यवसाय संघटनेच्या वृद्धी मिश्रचा एक महत्त्वाचा भाग म्हणून विक्री या संकल्पनेकडे पाहिले जाते. विक्री करणारी व्यक्ती आणि संभाव्य ग्राहक यांच्यात प्रत्यक्ष स्वरूपाची आंतरक्रिया विक्रीमध्ये प्रस्थापित होते. संभाव्य ग्राहक ओळखणे आणि त्यांच्यापर्यंत अपेक्षित गुणवत्तेचे उत्पादन पोहोचवणे याच्यासाठी विक्री व्यक्तीला किंवा विक्री प्रतिनिधीला विक्रीचे विविध सिद्धांत हे मार्गदर्शन करत असतात. विक्रीचे विविध सिद्धांत पुढीलप्रमाणे सांगता येतील :

१) मॉस्लोचा गरज अधिश्रेणी सिद्धांत :

मानसशास्त्रीय दृष्टिकोनातून महत्त्वपूर्ण ठरणारा सिद्धांत म्हणजे मॉस्लोचा गरज अधिश्रेणीचा सिद्धांत होय. मॉस्लो ने १९४३ मध्ये त्याच्या शोधनिंबधामध्ये मानवाच्या पाच स्तरीय गरजा स्पष्ट केल्या होत्या. त्यांच्या मते, लोकांच्या पाच मूलभूत गरजा आहेत त्यांची पूर्तता माणूस एखाद्या विशिष्ट प्राधान्य क्रमाने करत असतो. मानवाच्या गरजा ह्या सर्वप्रथम असताना ज्याच्या मध्ये सुरक्षितता, सामाजिक जबाबदाऱ्या, स्व-प्रतिमा आणि स्व-वास्तविकरण यांचा समावेश होतो. विक्री व्यवहारामध्ये या सिद्धांताचे अनन्यसाधारण असे महत्त्व आहे. या सिद्धांताच्या आधारे विक्री प्रतिनिधी हे त्यांचे जे संभाव्य ग्राहक असतात त्यांच्या पर्यंत पोहोचून त्यांना विविध प्रश्न विचारून त्यांच्या गरजांचा शोध घेतात. मॉस्लोने जी गरजांची अधिश्रेणी स्पष्ट केलेली आहे. त्या अधिश्रेणीमध्ये ग्राहक कोणत्या श्रेणीत समाविष्ट होतो आहे याची चाचणी संबंधित विक्री प्रतिनिधीच्याद्वारे केली जाते.

२) खरेदीकर्ता सिद्धांत :

खरेदीकर्ता सिद्धांत हा '५ W' चा सिद्धांत म्हणून ओळखला जातो. या सिद्धांतात नमूद केल्याप्रमाणे संघटनेचा जो विक्री प्रतिनिधी असतो तो त्याचे संभाव्य ग्राहक किंवा संभाव्य खरेदी कर्ते लक्षात येण्यासाठी काही आराखडाबद्ध काही प्रश्न विचारतो. जसे की, एखाद्या वस्तूची तुम्ही का खरेदी करणार आहात? कोणत्या गोष्टीची खरेदी करावयाची आहे? कुठून खरेदी करणार आहे? उत्पादनाची योग्य किंमत काय असावी वस्तू खरेदी करण्याची योग्य वेळ कोणती? या सारखे मुलभूत प्रश्न विक्री प्रतिनिधी आपल्या ग्राहकाला विचारू शकतो ज्यामुळे संबंधित विक्री प्रतिनिधी हा ग्राहकांचे विविध स्तरांनुसार वर्गीकरण करू शकतो.

३) ग्राहक निर्णय प्रक्रिया :

कोणत्याही वस्तूची खरेदी करण्यापूर्वी प्रत्येकच ग्राहक हा ग्राहक निर्णय प्रक्रियेतून जात असतो. ग्राहक निर्णय प्रक्रिया ही गरजांच्या ओळखीतून आणि प्राधान्य क्रमाच्या आधारे सुरू होते. ज्यामध्ये ग्राहक नेमकी कोणती वस्तू किंवा सेवा खरेदी करावयाची आहे याचा निर्णय होतो. त्यानंतर तो संबंधित वस्तू किंवा सेवेची सर्व माहिती गोळा करतो. त्यानंतर बाजारपेठेत संबंधित वस्तू आणि सेवेला असणारे जे विकल्प आहेत त्यांचा शोध घेऊन त्यातून योग्य विकल्प/पर्यायांची निवड करतो उत्पादन किंवा सेवांचा अनुभव प्रत्यक्ष घेतल्यानंतर त्याद्वारे अपेक्षांची किती प्रमाणात पूर्तता होते? याचे मूल्यांकन केले जाते.

४) सर्वस्वाधारित खरेदी प्रेरणा :

या सिद्धांताच्या नुसार खरेदी प्रेरणा ज्या असतात त्या प्रेरणांमध्ये तुलना करून पाहिली जाते. व्यक्तीला ज्या खरेदी प्रेरणा असतात त्यांची निर्मिती विविध संभाव्यतांच्या आधारे होत असते. भावनिकतेवर आधारित खरेदी प्रेरणा आणि तर्काधिष्ठित प्रेरणा या दोन प्रकारच्या प्रेरणांमध्ये तुलना करून योग्य तो निर्णय घेतला जातो. सर्व साधारणपणे असे दिसून येते की, खरेदी निर्णयनाच्या प्रक्रियेत भावनिक प्रेरणा ज्या असतात त्या महत्त्वाच्या भूमिका निभावतात.

३.५.६ व्यक्तिगत विक्री पद्धती :

व्यक्तिगत विक्रीच्या पद्धती या प्रामुख्याने उत्पादन किंवा खरेदीकर्त्यांच्या वैशिष्ट्यांवरती अवलंबून असतात. व्यक्तिगत विक्री पद्धती पुढीलप्रमाणे स्पष्ट करता येतील :

१) सेलिंग अॅक्रॉस द टेबल :

व्यक्तिगत विक्रीच्या या पद्धतीत कंपनीचे जे विक्री प्रतिनिधी असतात ते संभाव्य ग्राहक जे आहेत त्यांना साधारणपणे कंपनीच्या परिसरात बोलावतात आणि विक्री विनिमय करतात किंवा बऱ्याचदा कंपनी मार्फत या

ग्राहकांना एखाद्या विशिष्ट ठिकाणी एकत्रितरित्या बोलावले जाते. या पद्धतीचा वापर हा प्रामुख्याने दीर्घकालीन आणि उच्च विनिमय मूल्य असणाऱ्या उत्पादन किंवा सेवांच्या संदर्भात केला जातो. यामुळे कंपनीचे ग्राहक आणि पुरवठादार यांच्यामध्ये दीर्घकालीन संबंध प्रस्थापित केले जातात. अशा विक्रीचे उदाहरण म्हणून फ्रॅब्रिकेटेड पार्टस, कच्चा माल, अवजड साधने यांच्याकडे पाहता येते. या पद्धती वापरला जाणारा चर्चा विनिमय आणि देवाण घेवाणीचा जो काळ असतो तो दीर्घ असतो. यात जी चर्चा केली जाते ती प्रामुख्याने किंमत, गुणवत्ता आणि पुरवठ्याच्या अटी यांच्याशी संबंधित असते. यामध्ये विनिमयाची प्रक्रिया पूर्ण होण्यासाठी विक्री प्रतिनिधीकडे आवश्यक कौशल्ये आणि कलृप्त्या तसेच परिपक्वता असणे गरजेचे असते, की ज्यामुळे जो विनिमय व्यवहार केला जाईल त्याने कंपनीला लाभ प्राप्त होईल. अशा प्रकारचे हे व्यवहार व्यक्तिगत ग्राहकाशी केले जातात. फारच कवचित जे नोंदणीकृत वितरक किंवा विवरक आहेत त्यांच्याशी समूह स्वरूपात हे व्यवहार केले जातात.

२) सेलिंग अॅट द काऊंटर :

विक्री पद्धती पैकी वापरली जाणारी सर्रास पद्धती म्हणून याच्याकडे पाहिले जाते. कपंनीचे स्वत:चे जे रिटेल शॉप असते त्याच्या माध्यमातूनच कंपनी विक्रीचे व्यवहार करते. यामध्ये कंपनीचा जो विक्री प्रतिनिधी असतो तो एखाद्या कांऊटरच्या इथे बसलेला असतो. जे ग्राहक उत्पादनाच्या संदर्भात विचारणा करायला येतात त्यांना त्या उत्पादनाची आवश्यक ती सर्व माहिती तो देतो तसेच उत्पादनाचे प्रात्यक्षिक करून दाखवतो व ग्राहकाला आवश्यक ती सर्व माहिती प्रदान करतो. ग्राहक उपलब्ध माहिती आणि प्रात्यक्षिकाच्या आधारे वस्तू खरेदीचा निर्णय घेतो. बाटा, कॅरोना शुज, मेल्डिड लगेन वस्तू, छनी विषयक उपकरणे या सर्वांची विक्री अशा प्रकारे केली जाते. त्याचप्रमाणे स्पेअर पार्टस् ऐडीमेट गारमेंट, कपडे, घड्याळे यांची देखील या पद्धतीने विक्री केली जाते. साधारणपणे एकूण विक्री पैकी ७५% विक्री उलाढाल ही या पद्धतीने केली जाते.

३) घरोघरी जाऊन विक्री :

कंपनीच्या रिटेल आऊटलेट मधून विक्री करण्याच्या ऐवजी कंपनीचे जे विक्री प्रतिनिधी असतात ते संभाव्य ग्राहकांच्या घरी किंवा कार्यालयामध्ये जाऊन उत्पादनाची विक्री करतात जे खरेदीकर्ते असतात ते बहुतेकदा व्यापारी-मध्यस्थ किंवा व्यावसायिक खरेदी कर्ते असतात ते उत्पादनाचे सर्वांत शेवटचे उपभोक्ते नसतात. यामध्ये विक्री प्रतिनिधी हे संभाव्य ग्राहकांना प्रत्यक्ष स्वरूपात ते उत्पादन कसे असेल? याचे दर्शन त्यांना घडवतो. कंपनीचे विक्री प्रतिनिधी हे त्यांच्या ग्राहकांपर्यंत जातात आणि त्यांना त्या उत्पादनाची सविस्तर माहिती सांगतात जे विक्री प्रतिनिधी असतात ते दर दिवशी वस्तूची नव्याने नोंद घेतात.

४) लिलाव विक्री :

लिलाव विक्री ही विक्रीची एक विशिष्ट पद्धत असून त्याद्वारे कपंनीचे विक्री प्रतिनिधी हे एखाद्या विशिष्ट ठिकाणी आणि विशिष्ट वेळेस भेटण्यासाठी बोलावतात. त्यामध्ये कंपनीचा विक्री प्रतिनिधी उत्पादनाची माहिती ही त्यात देतो आणि लिलावाच्या व बोलीच्या स्वरूपात वस्तूची विक्री केली जाते.

५) निविदा विक्री :

या स्वरूपाच्या विक्रीत कंपनी वस्तूच्या विक्रीसाठी जाहीर स्वरूपाच्या निविदा काढते, त्या संदर्भातील जाहिरात कंपनी देते. त्यानंतर जमा झालेल्या सर्व निर्वादांचा अभ्यास कंपनी मार्फत केला जातो आणि त्यानंतर कंपनीला ज्या किंमतीने फायदा होऊ शकतो त्याच्या नावे वस्तूची विक्री केली जाते. यामध्ये खरेदीकर्ता हा जर शासनकर्ता किंवा शासनाशी संबंधित असेल त्यांच्याकरिता निर्वेदेचा वापर केला जातो.

३.५.७ व्यक्तिगत विक्रीच्या मर्यादा :

व्यक्तिगत विक्रीच्या मर्यादा पुढीलप्रमाणे स्पष्ट करता येतील :

१) खर्चिक :

व्यक्तिगत विक्री ही पद्धती ज्यावेळेस वृद्धी तंत्राचा एक भाग म्हणून वापरली जाते त्यावेळेस ही पद्धती खर्चिक असल्याचे दिसून येते. एखाद्या विक्री प्रतिनिधी कडून वस्तू घेऊन ती ग्राहकापर्यंत पोहोचवणे यामध्ये बराच कालावधी जाण्याची शक्यता असते. त्या दरम्यान ग्राहक आणि विक्री प्रतिनिधी यांच्यात कायमस्वरूपी संबंध राहतीलच असे नाही आणि त्याचप्रमाणे व्यक्तिगत विक्री हा एक दृष्टिकोन आहे त्याचे सार्वत्रिकीकरण करता येणे अशक्य असते. व्यक्तिगत विक्रीची यशस्वीतता ही उत्पादनाच्या स्वरूपावरती अवलंबून असते.

२) कुशल विक्री प्रतिनिधीची उपलब्धता :

व्यक्तिगत विक्रीच्या माध्यमातून जर विक्री करावयाची असेल किंवा वृद्धी तंत्र वापरावयाचे असेल तर त्यासाठी काही विशिष्ट कौशल्ये धारण करणाऱ्या विक्री प्रतिनिधीची आवश्यकता असते आणि अशा प्रकारचा कुशल प्रतिनिधी उपलब्ध होईलच असे सांगता येत नाही, सक्षम विक्री प्रतिनिधीला निवडून त्याला प्रशिक्षित करून त्याला विक्री प्रक्रिया समजून सांगणे, यामध्ये वेळेचा मोठ्या प्रमाणात अपव्यय होतो. एवढे झाल्यावर देखील संबंधित विक्री प्रतिनिधी हा कर्मचारी आणि ग्राहक यांच्याशी प्रामाणिक बदलणाऱ्या राहिलच याची खात्री देता येत नाही. त्याचप्रमाणे सातत्याने बदलणाऱ्या व्यावसायिक वातावरणात या विक्री प्रतिनिधीला स्वत:ला समायोजित करणे जमले पाहिजे.

३) ग्राहक विश्वासर्हतेचा मोठा हिस्सा :

व्यक्तिगत विक्री ही एक अशी प्रक्रिया आहे की ज्यामध्ये विक्री प्रतिनिधी आणि ग्राहक यांच्यामध्ये प्रत्यक्ष स्वरूपाचे संबंध प्रस्थापित होतात. त्यामुळे या प्रक्रियेत ग्राहक विश्वासार्हता हा महत्त्वाचा मुद्दा ठरतो. त्यामुळे ग्राहक विश्वासार्हता टिकवून ठेवणे हे सर्वस्वी कंपनीवर अवलंबून असते. योग्यवेळी विक्री प्रतिनिधीची उपस्थिती आणि त्याद्वारे दिल्या जाणाऱ्या सेवा यांच्या आधारे ग्राहक विश्वासार्हता ही टिकवून धरली जाते.

४) प्रशासकीय समस्या :

व्यक्तिगत विक्रीमध्ये प्रशासकीय समस्या या अधिक प्रमाणात निर्माण होतात. मनुष्यबळ नियोजन करणे, संघटन करणे व त्यांच्यात समन्वय प्रस्थापित करून या मनुष्यबळाला नियंत्रित करणे यासाठी मोठ्या प्रमाणात मानवी ताकद कंपनीला उपलब्ध करून द्यावी लागते. तसेच व्यक्तिगत विक्रीमध्ये निर्माण होणाऱ्या ज्या समस्या आहेत त्या शोधून त्यांच्यावर तात्काळ उपाययोजना करणे हे सतत बदलणाऱ्या वयवसायिक स्थितीमुळे शक्य होत नाही. त्यामुळे प्रशासकीय समस्या हा व्यक्तिगत विक्रीत महत्त्वाचा मुद्दा ठरतो.

५) सोपा व्यवसाय नाहीत :

विक्री प्रतिनिधित्त्व करणे हा साधा व सोपा रोजगार किंवा व्यवसाय नाही ज्या व्यक्ती बर्हिमुख आहेत त्याच केवळ या प्रकारच्या रोजगाराची निवड करू शकतात. कुटूंबापासून दूर राहून कठिण परिश्रम घ्यावयाची तयारी विक्री प्रतिनिधीकडे असावी लागते. प्रत्येकच विक्री प्रतिनिधीत सक्षम आणि चांगले ग्राहक उपलब्ध होतील असे नाही. त्यामुळे मानसिक आणि शारीरिक तणाव यांचे व्यवस्थापन करता येणे हे देखील महत्त्वाचे ठरते. विक्री प्रतिनिधीला लवचिक तसेच ताठर देखील असावे लागते. त्याच्या शिवाय जे उद्धट ग्राहक असतात त्यांच्याशी व्यवहार पूर्णत्त्वास नेता येत नाही.

६) समाजातील आदराचे स्थान नाही :

भारतासारख्या देशांत विक्री प्रतिनिधित्वाच्या व्यवसायाला म्हणावे तितकी आजही आदराचे स्थान दिले जात नाही. काही लोक अतिशय सहजपणे या व्यवसायात प्रवेश करतात पण त्यांना दीर्घकाळापर्यंत यामध्ये टिकून राहता येत नाही.

७) घोटाळे (भ्रष्टाचार) होण्याची शक्यता :

विक्री प्रतिनिधित्वात घोटाळे आणि वाममार्ग अवलंबला जाण्याची शक्यता ही मोठ्या प्रमाणात असते. विक्री प्रतिनिधीकडून आचरणात आणले जाणारे वाममार्ग व त्याच्या विक्री आणि ग्राहक यांवरती होणाऱ्या परिणामामुळे कंपनीला धोका निर्माण होऊ शकतो. त्यामुळे या व्यवसायात मोठ्या प्रमाणात भ्रष्टाचार केला जाऊ शकतो.

➪ ३.६ प्रसिद्धी :

प्रसिद्धी हे विक्री वृद्धीचे एक साधन आहे. जाहिराती, व्यक्तिगत विक्री, विक्रय वृद्धीची आखणी व्यावसायिकाने स्वत: केलेली असते व त्याचे या क्रियांवर पूर्णपणे नियंत्रण असते, पण प्रसिद्धी माध्यमावर तो सहजा-सहजी नियंत्रण ठेऊ शकत नाही. जाहिरात आणि प्रसिद्धी हे दोन्ही शब्द एकाच अर्थाने वापरले जात असले तरी त्यांच्यात फरक आहे. जनतेला ज्ञात करून दिली जाणारी माहिती म्हणजे प्रसिद्धी होय. ही एक प्रकारची प्रचार क्रिया आहे. लोकांचे लक्ष विशिष्ट गोष्टीकडे आकर्षित करणे हा याचा उद्देश असतो. पण लोकांवर त्याचा काय परिणाम होईल, हे मात्र सांगता येत नाही.

३.६.१ अर्थ :

एकाच वेळेस अनेक लोकांपर्यंत संदेशवहनाची प्रस्थापना करण्यासाठी प्रसिद्धीचा वापर केला जातो. यामध्ये जे ग्राहक आहेत त्यांचा योग्य तो प्रतिसाद येईलच असे नसते. ही जी प्रसिद्धी केली जाते ती संघटनेद्वारे कोणत्याही मोठ्या प्रमाणातील खर्चाशिवाय केली जाते. जनसंपर्काचा एक भाग म्हणून प्रसिद्धीकडे पाहिले जाते. प्रसिद्धीत विविध भाषणे, मुलाखती, परिसंवाद, देणग्या देणे यांचा समावेश होतो.

३.६.२ व्याख्या :

प्रसिद्धीच्या व्याख्या पुढीलप्रमाणे सांगता येतील :

१) विल्यम स्टॅन्टन :

''प्रसिद्धी हा विक्री वृद्धीचा एक भाग असून संघटनेच्या उत्पादनाची माहिती सर्वदूर पसरवण्याचे काम केले जाते. त्यात केली जाणारी प्रसिद्धी ही संघटनेद्वारे कोणत्याही लाभाच्या दृष्टिकोनातून केली जात नाही.''

२) फिलिप कोटलर :

''एखाद्या उद्योग-व्यवसाय संस्थेच्याद्वारे उत्पादन किंवा सेवा यांच्या बद्दलची माहिती ही लोक संपर्काच्या साधनांच्या माध्यमातून केली जाते आणि त्यासाठी कोणत्याही प्रकारचा खर्च प्रत्यक्षरीत्या उद्योग-व्यवसाय संस्थद्वारे केला जात नाही.''

३.६.३ जाहिरात आणि प्रसिद्धीतील फरक :

जाहिरात आणि प्रसिद्धीतील फरक पुढीलप्रमाणे सांगता येतील :

मुद्दे/घटक	जाहिरात	प्रसिद्धी
कारक घटक	जाहिरातींद्वारे केले जाणारे संप्रेषण हे कपंनीमार्फत केले जाते.	प्रसिद्धी ही लोकांच्या माध्यमातून केली जाते.
कालावधी	संघटनेद्वारे ब्रँडची प्रस्थापन होण्यासाठी उपयोगात आणलेली दीर्घकालीन व्यूहरचना म्हणून याकडे पाहिले जाते.	संघटनेची अल्प उद्दिष्टे साध्य करण्यासाठी अल्पकालीन व्यूहरचना म्हणून प्रसिद्धीकडे पाहिले जाते.
स्वरूप	अवैयक्तिक स्वरूपाचा संदेश वहनाचा प्रकार म्हणून जाहिरातींकडे पाहिले जाते	प्रसिद्धी ही वैयक्तिक व अवैयक्तिक अशा दोन्ही स्वरूपाची असते.
प्रभाव	जाहिरातीने संबंधित वस्तू किंवा सेवेच्या विक्रीत वृद्धी होते.	प्रसिद्धी मुळे सकारात्मक किंवा नकारात्मक प्रतिमा निर्माण होऊ शकतात.
हेतू	बहुतेक व्यावसायिक संघटन या जाहिरातीचा वापर हा उत्पादन किंवा सेवेचा वापर आणि ब्रँड विषयक जाणीव जागृती निर्माण करण्यासाठी करतात.	प्रसिद्धीद्वारे लोकांना उत्पादन किंवा सेवेकडे आकर्षित केले जाते.
खर्च	प्रत्येक व्यावसायिक संघटना ही जाहिरातीचा वापर हा व्यूहरचनेच्या स्वरूपात करतात त्यामुळे त्याकरिता केला जाणारा खर्च स्वाभाविक असतो.	प्रत्येकच व्यावसायिक संघटना प्रसिद्धीचा वापर करेलच हे सांगता येत नाही.
प्रायोजकत्व	बहुतेकदा जाहिराती या कंपनी अथवा व्यक्तीकडून प्रायोजित केल्या जातात.	प्रसिद्धी मोहिमांना कोणत्याही प्रकारे निश्चित असा एकच एक प्रायोजक नसतो.
मापन	जाहिरातीद्वारे होणाऱ्या परिणामांचे मूल्यमापन केले जाते.	प्रसिद्धीद्वारे होणारे जे लाभ आहेत त्याचे मापन सहजपणे करता येत नाही.

➪ ३.७ विक्रय वृद्धी :

वृद्धी मिश्रातील एक महत्त्वपूर्ण घटक व व्यूहरचना म्हणजे विक्रयवृद्धी होय. ग्राहकांनी त्वरित वस्तू खरेदी कराव्यात यासाठी उत्पादकांद्वारे वापरल्या जाणाऱ्या प्रलोभनांचा व तंत्रांचा समावेश विक्रय वृद्धीत केला जातो. विक्रयवृद्धीद्वारे उत्पादक आपल्या उत्पादनाच्या विक्रीसाठी अधिक प्रयत्न करत असतो. त्यामुळे विक्रयवृद्धी फायदेशीर ठरते.

३.७.१ अर्थ :

विक्रयवृद्धी या संकल्पनेचा संबंध व्यवसाय संघटनेची विक्री वाढविण्यासाठी हाती घेण्यात येणाऱ्या विविध कार्यांशी येतो. विक्री वाढविण्यासाठी केल्या जाणाऱ्या सर्व प्रयत्नांचा समावेश विक्रयवृद्धीमध्ये होतो. अलीकडच्या काळात 'विक्रयवृद्धी' या संज्ञेचा वापर मुक्तपणे केला जात आहे; परंतु त्याचा नेमका अर्थ लक्षात घेतला जातोच असे नाही. विक्रयवृद्धी म्हणजे अशी कोणतीही कृती किंवा कोणताही असा निर्णय की जो विक्रीमध्ये वाढ घडवून आणतो अथवा विक्रीमध्ये वाढ होण्यास कारणीभूत ठरतो म्हणून विक्री कर्मचारी जे कार्य करतात, त्याचाही समावेश विक्रयवृद्धीमध्ये होतो.

३.७.२ व्याख्या :

विक्रय वृद्धीच्या व्याख्या पुढीलप्रमाणे स्पष्ट करता येतील :

१) जी. डब्ल्यू. हॉकिन्स :

" जाहिरातीची परिणामकारकता वाढावी आणि वितरकांना उपयोग व्हावा या हेतूने केलेले, सुसंघटित प्रयत्नांनीयुक्त विक्रीकार्य म्हणजे विक्रयवृद्धी होय."

२) ए.एच. आर. डेलान्स :

" विक्रयवृद्धी म्हणजे कोणतीही कृती की, जी विक्रीसाठी किंवा विक्रीमध्ये वाढ होण्यासाठी केली जाते. या संज्ञेचा संबंध समन्वयाच्या माध्यमातून, जाहिरात आणि व्यक्तिगत विक्री यांना पूरक म्हणून व त्यांची परिणामकारकता वाढविण्यासाठी केलेल्या विक्रीकार्याशी येतो."

३.७.३ विक्रय वृद्धीची उद्दिष्टे :

विक्री संवर्धनाचे मुख्य उद्दिष्टे उत्पादन आणि सेवांच्या मागणी नमुण्यात बदल घडवून आणणे हा आहे. मूलभूतपणे विक्री संवर्धनाला तीन महत्त्वाची उद्‌दिष्टये आहेत. पहिले, संभाव्य खरेदीदाराला महत्वाची विपणन माहिति प्रदान करणे दुसरे उद्‌दिष्ट मन वळवू शकणाऱ्या उपायाच्या साहाय्याने संभाव्य खरेदीदाराला पटविणे आणि प्रभावित करणे आणि शेवटचे तिसरे उद्दिष्ट विक्री संवर्धन स्पर्धेतील शक्तीशाली साधन म्हणुन कार्य करणे. विक्री संवर्धनाची महत्त्वाची उद्दिष्ट्ये खालीलप्रमाणे आहेत :

१) नवीन उत्पादन किंवा सेवांची ओळख करुन देणे :

विक्री संवर्धन अनेकदा संभाव्य ग्राहकांना नवीन उत्पादने आणि सेवांचा वापर करण्यासाठी प्रवृत्त करण्यासाठी वापरले जाते. विक्रतेसुद्‌धा बाजारपेठेत नवीन उत्पादन आणि सेवांची ओळख करुन देण्यासाठी प्रवृत्त करतात. सामान्यातः अशा उत्पादन व सेवा सुरू करण्याच्या वेळी विक्रेत्यांकडून मोफत नमुने (ऋीशश डराश्रिश) पुरविले जातात. त्याचप्रकारे नवीन उत्पादन किंवा नवीन सेवेशी सामोरे जाताना विक्रेत्याला रोख किंवा मालात सुट दिली जाते. मोफत नमुना, व्यापारी सुट , रोख सुट या मुळात विक्री संवर्धनचे उपाय आहेत.

२) नवीन ग्राहकांना आकर्षित करणे :

विक्री संवर्धन उपाय संघटनेत नवीन ग्राहकांना आकर्षित करण्यासाठी महत्त्वाची भूमिका बजावतात. सामान्यातः नवीन ग्राहक या त्या व्यक्ती असतात. ज्या इतर व्यवसायापासून दूर पळतात. नमुने,भेटवस्तू, बक्षिस,इ. नवीन ग्राहकांना प्रोत्साहित करण्यासाठी वापरतात.

३) अधिक खरेदी करण्यासाठी ग्राहकाला प्रवृत्त करणे :

विक्री संवर्धन साधुन अनेकदा संस्थेतील विद्‌यमान ग्राहकांना अधिक खरेदी करण्यासाठी प्रवृत्त करण्यासाठी वापरतात. उत्पादन सुधारणा, दोन उत्पादनांच्या किंमतीत तीन उत्पादने देऊ करणे, सुट कुपन हे विक्री संवर्धनाचे काही साधने आहेत. जे संस्थेद्‌वारे विद्‌यमान खरेदीदारांना अधिक फायदेशीर उत्पादने खरेदी करण्यासाठी प्रवृत्त करतात.

४) संस्थेला स्पर्धात्मक राहण्यासाठी मदत करणे :

सर्वाधिक संस्था बाजारपेठेत स्पर्धात्मक राहण्यासाठी राहण्यासाठी विक्री संवर्धन क्रिया अंगिकारतात. म्हणून आधुनिक स्पर्धात्मक जगात कोणतीही संस्था विक्री संवर्धन क्रिया अंगिकारण्याच्या जबाबदारीतून बाहेर पडू शकत नाही.

५) बंद हंगामात विक्रीत वाढ करणे :

अनेक उत्पादने उदा. एअर कुलर,पंखे, रेफ्रिजरेटर, एअर-कंडिशनर, शीतपेय, रूमहिटर, इ. यांना हंगामी मागणी असते. उत्पादक आणि विक्रेते वर्षभर मागणी स्थिर ठेवण्यासाठी अशा प्रकारच्या मालाला सामोरे जातात. दुसऱ्या शब्दात संस्था बंद हंगामात देखील असा माल खरेदी करण्यासाठी प्रवृत्त करते. मंदीच्या काळात बाजारपेठेत अशा वस्तूंना सुट आणि किंमत कपात केली जाते त्यामागचे मुख्य कारण हे आहे.

६) विक्रेता साठा जोडण्यासाठी :

घाऊक आणि किरकोळ विक्रेत्यांसारखे विक्रेते सामान्यतः मालाच्या प्रकारांना सामोरे जातात. जेव्हा उत्पादक विक्री संवर्धन साधनांद्वारे ग्राहकांच्या प्रयत्नांची उणीव भरुन काढतो तेव्हा विक्री प्रक्रिया अधिक सुलभ होते. जेव्हा विक्री संवर्धकाकडून उत्पादन व सेवांना चांगला प्रतिसाद दिला जातो तेव्हा विक्रेते आपोआप अधिक माल घेण्यास प्रवृत्त होतात.

३.७.४ विक्रय वृद्धीचे महत्त्व :

विक्रय वृद्धीचे महत्त्व पुढील मुद्यांच्या आधारे जाणून घेता येईल :

अ) ग्राहकांच्या दृष्टीने महत्त्व :

ग्राहकांच्या दृष्टीने विक्रय वृद्धीचे काय महत्त्व आहे हे पुढील मुद्यांच्या आधारे जाणून घेता येईल :

१) खरेदी विश्वासात वाढ :

मोफत नमुना वाटप घडवून आणणे हा ग्राहकांना उत्पादनांकडे आकर्षित करुन घेण्यासाठी एच चांगला मार्ग आहे. नमुना स्वरुपातील वस्तुंच्या आधारे ग्राहक गुणवत्तेबाबतच अंदाज घेतात व गुणवत्ता चांगली वाटल्यास त्यांचा खरेदी करण्यासाठीचा विश्वास वाढतो.

२) किंमतीत घट :

वृद्धी कार्यक्रमांद्वारे कंपन्या ग्राहकांना खरेदीस प्रवृत्त करण्यासाठी सवलत किंवा सूट जाहीर करतात. जेव्हा एखाद्या वस्तूवर १०% किंवा २०% सवलत मिळते तेव्हा ग्राहक जास्त प्रमाणावर वस्तू खरेदी करत असतात. कारण त्यांचा त्यात फायदा असतो.

३) नवीन उत्पादनांची उपलब्धता :

विक्रय वृद्धी तंत्रामुळे नवीन उत्पादनांची विक्री करणे सोपे बनते. यातून ग्राहकांना बाजारपेठेत नवनवीन उत्पादने किंवा वस्तू उपलब्ध होतात. विक्रय वृद्धीद्वारे वेगवेगळ्या प्रकारचे लाभांश दिले जातात. त्यामुळे ग्राहकांना नवीन वस्तू उपलब्ध होण्यास मदत होते.

४) आनंद प्राप्ती :

वेगवेगळ्या प्रकारचे लाभांश, प्रलोभने, नमुना स्वरुपातील वस्तू, प्रदर्शने यांमुळे ग्राहकांना आपल्या मनपसंतीच्या वस्तू प्राप्त करण्याचा आनंद प्राप्त होत असतो.

५) ज्ञानात वाढ :

विक्रय वृद्धीमुळे ग्राहकांच्या ज्ञानात वाढ घडून येत असते कारण या प्रक्रियेमुळेच ग्राहकांना वस्तूंची गुणवत्ता, वस्तूंचा वापर, कार्यपद्धती, व्यवस्थापन इ. घटकांबाबतची माहिती प्राप्त होत असते.

६) शोषणाचे उच्चाटन :

ग्राहकांचे होणारे शोषण किंवा फसवणूक यांचे उच्चाटन घडून येण्यास विक्रयवृद्धी उपयुक्त ठरते. कारण वृद्धी कार्यक्रमांद्वारे ग्राहकांना खरेदी करण्यापूर्वीच वस्तू बाबतची पूर्ण माहिती प्राप्त होते. त्यामुळे ग्राहक अगदी सतर्क राहून वस्तूंची खरेदी करतात.

ब) उत्पादकांच्या दृष्टीने महत्त्व :

विक्रय वृद्धीचे उत्पादकांच्या दृष्टीने असणारे महत्त्व पुढील मुद्यांच्या आधारे स्पष्ट करता येईल :

१) नवीन बाजारपेठेत प्रवेश :

विक्रय वृद्धीच्या माध्यमातून नवीन बाजारपेठांत प्रवेश करणे व तेथे आपला प्रभाव निर्माण करणे उत्पादकांना शक्य होत असते. त्यामुळे ही प्रक्रिया उत्पादकांच्या दृष्टीने महत्त्वाची आहे.

२) खर्चावर नियंत्रण व चांगले परिणाम :

उत्पादकांचे वृद्धी कार्यक्रमांवर पूर्ण नियंत्रण असल्यामुळे ते आवश्यक स्वरूपाचा खर्च टाळू शकतात. तसेच या प्रक्रियेद्वारे अधिक चांगले परिणाम ते प्राप्त करु शकतात.

३) विक्रीत वाढ :

विक्रय वृद्धी तंत्रे ही विक्रीत वाढ घडवून आणण्यासंदर्भात अनुकूल परिणाम देतात. जेव्हा वृद्धी प्रचार सुरु असतो तेव्हा वस्तूंच्या मागणीत निश्चितच वाढ घडून येत असते. यातून विक्रीत वाढ घडून येण्यास मदत होते.

४) माध्यमांच्या क्रियांमध्ये प्रभावीपणा :

विक्रयवृद्धी मुळे जाहिराती व इतर माध्यमांच्या क्रियांमध्ये प्रभावीपणा निर्माण होतो. कारण विक्रयवृद्धीमुळे वस्तू व सेवा यांचा मोठ्या प्रमाणावर प्रसार घडवून आणला जातो व माध्यमे क्रियाशील बनतात.

५) वैयक्तिक विक्रीस मदत :

विक्रयवृद्धी ही एक वैयक्तिक विक्री प्रक्रिया आहे. कारण वस्तूंचा प्रचार करणारे घटक अनेक वैयक्तिक मार्गांचा अवलंब करतात. ग्राहकांच्या घरी जावून त्यांना वस्तू घेण्यासाठी प्रवृत्त केले जाते. म्हणजेच वैयक्तिक विक्रीस मदत होते.

६) विक्री प्रक्रियेत सुलभता :

विक्रयवृद्धीमुळे विक्री प्रक्रिया अधिक सुलभ बनते. कारण सवलती व सूट दिल्यामुळे ग्राहक आपोआप खरेदी करण्यासाठी येतात. त्यासाठी व्यावसायिकांना जास्त श्रम करावे लागत नाहीत.

३.७.५ विक्रय वृद्धीची साधने :

विक्रीत वृद्धी घडवून आणणे हे कुठल्याही उद्योग व्यवसायाच्या दृष्टीने महत्त्वाचे असते. कारण विक्री जास्त प्रमाणावर झाली तरच नफा प्राप्त होतो. त्यामुळे विक्रीत वृद्धी घडवून आणण्यासाठी उत्पादक बाजारपेठ धारक प्रयत्नशील असतात. त्यासाठी वेगवेगळ्या साधनांचा वापर केला जातो त्यामुळे विक्रय वृद्धीसाठी वापरल्या जाणाऱ्या साधनांची माहिती जाणून घेणे योग्य ठरेल :

अ) ग्राहक वृद्धी साधने :

ग्राहकांच्या दृष्टीने विक्रयवृद्धी राबवताना पुढील साधनांचा वापर केला जातो.

१) नमुना :

एखाद्या उत्पादनाची चाचणी घेण्यासाठी त्या उत्पादनाचा नमुना ग्राहकांना विनामूल्य पुरविला जातो. वेगवेगळ्या मार्गाद्वारे हा नमुना ग्राहकांपर्यंत पोहचविला जातो. यातून ग्राहकांना त्या उत्पादनाची माहिती प्राप्त होते. ग्राहक नमुना स्वरूपातील उत्पादन वापरुन त्या उत्पादनाची चाचणी घेतात.

२) कुपन्स :

खरेदीवर विशिष्ट स्वरूपाची बचत ग्राहकांना व्हावी यासाठी ग्राहक त्यासंबंधीचे कुपन पुरवितात. वर्तमानपत्राद्वारे किंवा फेमद्वारे हे कुपन ग्राहकांना पुरविले जातात. या कुपनचा वापर करुन ग्राहक खरेदी करताना विशिष्ट किंमतीच्या खरेदीवर सवलत प्राप्त करतात.

३) सूट किंवा सवलत :

दुकानांमध्ये ग्राहकांसाठी विशिष्ट किंमती पर्यंतच्या खरेदीवर २०% किंवा ५०% या स्वरूपात डिसकाऊंट किंवा सूट दिली जाते. तसेच बऱ्याच वेळेस ग्राहकांना खरेदीच्या काही विशिष्ट टक्केवारीपर्यंतचे पैसे परत केले जातात. यातून ग्राहक जास्तीतजास्त वस्तू घेण्यास प्रवृत्त होतात.

४) किंमत पॅक्स :

यात एखादी वस्तू ज्या किंमतीची असेल त्यापेक्षा कमी किंमतीत ती खरेदी करता यावी यासाठी दोन वस्तू घेतल्यावर विशिष्ट किंमतीची सूट दिली जाते किंवा दोन तसेच चार वस्तू घेतल्यावर त्यावर एखादी वस्तू मोफत दिली जाते. यातून ही विक्री वाढण्यात मदत होते.

५) भेटवस्तू :

एखादी विशिष्ट वस्तू घेतल्यानंतर दुकानदार आपल्यास दिवाळीच्या हंगामात किंवा इतर सण-उत्सवांच्या हंगामात काही वस्तू भेट म्हणून देतात. अनेक ठिकाणी ग्राहकांना विशिष्ट किंमती पर्यंतची खरेदी केल्यावर भेटवस्तू देण्याची पद्धती अवलंबली जाते. यातून ग्राहक वस्तू खरेदी करण्यास प्रवृत्त होतात.

६) पारितोषिके :

खरेदी केल्यावर काही ठिकाणी ड्रा स्वरूपात ग्राहकांना पारितोषिके देण्याची योजना केलेली असते. ग्राहकांनी खरेदी केल्यानंतर त्यांना कुपन दिले जाते. सर्व ग्राहकांच्या कुपन मधून एकाची ड्राद्वारे निवड केली जाते व जिंकणाऱ्यास काही तरी पारितोषिक दिले जाते. हे देखील विक्रय वृद्धीचे एक माध्यम आहे.

७) विशिष्ट बहुमान :

काही मोठ्या दुकांनामध्ये ग्राहकांना खरेदी वरती विशिष्ट बहुमान दिले जातात. यात दुकानदार विविध ग्राहकांमधून विशिष्ट ग्राहकांची ड्राद्वारे निवड करुन त्यांना मोफत हवाई सफरींसाठी तिकीटे पुरवितात. याखेरीज इतरही बहुमान त्यांना पुरविले जातात.

८) मोफत ट्रायल्स :

उत्पादनाची ट्रायल घेण्यासाठी काही दुकानदार ग्राहकांना मोफत उत्पादने पुरवितात. दुचाकी वाहनांची खरेदी करण्यासाठी गेल्यास आपणास ते वाहन चालवून बघण्यासाठी दिले जाते. जेणेकरून आपण त्या वाहनाची उपयुक्तता तपासून बघू शकतो.

९) उत्पादन हमी :

दुकानांमध्ये आपणास काही वस्तूंच्या खरेदीनंतर त्याची हमी किंवा वॉरंटी दिली जाते. यात वस्तू विकत घेतल्यापासून एक वर्ष किंवा दोन वर्षे पर्यंतच्या कालावधीपर्यंत वस्तूत बिघाड झाल्यास ती वस्तू दुरुस्त करुन देण्याची किंवा बदलून देण्याची हमी दिली जाते.

१०) उत्पादन प्रात्यक्षिक :

यात दुकानांमध्ये वस्तूंचा प्रत्यक्ष वापर करुन दाखविला जातो. ग्राहक दुकानात जावून त्या वस्तूंचे प्रात्यक्षिक बघू शकतात. वस्तू कशी वापरायची, तिचे फायदे कोणते हे ग्राहकांना लक्षात यावेत, यासाठी ही प्रात्यक्षिके उपयुक्त ठरतात.

ब) व्यापारवृद्धी साधने :

अनेक विक्रयवृद्धी साधने ही ग्राहकांऐवजी व्यापाराशी संबंधित असतात. वस्तू व सेवा यांचा व्यापार वाढीस लागावा यासाठी उत्पादकांद्वारे पुढील व्यापारवृद्धी साधने वापरली जातात :

१) किंमत सूट :

एका विशिष्ट कालावधीत उत्पादनाची खरेदी केल्यास किंमत-सूट देण्याचे धोरण उत्पादक अवलंबितात. यातून किरकोळ व घाऊक व्यापाऱ्यांना जास्त प्रमाणावर वस्तू खरेदी करण्यास प्रोत्साहन दिले जाते. नफा प्राप्त करण्यासाठी छोटे-मोठे विक्रेते लवकरात-लवकर उत्पादन खरेदी करतात.

२) भत्ता :

व्यापाऱ्यांकडे शिल्लक राहिलेल्या वस्तू पुन्हा खरेदी करुन त्यांना विशिष्ट भत्ता देण्याचे धोरण उत्पादक अवलंबितात. यातून व्यापाऱ्यांना हमी प्राप्त होते की, वस्तूंची विक्री झाली नाही, तरी त्या परत करता येवू शकतात. त्यामुळे व्यापारी मालाची खरेदी करतात.

३) मोफत वस्तू :

बऱ्याच वेळेस उत्पादक व्यापाऱ्यांनी जास्त खरेदी करावी यासाठी विशिष्ट किंमती पर्यंतच्या खरेदीवर काही वस्तू मोफत देतात. यातूनही व्यापारी मोठ्या प्रमाणावर खरेदी करण्यास प्रवृत्त होतात.

४) विशेषीकृत जाहिरात :

उत्पादक व्यापाऱ्यांना खरेदी करण्यासाठी प्रोत्साहीत करताना विशेषीकृत जाहिरातींचा वापर करतात. या जाहिरातींमुळे व्यापाऱ्यांना त्या वस्तूचा दर्जा, गुणवत्ता व ग्राहकांमध्ये असणारी त्याबद्दलची प्रसिद्धी याची माहिती मिळते. यातून व्यापारी अधिकाधिक प्रमाणावर माल खरेदी करण्यास प्रवृत्त होतात.

३.७.६ विक्रय वृद्धीचे मूल्यमापन :

वृद्धीच्या काळात जो विक्री वृद्धीचा प्रयत्न केला जातो त्याद्वारे विक्रीत वाद घडून येण्याचे अपेक्षा असते. कारण वृद्धीच्या काळात केल्या गेलेल्या कृतींमुळे ग्राहक त्यांच्या खरेदी निर्णयाचा पूर्नविचार करू शकतात आणि त्यामुळे त्याचा परिणाम कंपनीच्या उत्पादन विक्रीवरती होतो. विक्री वृद्धीचे मूल्यमापन पुढीलप्रमाणे करता येते :

१) विक्री :

विक्री वृद्धीच्या काळात विक्रीमध्ये किती प्रमाणात वाढ झाली? हे लक्षात येण्यासाठी कंपनीने सर्वप्रथम वृद्धी व्यतिरिक्त विक्रीचा स्तर किंवा प्रमाण ठरवून घेणे गरजेचे असते. अशी स्थिर स्वरूपाचा विक्रीचा आधार उपलब्ध असल्याने मूल्यमापनाच्या काळात जी विक्री झालेली असते तिचे अचूक प्रमाण शोधणे शक्य होते. यामध्ये विक्रीचे मूल्यमापन करत असताना विक्रीच्या मापनासाठी आधारभूत धरलेला जो विक्री माहिना असतो त्याची तुलना विक्री वृद्धीच्या काळाशी आणि गतवर्षी त्या महिन्यात झालेली विक्री या धारी केली जाते. त्यामुळे कंपनीला विक्रीचा आधारभूत स्तर आणि वास्तविक झालेली विक्री यांची तुलना करावी लागते ज्यामुळे विक्री वृद्धीत झालेला फरक कळून येतो.

२) नफा :

विक्रीवृद्धीमुळे नफ्यामध्ये वाढ घडून येते. नफा झालेला आहे असे म्हणण्यासाठी अतिरिक्त विक्रीची जी घनता असते ती मोठी असणे गरजेचे असते. यामध्ये जो व्यय असतो त्या व्ययात विविध घटक अंतर्भूत असतात. विक्री वृद्धी व्ययामध्ये वृद्धी तंत्रांची निर्मिती करणे, प्रसिद्धी करणे, असे विविध व्यय समाविष्ट असतात. त्यामुळे एकूण विक्रीवृद्धीचा जो व्यय आहे त्याच्यापेक्षा जास्त पैसा वृद्धी तंत्रातून प्राप्त झाला तर त्याला नफा झाला असे म्हणता येते. कंपनीला जर एकूण झालेला अतिरिक्त नफा मोजावयाचा असेल तर त्यासाठी कंपनीला झालेला जो एकूण व्यय आहे तो त्यातून वजा करावा लागतो.

३) ब्रँड विषयक जाणीव-जागृती :

काही वेळेस विक्री वृद्धी हे जनसंपर्काचे एक चांगलेसाधन असते. याद्वारे ग्राहकाचे मनात उत्पादनाबद्दल आवड निर्माण केली जाते व त्यामुळे ग्राहकाच्या मानत ब्रँड बद्दल जागरूकता निर्माण केली जाते.

बहुविकल्पी प्रश्न

१) वस्तुची व सेवेची योग्य ठिकाणी, योग्य वेळी आणि योग्य प्रमाणात उपलब्धता करून देणे म्हणजे ------- मिश्र होय.

अ) उत्पादन ब) वितरण किंवा स्थल क) किंमत ड) वृद्धी

२) ------- म्हणजे अशा प्रकारचे वितरण आले की, ज्यामार्फत उत्पादकाची उत्पादने बाजारापर्यंत पोहचतात.

अ) वितरण वाहिन्या ब) बाजारपेठ क) वाहतूक ड) प्रसिद्धी

३) ------- मिश्रच्या सर्व घटकांच्या एकत्रीकरणातून सर्व संभाव्य ग्राहकांपर्यंत उत्पादित वस्तुंची माहिती वितरीत केली जाते.

अ) किंमत ब) उत्पादन क) वृद्धी ड) स्थल

४) वृद्धी मिश्रद्वारे ------- कार्य पूर्ण केले जाते.

अ) किंमत निर्धारण ब) वस्तू मूल्यांकन क) विपणन वितरण ड) विपणन संदेशवहन

५) ------- म्हणजे मोठ्या प्रमाणावर संदेशवहन करून निरनिराळ्या संभाव्य ग्राहकांना आकर्षित करण्याची कला होय.

अ) जाहिरात ब) व्यक्तिगत विक्री क) विक्रयवृद्धी ड) प्रसिद्धी

६) विक्रेत्यांना फायदा मिळावा व ग्राहकांना लाभ मिळावा म्हणून वस्तु व सेवा खरेदी करण्यास त्यांना प्रवृत्त करण्यासाठी आवश्यक असणारी क्षमता म्हणजे ------- होय.

अ) जाहिरात ब) व्यक्तिगत विक्री क) विक्रयवृद्धी ड) प्रसिद्धी

७) ------- म्हणजे वस्तु वा उत्पादनाची मागणी वाढविण्याच्या दृष्टीने ग्राहक आणि वितरक यांना देण्यात येणारी संप्रेरके होय.

अ) जाहिरात ब) व्यक्तिगत विक्री क) विक्रयवृद्धी ड) प्रसिद्धी

८) ------- हा विक्रेय वृद्धीचा एक भाग असून याद्वारे संघटनेच्या उत्पादनाची माहिती सर्वदूर पसरविण्याचे काम केले जाते.

अ) विक्री ब) जाहिरात क) व्यक्तिगत विक्री ड) प्रसिद्धी

९) पुढीलपैकी कोणते ग्राहक/विक्रेय वृद्धीचे साधन नाही.

अ) सवलत ब) नमुना क) कुपन्स ड) दरवाढ

१०) अधुनिक काळात ------- हे जाहिरातीचे सर्वात जलद व परिणामकारक साधन मानले जाते.

अ) इंटरनेट ब) वृत्तपत्र क) भित्तीपत्रक ड) पोस्टर्स

११) विपणन वहिन्यांचे ------- मुख्य प्रकारांत वर्गीकरण केले जाते.

अ) चार ब) तीन क) दोन ड) पाच

१२) पुढीलपैकी कोणता घटक विपणन वाहिन्यांच्या निवडीवर परिणाम करत नाही.

अ) उत्पादनाचे स्वरूप ब) ग्राहकांची आर्थिक स्थिती

क) बाजारपेठेचे स्वरूप ड) स्पर्धेचे स्वरूप

उत्तर : १) ब, २) अ, ३) ब , ४) ड, ५) अ, ६) ब, ७) क, ८) ड, ९) अ, १०) अ, ११) क, १२) ब

सरावासाठी प्रश्न

प्र. १. स्थल मिश्रची संकल्पना सांगा.

प्र. २. वितरण वाहिन्या म्हणजे काय? विपणन वितरण वाहिन्यांचे विविध प्रकार स्पष्ट करा.

प्र. ३. वितरण वाहिन्यांचे फायदे आणि मर्यादा सांगा.

प्र. ४. वितरण वाहिन्यांच्या निवडीवर परिणाम करणारे घटक स्पष्ट करा.

प्र. ५. वृद्धी मिश्र म्हणजे काय? वृद्धी मिश्रचे घटक स्पष्ट करा.

प्र. ६. जाहिरात म्हणजे काय? जाहिरातीचे वर्गीकरण स्पष्ट करा.

प्र. ७. जाहिरातीची कार्ये विशद करा.

प्र. ८. जाहिरातीचे फायदे स्पष्ट करा.

प्र. ९. जाहिरातींचे मुद्दे विशद करा.

प्र. १०. जाहिरात परीणामकारकतेचे मूल्यांकन करा.

प्र. ११. वैयक्तिक विक्री म्हणजे काय? वैयत्तिक विक्रीची प्रक्रिया स्पष्ट करा.

प्र. १२. वैयक्तिक विक्रीचे महत्त्व स्पष्ट करा.

प्र. १३. वैयक्तिक विक्रीच्या पद्धतींची विशद करा.

प्र. १४. वैयक्तिक विक्रीच्या मर्यादा सांगा.

प्र. १५. प्रसिद्धी म्हणजे काय? जाहिरात आणि प्रसिद्धी यातील फरक स्पष्ट करा.

प्र. १६. 'विक्रेय वृद्धी' म्हणजे काय? विक्रेय वृद्धीचे महत्त्व स्पष्ट करा.

प्र. १७. विक्रेय वृद्धीची उद्दिष्टे स्पष्ट करा.

प्र. १८. विक्रेय वृद्धीची साधने आणि तंत्रे विशद करा.

प्र. १९. विक्रेय वृद्धीचे मूल्यमापन करा.

प्र. २०. **खालील विषयांवर टिपा लिहा :**

- **अ)** स्थल मिश्र.
- **ब)** वितरण वाहिन्यांचे प्रकार.
- **क)** जाहिरातींचे फायदे.
- **ड)** जाहिरातीचे सद्यकालीन प्रवाह.
- **इ)** विक्रीचे सिद्धांत
- **ई)** वैयक्तिक विक्री.
- **फ)** प्रसिद्धीची संकल्पना.
- **ग)** विक्रेय वृद्धीची साधने.
- **ह)** विक्रेय वृद्धीचे मूल्यमापन.
- **स)** जाहिरात आणि प्रसिद्धी यातील फरक.

जनसंपर्क लोक प्रक्रिया आणि प्रत्यक्ष (भौतिक) पुरावा

प्रकरण ४

⇨ प्रास्ताविक :

जनसंपर्क ही एक विपणन आणि व्यवसाय विस्तार यासाठी उपयोगात आणली जाणारी प्रक्रिया असून याद्वारे कंपनी ही लोक आणि माध्यमे यांच्याद्वारे व्यक्तिगतरित्या आणि सामूहिकरित्या संपर्क प्रस्थापित करते. संघटनेतील जनसंपर्क अधिकारी आणि कर्मचारी जे असतात ते लोकांशी प्रत्यक्ष अथवा अप्रत्यक्षरीत्या माध्यमांच्या आधारे संघटनेबरोबर योग्य ते संबंध प्रस्थापित करून सकारात्मक प्रतिमा निर्माण करून लोकांसोबत सक्षम संबंध प्रस्थापित करतात. या विविध माध्यमांमध्ये वर्तमानपत्रे, प्रत्यक्ष लोकसंवाद, प्रश्नावल्या, मतावल्या, इंटरनेटचा आधार यासारखी विविध माध्यमे वापरली जातात. गेल्या काही वर्षांत व्यवसायाच्या विविध प्रकारांत आणि क्षेत्रात सातत्याने स्पर्धा वाढत असल्याचे दिसून येते त्यामुळे नवीन ग्राहकांना संघटनेशी जोडणे आणि ग्राहक अवधारणा करणे यासाठी जनसंपर्क ही प्रक्रिया प्रत्येक व्यावसायिक संघटनेकरिता उपयुक्त ठरते. संघटनेतील जनसंपर्क अधिकारी हे ग्राहकांच्या मनात संघटनेची सकारात्मक प्रतिमा तयार करतात. ज्यामुळे उत्पादनाच्या विक्रीमध्ये मोठ्या प्रमाणात वृद्धी घडून येते.

⇨ ४.१ जनसंपर्क :

विक्री सेवा आणि जाहिराती या दोन्ही माध्यमांतून एखादी विशिष्ट कंपनी आणि त्या कंपनीचे उत्पादन यांच्या बद्दल ग्राहकांच्या मनात अनुकूल स्वरूपाचे चित्र उभे केले जाते. या दोन्ही साधनाच्यामुळे गेल्या काही वर्षांत कंपनीला तिचे लोकांमध्ये विशिष्ट स्वरूपाचे चित्र निर्माण करणे सोपे गेले म्हणजेच असे म्हणता येते की, प्रत्यक्ष विक्री, जाहिराती किंवा अन्य मार्गांने विविध कृतींच्या साहाय्याने कंपनी ज्यावेळेस प्रत्यक्ष ग्राहकांपर्यंत पोहोचण्याचा प्रयत्न करते तेव्हा त्या कृतीला जनसंपर्क/लोकसंपर्क असे म्हणतात. साधारणपणे १९४० नंतरच्या काळात लोकसंपर्क/जनसंपर्क या संकल्पनेला विपणनाच्या कृतींमध्ये विविध स्तरांवरती चालना प्राप्त झाली.

४.१.१ अर्थ :

बाजारपेठेत कंपनीच्या उत्पादनांना ग्राहकाधार प्राप्त करून देण्यासाठी वारले जाणारे एक माध्यम म्हणून जनसंपर्काकडे पाहिले जाते. जनसंपर्क म्हणजे सुनियोजितपणे पूर्ण केलेली कृती होय ज्यामुळे कंपनी आणि सर्व सामान्य जनता यांच्यातील परस्पर आकलनामध्ये वाढ घडवून आणली जाते. सर्वसाधारण जन किंवा लोक या संकल्पनेमध्ये ग्राहक, वितरक, भागधारक, पुरवठादार, कर्मचारी, शासन आणि संपूर्ण समाज यांचा समावेश होतो. जनसंपर्काचे महत्त्वाचे उद्दिष्ट म्हणजे कंपनीची उत्तम प्रतिमा लोकांच्या मनात निर्माण करणे. प्रतिमा निर्मितीच्या प्रक्रियेचा एक भाग म्हणून लोकसंपर्काकडे पाहिले जाते. चांगल्या स्वरूपाचे ग्राहक संबंध प्रस्थापित करण्यासाठी केवळ व्यावसायिक गृहे असून पुरेसे ठरत नाही तर त्यासाठी चांगली उत्पादने आणि सक्षम कर्मचारी देखील असणे गरजेचे ठरते. बदलत्या काळात सर्वोत्तम जनसंपर्क विविध माध्यमांच्याद्वारे प्रस्थापित करणे हे आव्हानात्मक काम कंपन्यांसमोर ठरत आहे.

४.१.२ व्याख्या :

जनसंपर्काच्या व्याख्या पुढीलप्रमाणे स्पष्ट करता येतील :

१) एडवर्ड बॅरेने :

''एखाद्या व्यावसायिक संघटने मार्फत किंवा संस्थेमार्फत ग्राहक आधार प्राप्त करून घेण्यासाठी माहिती पोहोचवणे, ग्राहकांचे मन वळवणे आणि बाजारपेठेतील बदलांबरोबर समायोजन साधून ग्राहकाधार प्राप्त करून घेणे म्हणजे जनसंपर्क होय.''

२) द इन्स्टिट्यूट ऑफ पब्लिक रिलेशन :

''व्यावसायिक संघटना आणि सर्वसाधारण व्यक्ती यांच्यातील पारस्पारिक आकलन वाढवण्यासाठी स्थापित केलेले सुनियोजित व विकसित आणि शाश्वत स्वरूपाचे प्रयत्न आणि पद्धती म्हणजे लोकसंपर्क/जनसंपर्क होय.''

४.१.३ जनसंपर्क इतिहास :

विपणनामधील जनसंपर्कचा इतिहास प्राचीन सभ्यतेचा आहे, परंतु १९ व्या शतकाच्या उत्तरार्धात आणि २० व्या शतकाच्या सुरुवातीस एक धोरणात्मक संप्रेषण शाखा म्हणून त्याचा औपचारिक विकास सुरू झाला. ग्राहक, गुंतवणूकदार, कर्मचारी आणि सामान्य लोकांसह विविध भागधारकांसोबत त्यांचे संबंध व्यवस्थापित करण्यासाठी संघटनांच्या वाढत्या गरजांना प्रतिसाद म्हणून जनसंपर्क विकसित झाला. विपणनातील जनसंपर्काच्या इतिहासाचा आढावा पुढील मुद्यांच्या आधारे घेता येईल :

१) प्रारंभिक उत्पत्ती :

जनसंपर्काची प्रथा प्राचीन संस्कृतींमध्ये आढळते जिथे राज्यकर्ते, नेते आणि व्यापारी त्यांची प्रतिमा व्यवस्थापित करण्यासाठी आणि त्यांच्या घटकांशी सकारात्मक संबंध राखण्यासाठी संवादाचा वापर करत असत. उल्लेखनीय उदाहरणांमध्ये ज्युलियस सीझरने लोकांच्या मताला आकार देण्यासाठी लिखित कथांचा वापर आणि त्यांच्या उत्पादनांचा प्रचार करणार्या व्यापार संघांचा सराव यांचा समावेश होतो.

२) आयव्ही ली आणि तत्त्वांची घोषणा :

बऱ्याचदा आधुनिक जनसंपर्क प्रवर्तकांपैकी एक मानल्या जाणाऱ्या, आयव्ही ली यांना जनसंपर्क पद्धतींना औपचारिकता देण्याचे श्रेय दिले जाते. १९०६ मध्ये, त्यांनी पारदर्शकता, अचूक माहिती आणि लोकांशी मुक्त संवाद यावर जोर देणारी तत्त्वांची घोषणा जारी केली. लीने संस्थांना मीडिया संबंध आणि नैतिक संवादाद्वारे त्यांची सार्वजनिक प्रतिमा व्यवस्थापित करण्यास मदत केली.

३) एडवर्ड बर्नेस आणि वैज्ञानिक अनुनय :

अनेकदा जनसंपर्काचे जनक म्हणून संबोधले जाते, एडवर्ड बर्नेस यांनी अभियांत्रिकी संमती ही संकल्पना त्यांच्या १९२८ च्या पुस्तक प्रोपगंडा मध्ये मांडली. बर्नेस यांनी जनमत आणि ग्राहक वर्तनाला आकार देण्यासाठी म नसशास्त्र आणि समाजशास्त्राची तत्त्वे लागू केली. त्यांनी मोहिमा आयोजित केल्या ज्या उत्पादनांना लोकांच्या इच्छा आणि भावनांशी जोडतात आणि ग्राहक संस्कृतीत योगदान देतात.

४) व्यवसाय आणि राजकारणात जनसंपर्क वाढ :

द्वितीय विश्वयुद्धानंतर, सार्वजनिक संबंधांना महत्त्व प्राप्त झाले कारण व्यवसायांनी त्यांची सार्वजनिक प्रतिमा व्यवस्थापित करण्याचे महत्त्व ओळखले. जनसंपर्क अभ्यासकांनी मीडिया संबंध, संकट संप्रेषण आणि प्रतिष्ठा व्यवस्थापन यावर लक्ष केंद्रित केले. जनमत आणि सरकारी धोरणांवर प्रभाव पाडण्यासाठी जनसंपर्क तंत्राचा वापर राजकीय क्षेत्रातही दिसून आला.

५) एकात्मिक विपणन संप्रेषणाची उत्क्रांती :

२० व्या शतकाच्या उत्तरार्धात एकात्मिक विपणन संप्रेषण (IMC) चा उदय झाला, जे लक्ष्यित प्रेक्षकांना सुसंगत संदेश वितरीत करण्यासाठी विविध संप्रेषण माध्यमांच्या समन्वयावर जोर देते. जनसंपर्क हा एकात्मिक विपणन संप्रेषण धोरणांचा अविभाज्य भाग बनला आहे, जाहिरात, विपणन आणि डिजिटल संप्रेषण प्रयत्नांशी संरेखित होते.

६) डिजिटल युग आणि ऑनलाइन प्रतिष्ठा व्यवस्थापन :

डिजिटल तंत्रज्ञानाच्या आगमनाने जनसंपर्काचे परिदृश्य बदलले. प्रेक्षकांशी थेट संपर्क साधण्यासाठी संस्थांनी सोशल मीडिया, ब्लॉग आणि ऑनलाइन प्लॅटफॉर्म वापरण्यास सुरुवात केली. ऑनलाइन प्रतिष्ठा व्यवस्थापन महत्त्वपूर्ण बनले कारण ऑनलाइन संभाषणे आणि वापरकर्त्यांने व्युत्पन्न केलेल्या सामग्रीचा ब्रँड धारणावर महत्त्वपूर्ण प्रभाव पडला.

७) कॉर्पोरेट सामाजिक जबाबदारी (CSR) आणि पारदर्शकतेवर भर :

२१ व्या शतकात, जनसंपर्क धोरणांनी कॉर्पोरेट सामाजिक जबाबदारी (CSR), शाश्वतता आणि नैतिक पद्धतींवर अधिकाधिक लक्ष केंद्रित केले आहे. विश्वास निर्माण करण्यासाठी आणि त्यांची ब्रँड प्रतिष्ठा वाढवण्यासाठी संस्था पारदर्शकता, उत्तरदायित्व आणि सामाजिक समस्यांचे निराकरण करण्याचे महत्त्व ओळखतात.

८) तथ्य-आधारित माहिती आणि वैयक्तिकरण :

डेटा ॲनालिटिक्सच्या वाढीसह, जनसंपर्क व्यावसायिक त्यांचे संदेशन तयार करण्यासाठी आणि विशिष्ट प्रेक्षकांना प्रभावीपणे लक्ष्य करण्यासाठी माहितीचा फायदा घेतात. अर्थपूर्ण मार्गांनी प्रेक्षकांना गुंतवून ठेवण्यासाठी सामग्रीचे वैयक्तिकरण आणि सानुकूलन आवश्यक झाले आहे.

९) सामग्री विपणन आणि प्रभावशाली संबंधांसह एकत्रीकरण :

जनसंपर्क सामग्री विपणनासह समाकलित झाले आहे, जिथे मौल्यवान आणि संबंधित सामग्रीचा वापर प्रेक्षकांना व्यस्त ठेवण्यासाठी आणि विचार नेतृत्व स्थापित करण्यासाठी केला जातो. प्रभावशाली संबंध देखील जनसंपर्क धोरणांमध्ये भूमिका बजावतात, ब्रँड संदेश वाढवण्यासाठी प्रभावकांचा फायदा घेतात.

४.१.४ जनसंपर्काची माध्यमे :

जनसंपर्क हा एक अभ्यास आहे ज्यात संघटना आणि समाज यांच्याती माहितीचा प्रवाहाचे व्यवस्थापन यांचा समावेश होतो. जनसंपर्क, त्यांच्या प्रेक्षकांना संघटन व वैयक्तिक संपर्क पुरवितात. यामध्ये ते लोकांच्या रुचीचा विषय आणि

प्रत्यक्ष भरणेची आवश्यकता नसलेल्या समाचार साधने यांचा वापर करतात. संस्था, त्यांचे नेतृत्व, उत्पादन किंवा राजकीय निर्णय यांच्याबाबतीत विशिष्ट मत राखण्यासाठी समाज, गुंतवणुकदार भागधारक, कर्मचारी आणि इतर यांच्या पाठीमागे लागणे हा जनसंपकांचा हेतू आहे. सामान्य कार्यामध्ये सभेत बोलणे, उद्योग पुरस्कार जिंकणे, प्रेस सोबत काम करणे आणि कर्मचारी संवाद साधणे यांचा समावेश होतो. जनसंपर्कासाठी पुढील साधने उपलब्ध आहेत जनसंपर्क कार्यासाठी खालील महत्वाची माध्यमे उपलब्ध आहेत.

अ) माध्यम संबंध :

माध्यम संबंधामध्ये कंपनीच्या किंवा उत्पादनांच्या आणि कंपनीच्या सदस्यांच्या प्रसिद्धीसाठीचे प्रयत्न यांचा समावेश होतो. यात ढत आणि रेडिओ, वृत्तपत्र, मासिके, वृत्तपत्रिका आणि इंटरनेट यांचा समावेश होतो. माध्यमांच्या सुरक्षा निर्मितीमध्ये जनसंपर्क व्यावसायिक उत्पादन, कंपनी आणि कंपनीचे प्रवक्ते यांच्याबद्दल जागा ठरवण्यासाठी माध्यमांसोबत काम करतात.

१) प्रेस किट :

यात लिखित माहिती सामाविष्ट असते. असे बातम्या, प्रकाशन, संघटनेची पार्श्वभूमी जीवन चरित्राचे मुख्य प्रवक्ते आणि इतर सहाय्यकारी माहिती रिपोर्टर्सला पुरविली जाते. ती महत्वाची असते.

२) ऑडिओ किंवा व्हिडिओ बातमी प्रकाशन :

ही सर्व आधी रेकॉर्ड केलेली वैशिष्ट्ये बातमी माध्यमांना वितरित केली जातात. ती माध्यम कार्यक्रमांमध्ये समाविष्ट केली जाऊ शकतात. उदा. करमणुकीच्या उद्यानाची स्थानिक बातमी राष्ट्रीय करमणुक उद्यान संस्थेत व्हिडिओ न्यूज म्हणून प्रकाशित होऊ शकतो.

३) मॅटर रिलिज :

काही माध्यमे विशेषकरुन लहान स्थानिक वृत्तपत्रे कंपनीद्वारे लिहिलेले लेख स्वीकारु शकतात. ते व्यापक साहित्य असले तरी त्यांचे प्रकाशन पुरेसे सामुग्री धारण करते. जनसंपर्क व्यावसायिक कार्यकारी समितीच्या सवांदाद्वारे माहिती प्रकाशन जमा करणे किंवा प्रत्यक्ष श-ारळश्र, षरु किंवा ापिरळश्र ारळश्र द्वारे माध्यमांना पुरविते.

४) वेबसाईट प्रेस कम :

जेव्हा साहित्याच्या हार्ड कॉपीज काही माध्ये, विपणनकार यांच्याद्वारे वापरल्या जातात किंवा त्यांना प्राधान्य दिले जाते. तेव्हा त्या ऑनलाईन प्रेस रुमद्वारे चांगल्या प्रकारे पुरविल्या जातात. त्या माध्यमांच्या गरजांना सेवा पुरवितात आणि कंपनीची संपर्क माहिती पुरवितात.

ब) माध्यम दौरा :

काही उत्पादने जेव्हा माध्यम दौऱ्याबरोबर सुरु केले जातात तेव्हा ते यशस्वीपणे लोकप्रिय होऊ शकतात. माध्यम दौऱ्यावर, कंपनीचे प्रवक्ते नवीन अत्पादन सुरु करण्यासाठी महत्वाच्या ठिकाणी फिरतात. ते नवीन उत्पादनाची ओळख, पुस्तके, ढत, रेडिओ, टॉक शो आणि प्रिंटद्वारे मुलखतींचे आयोजन आणि इंटरनेट रिपोर्टर यांच्याद्वारे करुन देतात. प्रवक्ता हा कंपनीचा कर्मचारी किंवा दिलेल्या कंपनीने कामाला ठेवलेला कोणताही व्यक्ती असू शकतो. कदाचित ख्यातनाम व्यक्ती किंवा तंज्ञ ज्यांना इंच्छित प्रेक्षकांकडून विशिष्ट विश्वसनीयता असेल अशा व्यक्तीही असू शकतात. माध्यम दौऱ्याचा एक सामान्य उपयोग म्हणजे पुस्तक दौरा, जेथे लेखक त्याच्या नवीन पुस्तकाच्या प्रकाशनाची उन्नती करण्यासाठी संपूर्ण देशभर प्रवास करतो. माध्यम दौऱ्याध्ये विशेष घटनांच्या जोडीने इतर प्रकारचे वैयक्तिक देखावे उदा. जन देखावे, प्रतिबद्ध बोलणे किंवा ऑटोग्राफ देण्याच्या संधी यांचा समावेश होता.

क) वृत्तपत्रके:

ज्या विपणनकारांनी ग्राहक आणि संभाव्य ग्राहकांची नावे आणि पत्रे मिळविले आहेत ते विपणनकार त्यांच्या इच्छित प्रेक्षकांशी नियमित संपर्कासाठी वृत्तपत्रकांचा वापर करु शकतात. वृत्तपत्रके व्यापारी ग्राहक, अंतिम ग्राहक किंवा व्यावसायिक खरेदीदार यांना निर्देश करु शकतात. आणि नियमित मेल किंवा इलेक्ट्रॉनिक्स साधनांद्वारे वितरण करु शकतात. विपणनकार ग्राहकांना सामग्रीची माहिती तसेच ऑनलाईन उत्पादने, बुक चॅट आणि इन-स्टोअर वरील माहिती किंवा ऑन-लाईन प्रमोशन यांची माहिती देण्यासाठी वृत्तपत्रकांचा वापर करतात. अन्न उत्पादकामध्ये हंगामी पाककृती, नवीन उत्पादने किंवा कूपनवरील माहिती यांचा समावेश होतो. ऑनलाईन वृत्तपत्रके विपणनकारांच्या उत्पादकांना दुकानांचा दुवा बनण्याची संधीचा प्रस्ताव ठेवतात. प्रभावी वृत्तपत्रकांना रसिक प्रेक्षंकाद्वारे मागणी वाढते आणि त्यांच्याकडून स्वीकारले जातात.

ड) विशेष कार्यक्रम :

हे कार्यक्रम आदरतिथ्य ते विन्यास डिनर ते स्टंट करण्यापर्यंतचा पूर्ण पल्ला गाठतात. विशेष कार्यक्रम मर्यादित लक्ष्यित प्रेक्षकांपर्यंत पोचण्यासाठी तयार केला जाऊ शकतो. उदा. व्यक्ती महाविद्यालयातील बचत योजनांमध्ये रुचि घेतो. यात पुढील गोष्टींचा समावेश होतो. पर्यटन आणि विभागीय शेतीला बढावा देण्यासाठी स्टॉबेरी फेस्टिवल आयोजित करणे. स्टंटमध्ये इमारतींचा समावेश होतो. जगात इमारतींचा प्रेक्षकांचे त्वरीत लक्ष ठेवून घेण्यात इमारतीचा मोठा वाटा आहे. परंतु तसेच मास मिडीयाचे लक्ष्य जसे ढत बातम्या आणि वर्तमानपत्रे जे विस्तृत माहिती पुरवतात यांचा समावेश होतो.

इ) प्रतिबद्ध बोलणे :

उद्योग अधिवेशन, उद्योग संस्था सभा आणि इतर गटांसमोर बोलण्यासाठी कंपनी तज्ञांना संधी पुरविली जाते. ही संधी त्यांना त्यांच्या संभाव्य ग्राहकांना विशिष्ट कौशल्य/ज्ञान व्यक्त करण्यासाठी पुरविली जाते. सामान्यतः या संधी कंपनी किंवा उत्पादन वृद्धीसाठी स्पष्ट नसतात. त्यांना संभाव्य ग्राहकांची रुची या विषयावर बोलण्याची संधी असते आणि विशिष्ट क्षेत्रातील वक्त्याच्या कौशल्यावर भर देण्याची संधी मिळते. तसेच वक्त्याच्या चरित्रात कंपनी किंवा तिचे उत्पादन यांचा उल्लेख/समावेश केला जातो. असे असले तरी योग्य प्रतिद्ध वक्तव्य कंपनी चांगल्या लक्षित प्रेक्षकांसमोर ठेवते आणि ग्राहक नेतृत्व तयार करण्यासाठी संधी देते.

ई) प्रायोजकता :

कंपनी आणि ब्रॅण्ड, कार्यक्रम किंवा गट निर्माण करून नावलौकिक आणि ब्रॅण्ड ओळख उभारण्यासाठी प्रायोजकतेची मदत घेतात. विपणनकार प्रायोजकता संधींना त्या लक्ष्यित गटापर्यंत पोचतात की नाही, विशिष्ट अंदाजपत्रकात बसतात की नाही याचे परिक्षण करतात आणि विपणनकारांच्या ज्या उद्दिष्टांना हे फायदेशीर असेल त्यांना प्रायोजकता पुरविली जाते. लोकल आर्ट सेंटर, किंवा थिएटर ते ऑलिंपिक्सपासून स्थानिक, विभागीय, राष्ट्रीय आणि आंतरराष्ट्रीय स्तरावर पुष्कळ प्रयोजकता संधी उपलब्ध आहेत. बहुतेक संघटना ही अपेक्षा करते की, माहिती पुरवावी ज्यात कार्यक्रम प्रेक्षकांची माहिती, असुरक्षितता संधी, यात डळसप असश, ढ-ीहळींाी, जन सूचना आणि इतर पुष्कळ संधी, आदरातिथ्य आणि अनेक गोष्टींचा समावेश असतो. विपणनकार माहीतीचा वापर त्यांच्या कंपनीच्या उद्दिष्टांबरोबर मॅच प्रायोजकता संधीसाठी करू शकतात.

फ) कर्मचारी सुसंवाद :

अनेक संस्थासाठी कर्मचाऱ्यांशी नियमित सुसंवाद ठेवणे महत्त्वाचे असते. कर्मचाऱ्यांना संयुक्त कार्यक्रम, विक्री लाभांश, कर्मचारी मुद्दे, यांच्याबद्दल माहिती देणे तसेच त्यांना नवीन उत्पादने व उपक्रम यांच्याबद्दल सक्षम

ठेवण्यासाठी कर्मचारी सुसंवाद महत्त्वाचा असतो. कंपनी कर्मचाऱ्यांशी संवाद साधण्यासाठी विविध माध्यमांचा वापर करते. यात इंटरनेट, ई–मेल, ऑन लाईन आणि प्रिंट न्यूजलेटर्स यांचा समावेश असतो. मोठ्या संस्थांमध्ये कर्मचारी सुसंवादात सुधारणा करण्यासाठी मानवी संसाधन विभाग जनसंपर्क विभागाशी जोडून काम करते.

ग) समुदाय संबंध आणि मानवताप्रेम :

अनेक कंपनीसाठी, त्यांच्या महत्त्वाच्या प्रेक्षकांशी चांगल्या संबंधाना उत्तेजन द्यावे लागते. यात त्यांच्या प्रांतीय समाजाशी उत्तम संबंध प्रस्थापित करणे यांचा समावेश होतो. कंपनीचे अंमलबजावणी कार्यक्रम समाजाला सहकार्य करतात. ते स्थानिक संघटना आणि संस्था (उदा. कला संघटना, समाज कार्य, उद्यान) ते शैक्षणिक कार्यशाळा आयोजित करणे (उदा. शिक्षक, पालकांसाठी), समाज कार्यक्रमांमध्ये वस्तू दान करणे आणि चॅरिटेबल ट्रस्टला निधी देणे या सर्वांना कंपनी सहकार्य करते. सामान्यतः समाजातील सदस्यांमध्ये सकारात्मक परस्परसंबंध निर्माण करणे हे उद्दिष्ट असते. प्रभावी समाज परस्परसंबंध कंपनीला मदत करू शकते. उत्पादनांच्या अडचणी, व्यवस्थापनाकडून अनैतिक व्यवहार किंवा चूकीच्या अफवा यामुळे अनपेक्षितपणे उभ्या राहिलेल्या टीकात्मक परिस्थिती आणि वाईट प्रसिद्धी अशा परिस्थितीमध्ये समाज प्रभावी परस्परसंबंध मदत करू शकतात. काही संस्था चॅरिटेबल ट्रस्टला योगदान देण्यात सहकार्य करतात. तथापि, या संस्थांचा कंपनीच्या उद्देशाशी काही संबंध असेल किंवा कंपनीच्या महत्त्वाच्या तत्त्वाशी काही संबंध असेल तरी कंपनी विश्वस्थ संस्थांना योगदान देतात.

४.१.५ जनसंपर्क अधिकाऱ्याची भूमिका :

जनसंपर्क अधिकाऱ्याची भूमिका ही संस्था आणि तिच्या विविध भागधारकांमधील सकारात्मक प्रतिमा, प्रतिष्ठा आणि संवाद राखण्यासाठी बहुआयामी आणि महत्त्वाची असते. जनसंपर्क अधिकारी सार्वजनिक धारणा तयार करण्यासाठी, माध्यम संबंध व्यवस्थापित करण्यासाठी आणि संस्थेच्या अनुकूल प्रतिमेला प्रोत्साहन देण्यासाठी जबाबदार असतात. त्यांच्या भूमिकेचे काही प्रमुख पैलू पुढीलप्रमाणे आहेत :

१) संकट व्यवस्थापन :

जनसंपर्क अधिकारी संस्थेच्या प्रतिष्ठेवर परिणाम करणारी संकटे व्यवस्थापित करण्यात आणि कमी करण्यात महत्त्वपूर्ण भूमिका बजावतात. ते नकारात्मक घटनांना संबोधित करण्यासाठी, प्रभावीपणे संवाद साधण्यासाठी आणि आव्हानात्मक काळात संस्थेच्या प्रतिमेचे संरक्षण करण्यासाठी धोरणे विकसित करतात.

२) प्रसिद्धी आणि प्रचार :

जनसंपर्क अधिकारी संस्थेची उत्पादने, सेवा, कार्यक्रम किंवा उपक्रमांना प्रोत्साहन देण्यासाठी प्रचार मोहिमा तयार करतात आणि त्यांची अंमलबजावणी करतात. यात प्रसिद्धीपत्रक लिहिणे, पत्रकार परिषदा आयोजित करणे आणि मीडिया प्रक्षेपणाचे समन्वय करणे समाविष्ट आहे.

४) सामग्री निर्मिती :

जनसंपर्क अधिकारी प्रसिद्धीपत्रक, सोशल मीडिया पोस्ट, वृत्तपत्रे आणि इतर संप्रेषण माध्यमांसाठी आकर्षक सामग्री तयार करतात. संस्थेचे मुख्य संदेश लोकांपर्यंत पोहोचवण्यासाठी प्रभावी संदेशन तयार करणे महत्त्वाचे आहे.

३) प्रतिष्ठा व्यवस्थापन :

जनसंपर्क अधिकारी संस्थेची सकारात्मक प्रतिष्ठा निर्माण करण्यासाठी आणि राखण्यासाठी कार्य करतात. ते संस्थेबद्दलच्या ऑनलाइन आणि ऑफलाइन संभाषणांचे निरीक्षण करतात आणि कोणत्याही नकारात्मक भावनांना तोंड देण्यासाठी कृती करतात.

४) भागधारक प्रतिबद्धता :

जनसंपर्क अधिकारी ग्राहक, कर्मचारी, गुंतवणूकदार, सरकारी संस्था आणि सामान्य लोकांसारख्या विविध भागधारकांशी संलग्न असतात. ते प्रभावी संप्रेषण सुनिश्चित करतात आणि या गटांशी सकारात्मक संबंध राखतात.

५) कार्यक्रमाचे नियोजन :

प्रोडक्ट लॉन्च, प्रेस कॉन्फरन्स, सेमिनार आणि प्रसिद्धी क्रिया यासारख्या कार्यक्रमांचे आयोजन जनसंपर्क अधिकाऱ्याच्या जबाबदाऱ्यांमध्ये येते. ते सुनिश्चित करतात की इव्हेंट चांगल्या प्रकारे समन्वित केले जातात आणि त्यांना पुरेसे मीडिया प्रसारण मिळते.

६) सोशल मीडिया व्यवस्थापन :

जनसंपर्क अधिकारी संस्थेची सोशल मीडिया उपस्थिती व्यवस्थापित करतात, संस्थेच्या संदेशवहन आणि मूल्यांशी जुळणारी सामग्री तयार करणे आणि सामायिक करणे यात समाविष्ट असते. ते टिप्पण्यांना प्रतिसाद देतात आणि ऑनलाइन समुदायामध्ये व्यस्त असतात.

७) सार्वजनिक भाषण :

जनसंपर्क अधिकारी सार्वजनिक कार्यक्रम, परिषद आणि मुलाखतींमध्ये संस्थेचे प्रतिनिधित्व करतात. मुख्य संदेश देण्यासाठी आणि संस्थेचे सकारात्मक प्रतिनिधित्व करण्यासाठी प्रभावी सार्वजनिक बोलण्याची कौशल्ये आवश्यक आहेत.

८) प्रवाहाचे निरीक्षण करणे :

व्यवसाय प्रवाह, सार्वजनिक भावना आणि चालू घडामोडींबाबत अद्यतन राहणे महत्त्वाचे आहे. हे जनसंपर्क अधिका-यांना त्यांच्या संप्रेषण धोरणे संबंधित राहण्यासाठी आणि उदयोन्मुख समस्यांचे निराकरण करण्यास चालना देते.

९) माध्यम संबंध :

जनसंपर्क अधिकारी पत्रकार, संपादक, ब्लॉगर आणि इतर माध्यम प्रतिनिधींशी कथा मांडण्यासाठी, प्रसिद्धीपत्रक सामायिक करण्यासाठी आणि चौकशीला प्रतिसाद देण्यासाठी संवाद साधतात. मीडिया कव्हरेज सुरक्षित करण्यासाठी मीडियाशी सकारात्मक संबंध निर्माण करणे आणि टिकवणे आवश्यक आहे.

➯ ४.२ ई–मार्केटिंग वृद्धी :

ई– मार्केटिंग मध्ये इंटरनेटचा वापर आणि बाजारपेठेच्या संशोधनाच्या तंत्रज्ञानाचा उदय आणि जाहिरातीचे कार्य करणे या गोष्टी समाविष्ट होतात. ई– मार्केटिंग प्रक्रिया आणि काही फायद्याची पाहणी ह्या छोटया व्यवसायांना पुरविली जाऊ शकते. विपणनकाराला हे शोधणे आवश्यक असते की, लोक एकत्रपणे ऑनलाईन आहेत का आणि त्यांना अर्थपुर्ण मार्गाने जोडून ठेवणे विपणनकारासाठी गरजेचे असते. ते ज्या गोष्टीचा शोधात असतात. त्यांच्याशी जुळवून देणे ते किती प्रमाणात आकर्षित होतात. हे पाहणे आणि त्यांना काय आवडेल हे समजुण घेणे किंवा त्यांची कंपनी आणि बाजारपेठेची नैसर्गिक मते ऐकूण घेणे आणि त्यांच्यावर प्रतिक्रिया दाखवणे, या गोष्टी विपणनकाराला कराव्या लागतात. तथापि, ई–मार्केटिंग इंटरनेट वापराचा संदर्भ घेते आणि डिजीटल माध्यमांची कार्यक्षमता तुमचे उत्पादने किंवा सेवांची विक्री करण्यास मदत करतात. हे डिजीटल तंत्रज्ञान तुमच्या व्यवसायाच्या आकार आणि प्रकार यांच्या बाबतीत पारंपारिक विपणन मार्गांसाठी अतिशय महत्त्वाचे आहे. ई–मार्केटिंग ऑनलाईन वेबमार्केटिंग असेही म्हटले जाते.

४.२.१ अर्थ :

ई-मार्केटिंग म्हणजे ईलेक्ट्रानिक मार्केटिंग पारंपारिक विपणनाच्या तुलनेत, ई-विपणन, विपणन पद्धती आणि संकल्पना घेऊन इंटरनेटच्या ईलेक्ट्रॉनिक माध्यमाद्वारे वापर करते. ई-मार्केटिंगच्या स्थितीत तांत्रिक आणि आकृती स्वरुपातील ऑनलाईन संसाधन एकत्र येतात तसेच आराखडयांना मान्यता, जाहिरात, व्यापारी चिन्ह सुधारणा, प्रमोशन आणि विक्री या स्थितीत ई-मार्के टिंग असते. नेहमीच्या विपणनासोबत ई-विपणन व्यूहरचना तयार करते ज्यामुळे योग्य संदेश आणि उत्पादन सेवा योग्य ग्राहकांपर्यत पोचण्यास मदत होते. ग्राहकांपर्यत पोचण्यास मदत होत. यामध्ये आकर्षित करणे, जिंकणे आणि ग्राहक नेमणे हे हेतू शोधण्याची प्रक्रिया आणि कार्य यांचा समावेश होतो. ई- विपणन इंटरनेटच्या तांत्रिक आणि सर्जनशील स्नरुपात सहभागी होते यात पुढील बाबीचा समावेश असतो. आराखडा, सुधारणा, जाहिरात आणि विक्री यामध्ये ऑनलाईन जाहिरात तंत्रज्ञान म्हणजे सर्व इंजिन मार्केटिंग (sem) सामाजिक माध्यम विपणन, आकर्षक ऑनलाईन जाहिराती ऑनलाईन संपर्क सुची , ई-मेल, मार्केटिंग शाखा, विपणन यांच्या एकत्र वेब-साईट वापर होतो.

४.२.२ ई-मेल मार्केटिंग :

ई-मेल मार्केटिंग म्हणजे ई-मेल वापरणाऱ्या लोकांच्या गटापर्यंत व्यावसायिक संदेशाचे थेट विपणन करणे. त्याच्या व्यापक अर्थाने, संभाव्य किंवा वर्तमान ग्राहकांना पाठविलेले प्रत्येक ई-मेल हे ई-मेल मार्केटिंग मानले जाऊ शकते. यामध्ये सहसा जाहिराती पाठवण्यासाठी, व्यवसायाची विनंती करण्यासाठी किंवा विक्री किंवा देणग्या मागण्यासाठी ई-मेल वापरणे समाविष्ट असते आणि ते निष्ठा, विश्वास किंवा ब्रँड जागरूकता निर्माण करण्यासाठी असते. ई-मेल मार्केटिंगद्वारे एकतर जुन्या याद्या किंवा वर्तमान ग्राहक माहितीसंच केले जाऊ शकते.

अ) अर्थ :

ई-मेल जाहिराती, ज्याला ई-मेल मार्केटिंग असेही म्हणतात हे डिजिटल मार्केटिंग धोरण आहे ज्यामध्ये लक्ष्यित प्रचारात्मक संदेश, सेवा, घोषणा किंवा ई-मेलद्वारे प्राप्तकर्त्यांच्या गटाला वृत्तपत्रे पाठवणे समाविष्ट असते. ही पद्धत उत्पादने, सेवा, इव्हेंट किंवा ब्रँड-संबंधित सामग्रीचा प्रचार करण्याच्या उद्देशाने संभाव्य ग्राहक, वर्तमान ग्राहक किंवा सदस्यांशी व्यस्त राहण्यासाठी थेट संप्रेषणाच्या शक्तीचा लाभ घेते. ग्राहक संबंध वाढवण्यासाठी, विक्री वाढवण्यासाठी आणि ब्रँड जागरूकता वाढवण्यासाठी सर्व आकारांच्या व्यवसायांद्वारे ई-मेल जाहिरातीचा मोठ्या प्रमाणावर वापर केला जातो.

ब) ई-मेल मार्केटिंगची वैशिष्ट्ये :

ई-मेल मार्केटिंगची प्रमुख वैशिष्ट्ये पुढीलप्रमाणे आहेत :

१) लक्ष्यित संप्रेषण :

ई-मेल जाहिराती व्यवसायांना लोकसंख्याशास्त्र, स्वारस्ये, खरेदी इतिहास आणि प्रतिबद्धता पातळी यासारख्या घटकांवर आधारित विशिष्ट प्रेक्षक विभागासाठी संदेश तयार करण्यास चालना देतात. हा वैयक्तिक दृष्टिकोन संवादाची प्रासंगिकता आणि परिणामकारकता वाढवतो.

२) किफायतशीर :

पारंपारिक जाहिरात पद्धतींच्या तुलनेत ई-मेल जाहिरात तुलनेने कमी खर्चिक आहे. ई-मेल पाठवण्यासाठी डिझाईन, सामग्री निर्मिती आणि वितरणासाठी किमान खर्च आवश्यक आहे, ज्यामुळे विविध आर्थिक परिस्थिती असलेल्या व्यवसायांसाठी हा प्रवेश योग्य पर्याय बनतो.

३) थेट आणि तात्काळ :

ई-मेल थेट प्राप्तकर्त्यांच्या इनबॉक्समध्ये वितरीत केले जातात, थेट संवादाची लाइन प्रदान करतात. ही तात्काळ वेळ-संवेदनशील जाहिराती, घोषणा किंवा अद्यतनांसाठी फायदेशीर आहे.

४) मोजता येण्याजोगे परिणाम :

ई-मेल मार्केटिंग प्लॅटफॉर्म विश्लेषणे आणि ट्रॅकिंग साधने प्रदान करतात जे व्यवसायांना खुले दर, क्लिक-थ्रू दर, रूपांतरण दर आणि सदस्यता रद्द दर यासारख्या निर्देशकांचे परीक्षण करण्यास सक्षम करतात. ही माहिती मोहिमांच्या परिणामकारकतेचे मूल्यांकन करण्यास आणि भविष्यातील धोरणे सुधारण्यास मदत करते.

५) स्वयंचलन आणि ठिबक मोहिमा :

ई-मेल मार्केटिंग प्लॅटफॉर्म व्यवसायांना मोहिमा स्वयंचलित करण्यास, ठिबक क्रम निश्चित करण्यास आणि विशिष्ट ट्रिगर्सवर आधारित पूर्व-शेड्यूल ई-मेल पाठविण्याची परवानगी देतात, जसे की वापरकर्ता क्रिया किंवा सदस्यता तारखा. हे स्वयंचलन संप्रेषण सुव्यवस्थित करते आणि कालांतराने अग्रतांचे पोषण करते.

६) प्रतिबद्धता आणि परस्परसंवाद :

ई-मेलमधील बटणे, लिंक्स आणि सर्वेक्षणासारखे परस्परसंवादी घटक प्राप्तकर्त्यांना थेट सामग्रीशी संलग्न होण्यास प्रोत्साहित करतात. हा संवाद वेबसाइट, लँडिंग पृष्ठे किंवा ऑनलाइन स्टोअरवर रहदारी आणू शकतो.

७) विभाजन आणि वैयक्तिकरण :

प्रभावी ई-मेल जाहिरातींमध्ये समान वैशिष्ट्यांसह प्रेक्षकांना लहान गटांमध्ये विभागणे समाविष्ट असते. वैयक्तिकृत सामग्री आणि सेवा प्रत्येक गटाच्या प्राधान्यांची पूर्तता करतात, प्रतिबद्धता आणि रूपांतरणांची शक्यता सुधारतात.

८) ग्राहक संबंध निर्माण करणे :

नियमित ई-मेल संप्रेषण व्यवसाय आणि त्याचे ग्राहक यांच्यात मजबूत संबंध वाढवते. माहितीपूर्ण सामग्री, शैक्षणिक संसाधने आणि विशेष सेवा विश्वास आणि निष्ठा निर्माण करतात.

९) परवानगी-आधारित :

नैतिक ई-मेल जाहिरात परवानगी मार्केटिंगवर आधारित आहे, जिथे प्राप्तकर्त्यांनी स्वेच्छेने त्यांचे ईमेल पत्ते प्रदान केले आहेत आणि संप्रेषण प्राप्त करण्यास संमती दिली आहे. हे सुनिश्चित करते की संदेश ग्रहणक्षम प्रेक्षकांनाच पाठवले जातात.

१०) मोबाइल सुसंगतता :

मोबाइल डिव्हाइसच्या प्रसारासह ई-मेल जाहिरात मोहिम मोबाइल पाहण्यासाठी पर्याप्त करणे आवश्यक आहे. प्रतिक्रियात्मक रचना हे सुनिश्चित करतात की ई-मेल विविध स्क्रीन आकारांवर योग्यरित्या प्रदर्शित होतात.

११) अनुपालन आणि माहिती संरक्षण :

ई-मेल मार्केटिंगने संबंधित माहिती संरक्षण नियमांचे पालन केले पाहिजे, जसे की सामान्य माहिती संरक्षण नियमन (GDPR) किंवा युनायटेड स्टेट्समधील CN-SPM कायदा. यामध्ये प्राप्तकर्त्यांकडून स्पष्ट संमती मिळवणे आणि सदस्यत्व रद्द करण्याचा पर्याय प्रदान करणे समाविष्ट आहे.

४.२.३ वेब जाहिरातीचे विविध प्रकार :

अधिक आणि अधिक नवीन जाहिरातीचे प्रकार पूर्ण वेबमध्ये अस्तित्वात येत आहेत याचा अर्थ असा नाही की इथे पूर्ण सुची दिली आहे. यामध्ये फक्त आजच्या काळात जाहिरातीमध्ये जे मुख्य प्रकार वापरले जातात तेच प्रकार दिलेले आहेत.

१) निशाण जाहिरात :

निशाण जाहिरातीच्या परिणामकारकतेच्या संदर्भात मोठया प्रदेशात पर्वा केली जात नाही. अजुन ही वेब जाहिरातीचा लोकप्रिय प्रकार आहे, कारण कदाचित हा खुप माहितीतला असेल निशाण जाहिरात ही एक आकृतीच्या स्वरुपात असते किंवा शाब्दिक स्वरुपात किंवा आकृतीची संरचना पाहणाऱ्यांचे लक्ष वेधून घेते आणि कृतीला उत्तेजन देते. निशान सर्व आकार आणि रचनेत बनवून दिले जातात तर काही स्पष्ट माणके एकत्र केले जातात. उदा. ४६८ x ६० निशाण ही एक खुप लोकप्रिय साईज आहे २३४ x ६० च्या निशाण जाहिराती या स्थिर आणि प्रोत्साहन देणाऱ्या असू शकतात.निशाण जाहिरातीसाठी जी.आय.एफ. फॉरमॅट हा अतिशय लोकप्रिय आहे. अनेक निशान जाहिराती या सी.पी.सी. या आधारावर विकल्या जातात. काही साईट वर प्रत्येक पानावर एकापेक्षा अधिक निशान दाखविले जातात आणि जेव्हा दिलेल्या पानावर व्हिजिटर पाहत असतो तेव्हा प्रत्येक काही सेकंदानंतर निशान फिरविण्यासाठी एक छोटा सॉफ्टवेअर प्रोग्राम वापरावा लागतो.

२) शाब्दिक जाहिराती :

शाब्दिक जाहिराती अनेक वृत्तपत्रे आणि आर एस एस पुरवठा आणि अनेक साईट्सवर लोकप्रिय आहेत. शाब्दिक जाहिराती शक्यतो आजच्या काळात ऑनलाईन जाहिरातीमधील प्रमुख आणि वजनदार स्वरुप आहे. शाब्दिक जाहिरातीमध्ये काही ओळी एखाद्या माहिती सोबत किंवा इ-मेल सोबत कृतीसाठी छापणे याचा समावेश होता. शाब्दिक जाहिराती सी.पी.सी. यांच्या सारख्या निशाण जाहिरातीसारखी किंमत ठरविली जाते. साईट्सवर किती शब्द दाखवले गेले आहेत याचा मार्ग काढणे हे कठिण होऊ शकते. मत देण्यासाठी अनेक साईटस असतात. १ बाय १ पिक्सल पारदर्शी चित्र हे शाब्दिक जाहिरातीच्या समोर उजव्या बाजुला असले आणि चित्र किती वेळा टाकले, हे मोजले जाते. एकतर शाब्दिक जाहिरातीसाठी इतर काही यांत्रिक(उदा. जावा स्क्रिप्ट)सर्व्हे केले आणि प्रत्येक वेळी प्रभाव मोजला की यांत्रिकीकरणाने नवीन जाहिरात देत आहे. शक्यतो शाब्दिक जाहिरातीचे माहितीतले उदा. म्हणजे गुगल ॲडव्हान्स प्रोग्राम जो शाब्दिक जाहिरांतीशी संबंधित संदर्भ देतो आणि जगातील शेकडो हजारो साइटस याचा वापर करतात. वृत्तपत्रांमध्ये शाब्दिक जाहिराती ओळीच्या संख्येवर आधारलेले असते प्रत्येक ओळीत जास्त अक्षरे असली पाहिजेत.

३) उद्भवणाऱ्या जाहिराती :

अनेक वेब मास्टरच्या मते,उद्भवणाऱ्या जाहिराती या अतिशय तापदायक प्रकारच्या जाहिराती असतात. तसेच या मोठ्या वेब संस्थेद्वारे याच्या प्रतिक्रिया शेअर केल्या जातात हा एक लहानसा पुरावा आहे. उद्भवणाऱ्या जाहिरातीमध्ये सर्व लहान (विंडो) असते जेव्हा आपण साईटवर जातो तेव्हा मुख्य ब्राउसर वर अनेक विन्डो दिसतात. पॉप-अप विन्डो मध्ये कोणत्याही गोष्टीचा समावेश होऊ शकतो. उदा. शब्द,चित्र, जमा केलेल्या माहितीचे स्वरुप किंवा ई-मेल ॲड्रेस तसेच छोटे खेळ, यामध्ये उद्भवणाऱ्या जाहिरातीना दोन खालच्या जागा असतात.एक वेबमास्टरच्या साठी आणि एक जाहिरातदारासाठी वेबामास्टरच्या मते, उद्भवणाऱ्या जाहिराती त्यांच्या स्वताःच्या पानावरून ब्रॉउसरच्या नियंत्रणाला उचकटुन टाकतात आणि लिहिलेल्या पॉप-अप जाहिराती सुद्धा विशिष्ट ब्रॉउसर तोडुन टाकतात.भेट देणाऱ्याच्या मनावर कायमची वाईट प्रतिमा निर्माण करतात. जाहिरातदाराच्या मते, बहुतेक पॉप-अप विंन्डो लहान होऊ शकतात. (इतर विंन्डो च्या मागे लपवल्या जातात.) सुखसोईशी संबंधित असतात. म्हणून जर वेळेच्या आधारे पॉप-अप विंन्डो जाहिराती फिरविण्यासाठी वापरायच्या असतील तर तुमच्या जाहिराती दिसणार नाहीत पण तरी तुम्हाला मुल्य आकारले जाईल.

५) संदेशातून एकाची निवड करणे :

हा जाहिरातीचा प्रकार मोठया प्रमाणात लोकप्रिय होत आहे. (opt -in-mailing) लोकांच्या सुचीतील पूर्व मर्यादीत ई-मेल संदेश पाठविणे याची समावेश होतो. म्हणजेच दिलेल्या मुद्दयांवर माहिती स्वीकारण्यात जे

प्रेक्षक रुची व्यक्त करतात लोक काही साईट्स जाहिरात करण्यासाठी त्यांची सुची वृत्तपत्र स्वीकारणाऱ्यांना विक्री करतात. परंतू त्यापैकी बहुतेक ई-मेल ॲड्रेस गुप्त ठेवणाला प्राधान्य देतात आणि जाहिरातदाराच्या वतीने जाहिरातीचे वाटप करतात. जर विपणनाकाराला (opt -in-mailing) चा वापर करुन जाहिरात करायची असेल तर संदेश सुची मार्गाचा काळजीपुर्वक वापर करावा आणि त्यांना नामांकित संस्थेकडून संस्थेकडून प्रस्ताव येतील हे तपासावे.

६) (HTML) जाहिराती :

HTML जाहिराती या चित्र आणि शब्द या दोघांचे एकत्रीकरण असते. यामध्ये pwl -down list, check boxes किंवा स्वरुप या HTML घटकांचा समावेश असतो. गर्दी मिळविण्यासाठी हे घटक अतिशय परिणाम कारक असतात, परंतू मार्ग शोधण्यासाठी आणि पुरविण्यासाठी तितकेच कठीण असतात. आणि योग्य रितीने चालविण्यासाठी आधूनिक सॉफ्टवेअरची गरज असते.

७) माध्यमांपर्यंत पोचणाऱ्या जाहिराती :

रिच मीडिया जाहिरिती अनेक माध्यमातील घटकांचा वापर करतात जसे ध्वनी, ॲनिमेशन, आणि जावा ॲण्ड जावा स्क्रीप्ट संदेशाला योग्या ठिकाणी चालविण्यासाठी जाहिरातकारांसाठी हे अतिशय योग्य असते. वेबमास्टरसाठी कमी चांगले असते. रिच मीडिया साठी फायदेशीर नसते. परंतू अधिक वेळ आणि अधिक त्रास लक्षात घेतला जातो.

८) मिश्र जाहिराती :

मिश्र जाहिराती या इतर जाहिराती प्रकारांचे एकत्रित स्वरुप असते. जसे शाब्दिक आणि निशाष ग्राहकांना अधिक परिणामकारक ठरविण्यासाठी अशा प्रकारच्या जाहिराती केल्या जातात.

९) जोखिमदारी आणि भागीदारी :

हा काही वेगळा जाहिरातीचा प्रकार नाही. परंतू यामध्ये जाहिरात करण्यासाठी वेगवेगळे मार्ग अनुसरले जातात. जोखिमदारी आणि भागीदारी सामान्यतः साईटमध्ये अधिक पूर्णपणे जाहिरात व्हावी म्हणून सहभागी होतात. जोखिमदारी जेव्हा चांगल्या प्रकारे पूर्ण होते तेव्हा दोन्ही ही प्रभावी आणि दुरदर्शी होऊ शकतात. अनेक जोखिमदारी "Site Brought to you by sponsor" किंवा " Sponsor guide by site" अशा स्वरुपात असतात.

४.२.४ ब्लॉग स्पॉट :

तुमच्या विपणन व्यूहरचनेसाठी महत्त्वाचे संसाधन म्हणून ब्लॉगस तयार करावे लागतात. ब्लॉगर्सच्या संख्येत वाढ म्हणून वाचकांच्या संख्येत वाढ करावी लागते. उत्पादनाच्या जाहिरातीसाठी ब्लॉगर्स मिळविण्याच्या सोपा मार्ग म्हणजे त्यांना एखादया स्पर्धेत किंवा उत्पादन अतिशय स्वस्त देण्याच्या कार्यक्रमाना पाहुणे म्हणून बोलवणे. उत्पादनांची जाहिरात करण्यासाठी खालील टप्पे आहेत.

१) सुरुवात करणे (Getting Started) :

पहिली पायरी म्हणजे उत्पादनाची जाहिरात करण्यासाठी योग्य ब्लॉग शोधून ब्लॉग शोधून ब्लॉगर्सची सुची तयार करणे. म्हणजे जे लोक फक्त जास्त लोकांपर्यंत नाही तर प्रभावी ग्राहकांपर्यंत पोचायला मदत करतील असे लोक. उदा. जर उत्पादन हे नवीन आईसाठी लहान मुलांशी संबंधित असेल आणि या उत्पादनासाठी तुम्ही ब्लॉग शोधत असालं, तर तो या कामासाठी योग्य गरज पुरविणारा असला पाहिजे. गुगलमध्ये जाऊन मम्मी ब्लॉग किंवा मम्मी ब्लॉगर्स वर जाऊ क्लिक केले तर त्या उत्पादन आणि ब्रँडशी संबंधित सर्व माहिती मिळते. ज्या ब्लॉगशी संबंधित तुम्हाला काम करायचे आहे त्या ब्लॉगची सुची करुन ठेवा. यु.आर. एल. ची सूची त्याचे नाव व इतर काही माहितीची सूची करुन ठेवा.

२) ब्लॉगर्सशी संपर्कात राहणे (Connecting with Bloggers) :

जर कधी सूची ३०-५० ब्लॉगपर्यंत पोहोचली,तर ही वेळ म्हणजे खरे काम करण्याची वेळ असते. ब्लॉगर्स out of the blue दाखवले तर याचा अर्थ ई-मेल वाचता येणार नाही. म्हणून तुमची स्वताःची माहिती आणि ओळख देणे हे योग्य आहे. ब्लॉगवर नेहमी कार्यक्षम रहा. त्यांना त्यांच्या पोस्टवर तुमच्या प्रक्रिया हव्या असतात. सामाजिक माध्यमांमध्ये त्यांची माहिती शेअर करणे आणि तुम्हाला त्यांचा ब्लॉग किती आवडला आहे हे सांगायला विसरू नका, ब्लॉगर्सशी चांगले संबंध प्रस्थापित करा. ही त्यांना मार्ग दाखवयाची वेळ असते. ई-मेल मध्ये उत्पादनाची ओळख दाखवा आणि त्यांना विचारा की ते याचा आढावा घेण्यासाठी किंवा यावर काही लिहिण्यासाठी रुची आहे की नाही. उत्पादन कमी किंमतीत देणे किंवा त्यांच्या वाचकांसाठी उत्पादनांवर आणि मुद्देशीर ठेवा, कारण लोकप्रिय ब्लॉगर्सवर खुप दिवसातुन खूप ई-मेल येत असतात.

३) नंबर तपासणे (Check the Numbers) :

उत्पादन अतिशय कमी किंमतीत देण्यावर किती प्रयत्न करावे यावर दर महिन्याला पुरेसे मत ब्लॉगर्सला दयावे लागते. कोणतीही ब्लॉगर त्यांचे नंबर शेअर करायला सक्षम असतो. साधारणतः दर महिन्याला २००० - ३००० विशिष्ट ग्राहक यांत सुचविले जातात.

४) अर्थसंकल्प (Budget) :

विपणन अर्थसंकल्प तयार करताना अतिशय कमी किंमतीत देणाऱ्या उत्पादनांचे नियोजन तयार करा. जहाज खर्चातील घटक, उत्पादन आणि ब्लॉगर्सच्या संपर्कात येण्यासाठी खर्च झालेला तुमचा वेळ आणि अतिशय कमी किमतीची जाहिरात या घटकांचा यात समावेश होतो.

५) पाठपुरावा करणे (Follow Up) :

ज्या ब्लॉगर्सने आठवडयानंतर परत घेतल्याचे ऐकले नाही अशा ब्लॉगर्सशी संपर्क साधा. काही ब्लॉगर्सशी प्रस्ताव मिळतात. म्हणून त्यांच्या दिशा बदलतात.

६) नियम ठरविणे (Set Terms) :

जेव्हा ब्लॉगर करायच्या नियमांनुसार उत्पादन ब्लॉगमध्ये दाखविण्यास तयार होतो. त्यामध्ये पुढील गोष्टी समाविष्ट असतात. ते उत्पादन कधी दाखवतील, विजेत्यांना बक्षिस देण्यास कोण जबाबदार राहील, स्पर्धा किती काळ चालेल किंवा कूपन कधी अवैध ठरेल. ही सर्व माहिती संपर्क सुचीमध्ये सर्व एका ठिकाणी संघटित रहावे म्हणून लिहावी.

७) टिप्पणी बनविणे (Make Notes) :

तुम्ही संपर्क केलेल्या ब्लॉगर्सची नोंदणी ठेवा. तुम्ही त्यांचा पाठ पुरावा केला आणि त्यांची पोस्ट कधी दाखविली यामुळे नवीन पानात भर टाकण्याची संधी कधी ही चुकणार नाही. एकाच ब्लॉगर्सशी दोनदा संपर्क साधण्यात वेळ वाया घालवू नका.

८) एक शेवटचा मुद्दा (One Last Point) :

ब्लॉगरला मोफत उत्पादन पाठविणे हे त्याला अनुकूल प्रतिक्रिया देण्यास भाग पाडत नाही. विपणनकार कोणत्याही जाहिरातीसोबत जोखीम स्वीकारतो, म्हणून दोन्ही गटांसाठी सकारात्मक अनुभव निर्माण करण्यासाठी योग्य गोष्टी करा. जेव्हा तूम्ही उत्पादन देता तेव्हा ते योग्य प्रकारे बांधणी केलेली आहे आणि उत्तम दिसत आहे याची खात्री करा. आणि ब्लॉगर्सच्या ई-मेलला वेळेत, शिष्टाचारयुक्त पद्धतीने प्रतिक्रिया दया.

४.२.५ ऑन लाईन प्रायोजकत्त्व :

गेल्या काही वर्षांपासून विविध क्षेत्रांमध्ये इंटरनेटचा वापर वाढल्याचे दिसून येते. या इंटरनेटच्या आधारे विपणनाच्या विविध कृतींचे आयोजन आणि विकसन केले जाते. यामुळे विपणनाच्या व्यूहरचना आणि वृद्धी मिश्र यासाठी केल्या

जाणाऱ्या विविध ऑनलाईन कृती या उत्पादन विक्रीसाठी आणि विक्री वृद्धीसाठी महत्त्वपूर्ण ठरतात. किंबहुना ऑनलाईन विक्रीच्या आधारे उत्पादन आणि सेवा यांच्या विक्रीत वृद्धी झाल्याचे दिसून येते. ऑनलाईन स्पांनसर शिपमध्ये पुढील कृतींचा समावेश होतो.

१) लक्ष्याधारित जाहिरात सेवा आणि प्रायोजकत्वाचे वर्गीकरण :
वेबसाईटच्या आधारे लक्ष्याधारित जाहिरात सेवा आणि प्रायोजकत्वाचे वर्गीकरण याच्या आधारे उच्च वितरण प्रभाव साधला जातो. तसेच योग्य ग्राहकांपर्यंत जाहिरातीची पोहोच होते. या लक्ष्याधारित विपणन व जाहिरात यांच्यासाठी विविध लक्ष्याधारित विकल्प उपलब्ध असल्याचे दिसून येते.

२) ई-मेल विपणन :
ई-मेल विपणन हा ऑनलाईन प्रायोजकत्वाचा एक भाग असल्याचे दिसून येते. या माध्यमातून उद्योग-व्यवसाय संस्थेची संबंधित जे विश्वासू आणि प्रामाणिक ग्राहक असतात त्यांच्या पर्यंत वस्तू व सेवांची माहिती पोहोचवता येते.

३) व्हिडिओ :
व्हिडिओ मार्फत केल्या जाणाऱ्या जाहिराती या गतिशील आणि दृश्यात्मकतेचा प्रभाव असल्याने अधिक परिणामकारक ठरतात.

४) स्विपस्टिक स्पॉन्सरशिप :
याच्या माध्यमातून वेबसाईट्स आणि न्यूज लेटर्सच्या माध्यमातून माहिती पुरविली जाते तसेच दृश्यात्मकता निर्माण केली जाते.

५) मायक्रो साईरट :
ऑनलाईन स्पॉन्सरशिपच्या माध्यमातून मायक्रो साईटसची माहिती केली जाते आणि यामध्ये विविध उपभोक्ते समाविष्ट केले जातात.

➪ ४.३ सोशल मिडीया मार्केटिंग :

सोशल मीडिया मार्केटिंगचा संबंध हा सामाजिक नेटवर्कच्या आधारे किंवा सामाजिक माध्यमांच्या आधारे संबंधित उत्पादन संस्थेच्या ब्रँड बद्दल लोकांमध्ये जाणीव जागृती निर्माण करणे होय. सामाजिक माध्यमांच्याआधारे विपणनाच्या कृती या एकाचवेळेस अनेक लोकांपर्यंत पोहोचतात आणि तसेच त्यांची परिणामकारकता ही देखील अधिक असते.

४.३.१ अर्थ :

सामाजिक माध्यम विपणन म्हणजे सामाजिक माध्यमांच्या आधारे उत्पादन किंवा सेवेचे प्रवर्तन करणे. आजही जरी विपणनाच्या विविध इंटरनेट आधारित कृतींमध्ये ई-मार्केटिंग आणि डिजिटल मार्केटिंग हे दोन्ही घटक जरी प्रभावी दिसत असले तरी सुद्धा गेल्या काही वर्षात सोशल मीडिया मार्केटिंगला देखील मोठ्या प्रमाणात प्रसिद्धी मिळत असल्याचे दिसून येते. बरीच सामाजिक संपर्क माध्यमे ही विश्लेषणात्मक तंत्रांनी आणि साधनांनी परिपूर्ण असतात ज्यामुळे उद्योग व्यवसाय संस्था ह्या सामाजिक विपणनाच्या कृतींवरती लक्ष ठेऊ शकतात. कंपनी सामाजिक माध्यमांच्या विपणनाच्या मार्फत जे विविध भागधारक असतात त्यांच्या कृतींवरती देखील लक्ष ठेऊ शकतात. त्याचप्रमाणे जे संभाव्य ग्राहक असतात तसेच जे कर्मचारी असतात त्यांच्यापर्यंत देखील कंपनीला या माध्यमांच्या आधारे पोहोचणे शक्य होते.

४.३.२ सोशल मीडिया मार्केटिंगची साधने :

सोशल मीडिया मार्केटिंगची साधने व तंत्रे पुढीलप्रमाणे सांगता येतील :

१) बफर :

स्वच्छ इंटरफेस आणि साध्या विश्लेषिकी वैशिष्ट्यांसह, बफरसोशल मीडिया शेड्यूलिंग टूल म्हणून हूट्सुएट च्या स्वरुपात आधार देते. यामध्ये वापरकर्ता हे नेटवर्कवर एकाधिक खाती व सामग्री सामायिक करू शकतात. बफरच्या ब्लॉगवर सोशल मीडिया मार्गदर्शक आणि केस स्टडी आहेत, जे नवीन सोशल मीडिया मार्केटींगचा संदर्भ घेतल्यास प्रारंभ करण्यासाठी एक उत्तम ठिकाण आहे.

२) सोशल क्लाट :

सोशल क्लाट हे उत्पादनाचा आणि सेवेचा आशय हा जास्तीत जास्त लोकांपर्यंत पोहोचवण्यासाठी उपयुक्त असे माध्यम आहे. या माध्यमामध्ये सामाजिक माध्यमाला आवश्यक असणारी जी विश्लेषणात्मक साधने आहेत त्या साधनांच्या आधारे विपणनाच्या विविध कृती आणि संभाव्य ग्राहकांवरती लक्ष्य केंद्रित करता येते. तसेच विपणनाच्या ज्या विविध कृती आहेत त्यांची उपयुक्तता देखील लक्षात येते.

३) फीडली :

फीडली या माध्यमाच्या आधारे विपणनाची सामग्री आणि संकल्पना ऑटोपायलटवर ठेवता येते. विपणनाच्या कृती सेट करण्यासाठी, फक्त आपल्या आवडत्या ब्लॉग्ज आणि लेखकांचे आरएसएस फीड जोडून आणि विपणनाच्या विषयाद्वारे आयोजित केलेल्या सर्व सामग्रीसह एक दैनिक 'मासिक' तयार केले जाते.

नवीनतम उद्योगांच्या ट्रेंडसह अद्ययावत राहण्याचा एक चांगला मार्ग म्हणून या माध्यमाकडे पहिले जाते.नवीनतम वर्तमान घटनांसह अद्ययावत राहणे आपल्या स्वत: च्या सामग्री धोरण आणि सोशल मीडिया पोस्टिंग वेळापत्रकांचे मार्गदर्शन करण्यात हे माध्यम मदत करते.

४) कॅनव्हा :

कॅनव्हा हे एक अशा प्रकारचे सामाजिक माध्यम आहे की, ज्याच्या मध्ये उत्पादनाचे फोटो देखील समाविष्ट करता येतात अणि त्याचबरोबर त्यामध्ये बदल पण करता येतात. सोशल मीडिया पोस्टसाठी जबरदस्त आकर्षक प्रतिमा तयार करण्यासाठी कॅनव्हा हे एक साधन आहे. कॅनव्हाची अनेक टेम्प्लेट्स, फॉन्ट आणि रंग वापरुन आपल्याला फक्त प्रतिमा घटक ड्रॅग करणे आणि त्या जागी ड्रॉप करणे आवश्यक आहे.

५) सॉसेडो :

सोशल मीडियाच्या मार्फत विपणनाच्या कृती करत असताना या कृती विविध गटांमध्ये विभाजित केल्या जातात. पण विपणनाच्या कृती यशस्वी होण्यासाठी सर्वांनी एकत्रित कार्य करणे आवश्यक आहे. सॉसेडो हे एक बी २ बी डिमांड जनरेशन टूल आहे जे बऱ्यापैकी संतोषपूर्ण काम करते. हे लीड जनरेशन स्वयंचलितपणे आणि भिन्न सोशल मीडिया चॅनेलद्वारे लक्ष्यित लीड्स शोधून आणि मिळवून कार्य करते. अशा प्रकारे, आपण मिनीशिया आणि पुनरावृत्ती कार्यांमध्ये अडचण न पडता विक्री आणि महसूल वाढविण्यावर लक्ष केंद्रित करू शकता.

⇨ ४.४ लोक :

कोणत्याही व्यावसायिक संघटनेसाठी योग्य व्यक्तींपर्यंत उत्पादने आणि सेवा पोहोचणे हे अत्यंत गरजेचे असते. चांगल्या ग्राहक सेवांच्या माध्यमातून लोकांच्या अपेक्षा या कंपनीपर्यंत पोहोचतात. ज्यामुळे कंपनी ही अधिकाधिक ग्राहकाभिमुख होण्याचा प्रयत्न करते.

४.४.१ लोक विपणन मिश्रचा एक भाग :

लोक सेवेच्या व्यवस्थापनात महत्वाचे परिमाण घडवून आणतात ते सेवांचे सादरकर्ता आणि ग्राहक अशा दोन्ही प्रकारच्या भूमिका बजावतात. सेवांचे सादरकर्ते म्हणून लोकांना महत्त्व असते, कारण ग्राहक त्यांच्या कर्मचाऱ्यांद्वारे

संस्था पाहतो. कर्मचारी ग्राहकांशी संपर्काची प्रथम ओळ दर्शवितात.त्यांना चांगली माहिती आणि ग्राहकांची मंजुरी असलेल्या सेवा पुरवत असतात. प्रत्येक कर्मचारी हा संस्थेसाठी विक्री व्यक्ती असतो हे संस्थेने ओळखले पाहिजे बहुतेक सेवा सक्रिय आणि सहभागी ग्राहकांना सुचित करतात त्यामुळे सेवा संस्थांमध्ये ग्राहकांना महत्त्व असते.

अ) सेवा कर्मचारी :

सेवा कर्मचारी हे सर्व संघटनांमध्ये महत्त्वाचे असतात; परंतु ते सेवा पुरविण्यात अधिक सहभागी असतात. कर्मचाऱ्यांचे सेवा पुरविण्याचे वर्तन आणि अभिवृत्ती ग्राहकाच्या सेवेच्या पूर्ण आकलनावर महत्त्वाचा परिणाम करते. वास्तविक सेवा प्रस्तुती आणि यात समाविष्ट असलेले मानवी घटक यांच्यामध्ये कर्मचारी क्वचितच फरक करू शकतो. आपण माहिती विचारण्यासाठी फोन करतो पण आपल्याला काही प्रतिसाद मिळत नाही या गोष्टीचा आपल्याला अनुभव आहे. तेव्हा असा प्रश्न निर्माण होतो की, टेलिफोन प्रक्रियेची प्रतिमा देण्याच्या दृष्टीने टेलिफोन ऑपरेटरच्या योगदानाची काय भूमिका होती ? ती आज आहे काय?

टेलिफोन ऑपरेटरच्या बाबतीत ही स्थिती अजुन नियंत्रित आहे, कारण टेलिफोन प्रक्रिया कमी संपर्क संघटन दर्शविते कमी किंवा अधिक संपर्क ही ग्राहकाने सेवा घेण्यासाठी जी संबंधित वेळ खर्च केली त्याच्याशी तुलना करता ग्राहकाच्या एकूण वेळेची टक्केवारी याच्या आधारावर असते. या व्याख्येवरून, रेस्टॉरंट्स, दवाखाने, शाळा कमी संपर्क संघटन दर्शवितात. कमी किंवा अधिक संपर्क संघटनेच्या आधारावरही सांगितला जातो. ग्राहकांना दृश्य असणाऱ्या आणि नसणाऱ्या सेवांच्या योगदानामध्येही सेवा कर्मचाऱ्यांना महत्व असते. रेस्टॉरंटमध्ये, वेटर्स दृश्य स्वरूपात असतात तर स्वयंपाक करणारे दृश्य स्वरूपात नसतात. विपणन व्यवस्थापन दृश्य कर्मचाऱ्यांच्या प्रशिक्षणासाठी अधिक वेळ अर्पण करतो त्यामुळे त्यांना ग्राहकांशी नातेसंबंध जपणे ही महत्वाची जबाबदारी असते. राईस डिश जी उत्तम प्रकारे बनलेली नसते ही स्वयंपाक्याची चूक असते पण वेटरला ग्राहकाचा राग सहन करावा लागतो. वेटरचे ग्राहकांशी वर्तन करण्याचे स्वरूपच हे ठरविते की रेस्टॉरंट तो ग्राहक कायमचा गमावेल की त्याला नेहमीचा ग्राहक बनवेल. जर विपणन व्यवस्थापकाची संघटना ही उच्च संपर्क संघटना असेल तर त्याचा प्राथमिक संबंध दृश्य सेवा कर्मचारी यांच्याशी असतो. त्याने हे लक्षात घेतले पाहिजे की, तो सेवा कर्मचाऱ्यांची गुणवत्ता आणि कामकाज यांच्यात सुधारणा करू शकतो. हे पुढील गोष्टींमुळे शक्य होऊ शकते.

१) कर्मचाऱ्यांची काळजीपूर्वक निवड आणि प्रशिक्षण,

२) नियम,कायदा आणि सुसंगत वर्तनाच्या प्रक्रियेची शाश्वती दिसण्याची शाश्वती,

३) सुसंगत दिसण्याची शाश्वती,

४) स्वयंचलनाचा परिचय आणि शक्य असेल तेथे संगणकीकरण याद्वारे वैयक्तिक संपर्काचा महत्त्व कमी करणे.

ब) ग्राहक:

ग्राहक हे महत्वाचे असतात कारण, इतर ग्राहकांवर परिणाम करणारे ते एक साधन असतात. डॉक्टर, वकील, सल्लागार यांच्या बाबतीत सांगायचे झाले तर, जर एका ग्राहकाला समाधान मिळाले तर तेथे ग्राहकांची साखळी तयार होते ते अनेक ग्राहकांना घेऊन येतात. तथापि, पहिले कार्य हे असते की अस्तित्वात असलेल्या ग्राहकाला पूर्ण समाधान देण्याची शाश्वती देणे. त्याच्याद्वारे आकर्षित झालेले विविध ग्राहक संभाव्य ग्राहकांवर महत्त्वाचा परिणाम करण्यासाठी उपयोगात आणले जातात. संभाव्य ग्राहकांना संघटनेबद्दल आकर्षण वाटू शकते, कारण ते त्याच्यासारखे ग्राहक असतात किंवा ग्राहकांना आवडणार नाही अशा गोष्टीशी संबद्ध केले तर ग्राहक संघटनेपासून दूर जाऊ शकतात. ग्राहकांना काय घ्यायला आवडेल याची पातळी संघटनेने निश्चित करायला हवी आणि

त्याप्रकारे संघटनेने त्या ग्राहकाला सेवा पुरवावी त्यामुळे संघटनेला तिच्या भावी ग्राहकाच्या मनात तिची प्रतिभा निर्माण होईल. संघटनेचे भौतिक स्वरूप, सेवा कर्मचाऱ्यांचे वर्तन आणि वागणूक, सेवा पुरवठा यांना संयुक्त संकुलात वळविणे असे असते.

४.४.२ ग्राहक आंतरक्रिया :

विपणन दळणवळण पिरॅमिड हे वरून खाली ते खालून वर अशा प्रकारे उडी मारत असते. मोठ्या ऑफलाइन, एकतर्फी विपणन दळणवळण ज्याच्याशी वितरक परिचत होते ते आता नवीन मार्गांसाठी रस्ता तयार करत आहेत जसे की ऑनलाइन आंतरक्रिया मोबाइल संभाषण, ट्विट्स, स्तंभ, फेसबुकवरील अद्यावत माहिती इत्यादी.

अ) अर्थ :

ग्राहक आंतरक्रिया म्हणजे ग्राहक आणि कंपनीमधील संभाषण होय. प्रत्येक ग्राहक आंतरक्रिया ही एक चांगला प्रभाव निर्माण करण्यासाठीची एक संधी असते. आपण कार्यालयामध्ये साधा पोशाख करतो; परंतु ग्राहक आंतरक्रियेसाठी एक सांकेतिक पोशाखपद्धती दिलेली असते उदा. व्यापारी प्रदर्शने या आंतरक्रिया बऱ्याचदा ग्राहकांशी संवाद साधण्याची संधी दर्शवितात, जे ग्राहक आवडीशी गुंतलेले असतात आणि त्यांच्या गरजा आणि अपेक्षा यांच्याशी संबंधित माहिती वाटून घेण्यासाठी तयार असतात. बाह्यपरिबद्ध आंतरक्रिया या सामान्यपणे विशिष्ट ग्राहक विभागाला उत्पादने लक्ष्य बनविण्यासाठी वापरतात. ते ग्राहक माहितीच्या विश्लेषणावर आधारित असते या आंतरक्रियांचे यश मग ते ई-मेल, थेट मेल किंवा इतर मार्गांनी झाले असेल ते मागणीच्या वेळी ग्राहकांच्या अपेक्षा आणि गरजांबद्दल संस्थेला असलेल्या आकलन शक्तीवर अवलंबून असते.

ब) ग्राहक आंतरक्रियेच्या पायऱ्या :

१) श्रेष्ठ दर्जाची ग्राहक सेवा बिजागरी जी ग्राहक संभाषणाच्या चार आधारस्तंभांवर आधारित असते, सर्व समन्वयाने काम करतात, संदर्भ अचूकता, एक वैयक्तिक स्पर्श, आणि वेळेवर सेवा.

२) प्रत्येक ग्राहक आंतरक्रिया हा एक निर्णायक क्षण असतो, जेथे वास्तविक निर्णय घेणे आणि क्रिया करणे यांचा फार मोठा प्रभाव असू शकतो.

३) या पारदर्शकता युगामध्ये ग्राहक ज्ञानी नव्हते, ते सलगीने कॉर्पोरेट धोरणे किंमत धोरणे आणि संभाषण मार्ग यांच्याशी परिचित होते.

४) सामाजिक माध्यम मार्ग जसे की ट्वीटर आणि फेसबुक कंपनीचा दर्जा उत्कृष्ट ग्राहक सेवा प्रदाता म्हणून वाढवू शकतात.

५) ग्राहक आंतरक्रियांचे एकापेक्षा अधिक मार्गांमधील परिक्षण करून संस्था त्यांच्या आंतर्गत हेतू आणि प्राप्तींचे विश्लेषण करू शकते जे वैयक्तिक आंतरक्रिया बघत असताना सहजगत्या स्पष्ट होत नाही.

६) वैयक्तिकृत सेवा ही विश्वासू ग्राहकांबरोबर चिरकाल टिकणारे संबंध निर्माण करण्यासाठी अत्यावश्यक असते. संस्था ज्या एक होलिस्टिक ग्राहक प्रोफाइल तयार करण्यात आणि ग्राहकांच्या गरजांचे वास्तविक वेळेतील आंतरक्रिया दरम्यान विश्लेषण करण्यावर खर्च करतात त्या योग्य वैयक्तिकृत उत्पादन शिफारसी ज्या ग्राहकांच्या विशिष्ट परिस्थितींवर अवलंबून असतात बनवू शकतात जे विश्वासूपणाला प्रोत्साहन देतात.

७) व्यावसायाने याची हमी घेतली पाहिजे की त्यांच्या प्रतिनिधींनी वास्तविक वेळेतील प्रत्येक संधीचा ग्राहकांमध्ये वाढणारे असमाधान सौम्य करण्यासाठी अप्रत्यक्ष विक्री संधी ओळखण्यासाठी आणि योग्य सौद्यांचा प्रस्ताव ठेवण्यासाठी फायदा करून घेतला पाहिजे. ज्या संस्था हे करत नाहीत त्या उच्च दर्जाची ग्राहक सेवा पोहोचवणे आणि विश्वासूपणा आणि व्यवसाय वाढीची खात्री देण्याची संधी गमावतात.

४.४.३ ग्राहक सेवा :

अनेक उत्पादने, सेवा आणि अनुभव हे ग्राहक सेवा संघाद्वारा समर्थित केले जातात. ग्राहक सेवा, कौशल्ये (उदा. आर्थिक सेवा निवडींचे) तांत्रिक समर्थन (उदा. आयटी आणि सॉफ्टवेअरसाठी सल्ला देणे) आणि ग्राहक इंटरफेस समन्वय (सेवा अभियंत्यांना नियंत्रित ठेवणे किंवा सेल्समनबरोबर संवाद साधणे) इ. ची तरतूद करतात. अशा लोकांचा स्वभाव आणि वृत्ती ही कंपनीसाठी फार महत्वाची असते. ज्याप्रकारे तक्रार हाताळली जाते त्यामार्फत ग्राहक राखणे किंवा गमावणे किंवा कंपनीचा दर्जा सुधारणे किंवा त्याचा नाश करणे यातील फरक दर्शविला जातो.

अ) अर्थ :

सध्या ग्राहक सेवा ही, समोरा-समोर दूरध्वनीवर किंवा इंटरनेटद्वारे होऊ शकते. लोकांचा त्यांना आवडलेल्या लोकांकडून खरेदी करण्याचा कल असतो, त्यामुळे प्रभावशाली ग्राहक सेवा ही अत्यंत महत्वाची असते. ग्राहक सेवा ग्राहकांना तांत्रिक समर्थन, कौशल्य आणि सल्ला देऊन त्याचे महत्व वाढवू शकतात. जेव्हा ग्राहक ताब्यात ठेवण्याची वेळ येते तेव्हा एक महत्वाचा उत्पादन नसलेला फायदा जो ग्राहकांच्या कंपनीबद्दलच्या भावनांवर परिणाम करतो तो म्हणजे ग्राहक सेवा होय.

ब) व्याख्या :

"ग्राहक सेवा म्हणजे ग्राहकाच्या उत्पादनाविषयी अनुभवाला आधार देण्यासाठी वितरकाद्वारे वापरण्यात आलेल्या क्रिया होय."

क) ग्राहक सेवेचे स्वरूप :

ग्राहक सेवेमध्ये पुढील क्रियांचा समावेश होतो

१) प्रशिक्षण :

ग्राहकाला एखादे उत्पादन कशाप्रकारे वापरायचे हे शिकण्यासाठी मदत करण्यास गरजेच्या सेवा उपलब्ध असतात.

२) दुरूस्ती :

नुकसान झालेले किंवा अकार्यक्षम उत्पादने हाताळण्यासाठी आवश्यक सेवा उपलब्ध असतात.

३) आर्थिक सहाय्यता :

सेवा ज्या ग्राहकांना खरेदीमध्ये किंवा उत्पादन वापरताना आर्थिक बांधिलकीसाठी मदत करण्यासाठी आवश्यक असतात.

४) तक्रार निवारण :

ग्राहकांनी उत्पादन वापरताना निर्माण झालेल्या समस्यांचे निवारण करण्यासाठी आवश्यक सेवा अनेक उद्योगांम ध्ये, ग्राहकांचा कंपनीच्या ग्राहक सेवेबरोबरचा अनुभव हा त्यांच्या उत्पादनाबद्दलच्या संपूर्ण मतावर सार्थ्यपणे परिणाम करतो. ज्या कंपन्या उच्च दर्जाच्या उत्पादनांची निर्मिती करतात त्या, हलक्या दर्जाची सेवा दिल्यामुळे, उत्पादनांवर नकारात्मकरित्या प्रभाव पाडू शकतात तर दुसरीकडे अनेक कंपन्या या त्यांची उत्पादने उच्च दर्जाची आहेत म्हणून नव्हे तर ते उच्च दर्जाची ग्राहक सेवा पुरवतात म्हणून स्पर्धकांशी स्पर्धा करतात. प्रत्यक्षात अनेक लोक मानतात की ग्राहक सेवा अखेरीस, कंपनीने प्रस्तावित केलेला सर्वात महत्वाचा फायदा ठरेल, कारण जागतिक स्पर्धामुळे (म्हणजेच समान उत्पादनांमध्ये वाढ) कंपनीच्या उत्पादनांना अद्वितीय फायदे देऊ करणे अवघड जाते. ग्राहक सेवा स्वत:ला अनेक प्रकारे स्पष्ट करतात, ग्राहकांचे मुद्दे हाताळण्यासाठी सर्वांत सामान्य समर्पित केलेल्या विभागासह स्पष्ट करतात. कंपनी एका वेगळ्या विभागाची स्थापना करते की नाही किंवा कार्याची विविध विभागांमध्ये विभागणी प्रतिसाद देणारी आणि विश्वसनीय सेवा देऊ करणारी आहे किंवा नाही हे निर्णायक असते आणि भविष्यामध्ये ग्राहकांमार्फत त्याला मागणी असू शकते.

⇨ ४.५ प्रक्रिया :

सेवा संघटनांमध्ये सेवा वितरण प्रक्रिया ही प्रक्रिया बनविते. फास्ट फुड बाहेर जाण्याच्या प्रक्रियेत एका काऊंटरवरून कुपन विकत घ्यायचे व दुसऱ्या काउंटरवरून अन्न घ्यायचे यांचा समावेश होतो.

वितरण कार्याची प्रक्रियेची तुलना कार्यकारी संघटनेने सुचविलेल्या कच्च्या मालाचे पक्क्या मालाचे रूपांतर करणे या कृतीशी केली जाऊ शकते; परंतु सेवा संस्थांमध्ये स्पष्ट इनपुट किंवा आऊटपुट नसते तर यामध्ये ग्राहकांना उपयोगी ठरण्यासाठी कच्च्या मालावर काही प्रक्रिया करून किंवा मूल्य व उपयोगितेची भर टाकून पक्का माल तयार केला जातो.

सेवा पुरविण्यासाठी वापरलेल्या प्रक्रियेच्या आधारावर सेवांचे वर्णन केले जाऊ शकते. सेवा उत्पादनांच्या बाबतीत रेषीय कामकाज, शॉप, ऑपरेशन आणि अधूनमधून थांबणारे कामकाज या तीन वितरण प्रक्रियांचा वापर केला जातो. स्व–सेवा उपहारगृह आणि दुकाने ही रेषीय कामकाजाची उदाहरणे आहेत. ग्राहक तार्किक रितीने मांडलेल्या कामकाजाकडे वळतो ते कामकाज क्रमवार मांडलेले असते. स्व–सेवा विभागात ग्राहक त्याच्या गरजेच्या वस्तू घेण्यास सुरवात करतो आणि बाहेर पडण्याच्या जागेच्या शेजारील टेबलवर पैसे देतो. या प्रकारे वितरण प्रक्रिया जेथे सेवा योग्य दर्जाची असते आणि ग्राहकांची गरज ही नियमित स्वरूपातील असते.

जेव्हा ग्राहकाला विविध क्रमांमधील सेवांचा उपयोग करण्याची आवश्यकता असते तेव्हा जॉब शॉप ऑपरेशन हे अधिक उपयुक्त असते, दवाखाने, उपहारगृह आणि शैक्षणिक संस्था यांच्याकडे सामान्यत: हीच वितरण प्रक्रिया वापरली जाते. मधूनमधून थांबणारे कामकाज जेव्हा सेवा क्वचितच पुन्हा पुन्हा येतात तेव्हा वापरले जाते. प्रकल्पांसाठी सल्ले देणाऱ्या संस्था सामान्यत: या प्रकारच्या वितरण प्रक्रियेचा वापर करतात. प्रत्येक जाहिरात कार्यक्रमात विशिष्ट घटकांच्या संचाची आवश्यकता असते म्हणून जाहिरात संस्था सुद्धा या वितरण प्रक्रियेचा वापर करतात.

विपणन व्यवस्थापक त्याच्या संघटनेचा गुणात्मक पैलूचा त्याग न करता संघटनेच्या कार्यक्षमतेला अनुकुलित करण्यासाठी कार्यक्षम असावा त्यासाठी त्याने खालील आवश्यक प्रश्नांवर भर देणे आवश्यक आहे.

१) ग्राहकांना सेवांचे वितरण करण्यामध्ये कोणत्या पायऱ्यांचा समावेश आहे ?

२) त्या तार्किक क्रमाने आखल्या आहेत की नाही ?

३) जर नसेल, तर त्यातल्या काही पायऱ्या काढुन टाकता येतील का, किंवा एकत्र करता येतील का किंवा सामान्य क्रमात त्या लावता येतील का ?

४) ग्राहक सहभागी होईल अशा कोणत्या पायऱ्या आहेत ?

५) ग्राहक संपर्क कमी होऊ शकतो का किंवा पूर्णपणे नष्ट होऊ शकतो का?

६) आपण वितरण प्रक्रिया जलद होण्यासाठी स्वयंचलनाला प्राधान्य देऊ शकतो का ?

सेवा तिच्या अदृश्यपणा, अविभाज्यता, विविधता मालकीचा अभाव आणि शिक्षेस पात्र यांच्या वैशिष्ट्यांच्या आधारावर उत्पादनापासून वेगळी होऊ शकते. ही वैशिष्ट्ये विपणन व्यवस्थापकासाठी एक आव्हान ठरू शकते. विपणन व्यवस्थापक या वैशिष्ट्यांवर निर्बंध लादण्यासाठी पर्यायी शोधतो.

सेवांचे विपणनाला विपणन मिश्र वाढीची आवश्यकता असते यात उत्पादन किंमत वृद्धी आणि वितरण तसेच भौतिक पुरावा अणि प्रक्रिया यांचा समावेश असतो. विपणनकार विपणन व्यूहरचनेच्या शेवटच्या तीन घटकांवर अधिक भर देतो आणि पहिल्या चार घटकांमध्ये सुसंवाद करण्यासाठी एकत्र करतो. त्यामुळे ग्राहकाचे इच्छापूर्तीचे समाधान होते.

⇨ ४.६ प्रत्यक्ष पुरावा/आवेष्टन :

आवेष्टन हा विपणन मिश्र मधील पाचवा घटक आहे. मागे उभे राहणे आणि उत्पादनाच्या किंवा सेवेच्या आवेष्टनातील प्रत्येक दृश्यमान घटकाची पाहणी करणे याची सवय गंभीर अपेक्षेमार्फत वाढवणे. हे लक्षात ठेवले पाहिजे की, लोक

उत्पादन किंवा त्यातील काही घटकांविषयीचा पहिला प्रभाव ते पाहिल्या नंतरच्या पहिल्या ३० सेकंदामध्ये तयार करतात. आवेष्टनातील किंवा उत्पादन/सेवेचे बाह्य रूप यातील लहान सुधारणा यामुळे अनेकदा ग्राहकांकडून पूर्णपणे वेगळ्या प्रतिक्रिया येऊ शकतात.कंपनी उत्पादन किंवा सेवेच्या अवेष्टनाच्या संदर्भात, ग्राहक कंपनीच्या संपर्कात आल्या नंतरच्या पहिल्या क्षणापासून जे सर्व काही पाहतो याचा विचार खरेदी प्रक्रियेमार्फत केला पाहिजे.

४.६.१ अर्थ :

आवेष्टन म्हणजे एखादे उत्पादन किंवा सेवेचे बाह्यरूप होय. आवेष्टन विविध कारणांसाठी खूप उपयुक्त आणि गरजेचे असते. एखाद्या उत्पादनाची जाहिरात करणे, योग्य परिवहनाची खात्री करणे कोणत्याही शक्य ग्राहकाचे मन वळवणे आणि उत्पादनाला विश्वसनीय ओळख देणे इ. आवेष्टन हे प्रक्रिया (जसे की, स्वच्छ करणे, सुकविणे, जतन करणे) आणि साहित्य (जसे की काच, धातू, कागद किंवा कागद बोर्ड, प्लॅस्टीक) आंर्तभाव करण्यासाठी हाताळण्यासाठी संरक्षण करण्यासाठी आणि/ किंवा एखाद्या वस्तूचे परिवहन करण्यासाठी वापरण्यात येते. आवेष्टनाची प्रक्रिया ही विस्तारित असते आणि यामध्ये लक्ष वेधून घेणे, प्रवर्तनासाठी मदत करणे, मशिन ओळख पुरविणे (बारकोडस इत्यादी) महत्त्वाची किंवा अधिक माहिती देणे आणि उपायोजनात मदत करणे यांचा समावेश होऊ शकतो. ही प्रक्रिया म्हणजे अनेक संबंधित सामान किंवा सेवा या एकाच प्रस्तावामध्ये जोडणे होय.

४.६.२ आवेष्टनाची उद्दिष्टे :

कोणत्याही उत्पादनाचे प्रत्येक आवेष्टनाचे सामान्यपणे पुढील पाच हेतू असतात :

१) समाविष्ट घटक :

याचा अर्थ एखादे उत्पादन प्रत्यक्षपणे धारण करणे, हे प्राथमिक आवेष्टन आहे.उदा. टूथपेस्टसाठी नळी किंवा पंप अन्नासाठी डबा किंवा जार, बाटलीतील पेय, स्वच्छतेच्या उत्पादनासाठी पिंप इत्यादी.

२) माहिती :

चिन्ह आणि कोणतीही संबंधित कंपनी ओळखण्यासाठी माहिती पुरविणे ती कशाप्रकारे वापरली पाहिजे हे स्पष्ट करणे, गैरवापराच्या धोक्यांबद्दल ताकीद देणे, आणि उत्पादनाचे घटक उघड करणे. वेगवेगळे कायदे आणि संस्थांनुसार ही माहिती गरजेची असते.

३) संरक्षण :

खराबी, गळती, मोडतोड, दमटपणातील बदल, चोरी आणि लुडबूड यावर प्रतिबंध करणे ही आवेष्टने वातावरण दूषित करणारे घटक (रोगजंतू, घाण, धूळ, दमटपणा) उत्पादनांमध्ये येऊ नयेत म्हणून सील केली जातात. हे लुडबुड करणे चोरी, मोडतोड आणि खराबी यापासून सुद्धा संरक्षण करते.

४) दळणवळण :

आवेष्टन उत्पादनाचे कारखानदाराकडून कदाचित गोदामापर्यंत नंतर विक्रेत्यापर्यंत आणि शेवटी ग्राहकापर्यंत सोप्या आणि सुरक्षित पद्धतीने पोहोचवण्यासाठी मदत करते. सर्व समुदाय, सर्व वस्तुंची त्यांच्या रहिवाशांसाठी निर्मिती करतात, खर्च हा कमी केला जातो, जेव्हा एखाद्या विशिष्ट घटकाच्या विकासाचा उत्पादन केंद्रे खास अभ्यास करतात. भाग आणि / किंवा उत्पादने मग जेव्हा पूर्ण होतात किंवा जेव्हा त्यांची गरज असते तेव्हा ते समुदायापर्यंत पोहचविले जातात आणि या विविध जागांमधील साठविण्याची जागा जेव्हा पुठ्ठ्याचे खोके हे रचलेले असतात तेव्हा अधिक कार्यक्षमतेने वापरले जातात.

५) दाखविणे :

आवेष्टन हे आकर्षकपणे दाखविण्यासाठी, विकण्यासाठी (विपणन साधन) गरजेचे असते. आकार, किंमत, रंग, व्यापारी चिन्ह, स्पष्टीकरण या सर्वांचा प्रदर्शनासाठी विचार करावा लागतो. ज्याप्रमाणे हा देश विक्री व्यक्ती पद्धतीपासून स्वत:ची सेवापर्यंत बदलते, आवेष्टनाला उत्पादनाची माहिती देणे आणि विक्री करणे गरजेचे होते. आजच्या वैशिष्ट्यपूर्ण सुपरमार्केटमध्ये १०,००० उत्पादने उपलब्ध आहेत त्यामुळे आभासी 'जंगल' अस्तित्वात आले आहे. त्यामुळे कंपन्यांना आवेष्टनावर खर्च करणे हे पारंपरिक जाहिराती करण्यापेक्षा उच्च उत्पन्न आणते हे आढळून आले आहे.

४.६.३ आवेष्टनाचे महत्त्व :

जरी ग्राहक हा बाजारात उपलब्ध असलेल्या आवेष्टनाविषयी असंतुष्ट नसला तरीही तो विशिष्ट कार्यासंबंधीच्या आणि आकर्षक आवेष्टन कल्पना, बहुसंवेदनात्मक वेधक आणि सर्जनक्षम रचना जास्त करून मंडळांकडून तयार केलेल्या आवेष्टन कल्पना यांमुळे आकर्षित होऊ शकतो. तो अतिरिक्त फायदे आणि वेधकांचा स्वीकार करतो आणि तो तरीही त्यासाठी अतिरिक्त शुल्क भरण्यासाठी तयार असतो. पुढील मुद्यांच्या आधारे आवेष्टनाचे महत्त्व सांगता येईल :

१) उत्पादनांचे संरक्षण करणे :

उत्पादन आवेष्टनाचा हेतू हा उत्पादनाचे नुकसान होण्यापासून संरक्षण करणे हा आहे. उत्पादन आवेष्टन हे फक्त उत्पादनाचे कारखानदारांकडून किरकोळ विक्रेत्यापर्यंत येईपर्यंतच संरक्षण करते असे नाही तर ते जेव्हा उत्पादन हे किरकोळ फळीवर विक्रीसाठी बसते तेव्हाही त्याला नुकसानापासून वाचविते. बहुतांश उत्पादनांच्या आवेष्टनांचे काही स्वरूप असते उदा. सूप्स साठी बरणीची आणि आवेष्टनाची गरज असते तर सफरचंदांना परिहवनाच्या वेळी आवेष्टनाची गरज असते; परंतु जेव्हा उत्पादन हे स्थानिक किराणा दुकानाच्या विभागातून निर्माण होत असेल तर त्याला आवेष्टनाची गरज नसते.

२) आकर्षण :

चांगले आवेष्टन हे ग्राहकाला ते उत्पादन पाहण्यासाठी आकर्षित करते या कारणास्तव अनेक कंपन्या या मोठ्या प्रमाणात रंग योजना, डिझाइन्स आणि उत्पादन आवेष्टनाचे प्रकार यावर संशोधन करतात जे त्यांच्या ग्राहकांना आकर्षित करतात.

३) बढती :

आवेष्टन उत्पादनाची माहिती रेखाटण्यामध्येही महत्वाची भूमिका बजावते.बाह्य आवेष्टनामध्ये ते उत्पादन कशाप्रकारे वापरायचे किंवा तयार करायचे याबद्दल सूचना दिलेल्या असू शकतात.

४) खरेदीचे निर्णय सुलभ करणे :

आवेष्टनामध्ये उत्पादनातील घटक आणि पोषणविषयक माहिती दिलेली असू शकते. ही माहिती उत्पादनाच्या विक्रीला मदत करू शकते कारण ती संभाव्य ग्राहकांना खरेदीचे निर्णय घेताना आवश्यक असणारी माहिती प्राप्त करण्याची परवानगी देते. आवेष्टनावरील माहिती वाचणाऱ्याला त्या उत्पादनाबद्दल दुकानदाराशी न बोलताही खरेदी करण्यास प्रोत्साहन देते.

५) फरक :

आवेष्टन उत्पादनाच्या एका ब्रँडचे दुसऱ्या ब्रँडपासून फरक दर्शविते, कारण उत्पादन आवेष्टनामध्ये कंपनीचे नाव चिन्ह आणि रंग योजना यांचा समावेश असू शकतो त्यामुळे ग्राहकांना ते स्पर्धक उत्पादनांमध्ये ठेवलेले असले तरी त्यांना हवे ते उत्पादन ओळखता येते. उदा. एखादा ग्राहक जेव्हा स्थानिक किराणा दुकानात कॉफी खरेदी

करण्यासाठी जातो तेव्हा चकचकीत नारंगी, गुलाबी आणि पांढऱ्या रंगाचे 'डनकिन डोनट्स कॉफी ब्रँडचे'' आवेष्टन ग्राहकाला ते घेण्यासाठी सहज ओळखता येते. ग्राहकाला कंपनीचे ब्रँड ओळखून ते उत्पादन घेण्यास प्रोत्साहन मिळू शकते. जर उत्पादनाचे आवेष्टन बदलले तर, कंपनीच्या ब्रँडचे आकलन होण्यास बदल होऊ शकतो, याचा अर्थ असा होत नाही की ग्राहक ते उत्पादन अजूनही घेत नाही पण त्याच्यामुळे ग्राहकाला ते उत्पादन खरेदी करण्याला उशिर होऊ शकतो, जोपर्यंत व्यक्तीला त्या उत्पादनाची ओळख त्याच्या नवीन आवेष्टनानुसार होत नाही.

६) प्रभावी संवाद :

आवेष्टन हे विक्रीच्या वेळी एक विश्वसनीय माध्यम आहे आणि ग्राहकाच्या स्वइच्छेने त्याच्याशी संपर्क साधला जातो. त्यामुळे हा एक प्रभावी संवादाचा मार्ग बनतो, आणि शिवाय इतरांपेक्षा ग्राहकाच्या अधिक जवळ जाता येते. जर ग्राहकाच्या संवेदना वेधल्या गेल्या तर त्याचे मन यशस्वीरित्या वळविता येते.

७) गुणवत्ता सुचक :

उत्पादनाच्या आवेष्टनाची योग्यता हे महत्वाचे गुणवत्ता सूचक मानले जाते म्हणूनच उत्पादनाची गुणवत्ता ही चांगल्या आवेष्टनामार्फत संप्रेषित केली जावी त्यात फक्त आवेष्टनावर लिहिलेल्या रूपात गुणवत्तेबद्दल आश्वासने नसावीत. एक विश्वसनीय संपूर्ण कलात्मक काम हे तयार केले जाते ज्यामध्ये घटक आणि आवेष्टन हे सुसंगत असतात आणि ग्राहकाला त्याच्या सुसंगतपणामुळे खात्री पटते

८) जास्त फायदे :

यशस्वी आवेष्टन हे फक्त काय सुंदर आहे आणि काय कार्यात्मक दृष्ट्या गरजेचे आहे याचा संयोग करत नाही तर जास्त फायदेसुद्धा पुरविते उदा. एक भेटवस्तू म्हणून किंवा देखाव्यासाठी त्यामध्ये करमणुकीचे घटक घालणे किंवा उत्पादन खरेदी केल्यानंतर त्याचे आवेष्टन दुसऱ्या वस्तूसाठी वापरता येईल असे शक्य करणे.

४.६.४ ग्राहक संवाद :

विश्वास, निष्ठा आणि दीर्घकालीन ग्राहक संबंध निर्माण करण्यासाठी प्रभावी ग्राहक परस्परसंवाद आवश्यक आहे. हे एकतर्फी संप्रेषणापुरते मर्यादित नाही तर सक्रिय ऐकणे, ग्राहकांच्या गरजा पूर्ण करणे आणि मौल्यवान उपाय प्रदान करणे समाविष्ट आहे. जे व्यवसाय ग्राहकांच्या परस्परसंवादात उत्कृष्ट असतात ते सहसा उच्च ग्राहक समाधान, वाढीव धारणा दर आणि सकारात्मक शिफारसींचा आनंद घेतात.

अ) अर्थ :

ग्राहक परस्परसंवाद म्हणजे व्यवसाय किंवा संस्था आपल्या ग्राहकांशी गुंतलेल्या विविध मार्गांचा संदर्भ देते. हे परस्परसंवाद ग्राहकाच्या प्रवासाच्या वेगवेगळ्या टप्प्यांवर होऊ शकतात, ज्यात खरेदी करण्यापूर्वी, दरम्यान आणि नंतरचा समावेश आहे. ग्राहक संबंध निर्माण करण्यासाठी आणि टिकवून ठेवण्यासाठी, ग्राहकांचे समाधान सुनिश्चित करण्यासाठी व शेवटी व्यवसायात यश मिळवण्यासाठी प्रभावी ग्राहक संवाद आवश्यक आहे.

ब) ग्राहक संवादाचे टप्पे :

ग्राहक परस्परसंवादाच्या काही पायऱ्या खालीलप्रमाणे आहेत :

१) जागरूकता :

जाहिराती, सोशल मीडिया, तोंडी शब्द किंवा ऑनलाइन शोध यासारख्या विविध माध्यमांद्वारे ग्राहकाला व्यवसाय, त्याची उत्पादने किंवा सेवांची जाणीव होते.

२) प्रारंभिक संपर्क :

ग्राहक व्यवसायाशी पहिला संपर्क करतो, मग तो वेबसाइटला भेट देऊन, फोन कॉलद्वारे, ईमेल चौकशीद्वारे किंवा एखाद्या भौतिक दुकानास भेट देऊन असो.

३) प्रतिबद्धता :

व्यवसाय ग्राहकाला अर्थपूर्ण मार्गाने गुंतवून ठेवतो, माहिती प्रदान करतो, प्रश्नांची उत्तरे देतो किंवा समस्यांचे निराकरण करतो. हे संभाषण, सामग्री किंवा सोशल मीडिया किंवा इतर संप्रेषण माध्यमांवरील परस्परसंवादाद्वारे होऊ शकते.

४) शिक्षण आणि माहिती गोळा करणे :

ग्राहक उत्पादने किंवा सेवा, त्यांची वैशिष्ट्ये, फायदे, किंमत आणि ते त्यांच्या गरजा कशा पूर्ण करतात याबद्दल अधिक माहिती शोधतात. ग्राहकाला माहितीपूर्ण निर्णय घेण्यास मदत करण्यासाठी व्यवसाय स्पष्ट आणि अचूक माहिती प्रदान करतो.

५) खरेदी निर्णय :

ग्राहक माहितीचे मूल्यांकन करतो आणि खरेदी करायची की नाही हे ठरवतो. खरेदीला प्रोत्साहन देण्यासाठी व्यवसाय प्रोत्साहन, सवलत किंवा वैयक्तिक शिफारसी देऊ शकतो.

६) खरेदी आणि व्यवहार :

ग्राहक खरेदी पूर्ण करतो, मग ती ऑनलाइन असो, स्टोअरमध्ये असो किंवा इतर माध्यमांद्वारे असो. व्यवसाय एक व्यवस्थित आणि सोयीस्कर व्यवहार प्रक्रिया सुनिश्चित करतो.

७) खरेदीनंतरचा पाठपुरावा :

खरेदी केल्यानंतर, व्यवसाय ग्राहकांचे समाधान सुनिश्चित करण्यासाठी, मागणी तपशील प्रदान करण्यासाठी आणि आवश्यक असल्यास सहाय्य प्रदान करण्यासाठी पाठपुरावा करू शकतो. ही पायरी ग्राहकांचा विश्वास मजबूत करते आणि भविष्यातील परस्परसंवादासाठी व्यासपीठ तयार करते.

८) ग्राहक समर्थन आणि सेवा :

खरेदी केल्यानंतर ग्राहकाला सहाय्य, समर्थन किंवा समस्यानिवारण आवश्यक असू शकते. कोणत्याही सम स्यांचे निराकरण करण्याच्या आणि सकारात्मक अनुभव प्रदान करण्याच्या उद्देशाने व्यवसाय त्वरित आणि व्यावसायिकपणे चौकशी करतो.

९) अभिप्राय आणि पुनरावलोकने :

व्यवसाय ग्राहकांना त्यांच्या अनुभवाबद्दल अभिप्राय, पुनरावलोकने आणि प्रशंसापत्रे देण्यासाठी प्रोत्साहित करतो. सकारात्मक पुनरावलोकनांचा उपयोग व्यवसायाची प्रतिष्ठा वाढवण्यासाठी केला जातो, तर रचनात्मक अभिप्राय सुधारण्यासाठी क्षेत्रे ओळखण्यात मदत करतो.

१०) निष्ठा आणि नातेसंबंध निर्मिती :

व्यवसाय सुरुवातीच्या खरेदीच्या पलीकडे ग्राहकांशी गुंतणे सुरू ठेवतो. यामध्ये ग्राहक संबंध जोपासण्यासाठी निष्ठा कार्यक्रम, अनन्य सेवा आणि वैयक्तिकृत सामग्रीचा समावेश असतो.

बहुविकल्पी प्रश्न

१) एखाद्या व्यावसायिक संघटनेमार्फत किंवा संस्थेमार्फत ग्राहक आधार प्राप्त करून घेण्यासाठी माहिती पोहचविण, ग्राहकांचे मन वळविणे आणि बाजारपेठेतील बदलांबरोबर समायोजन साधून ग्राहकाधार प्राप्त करून घेणे म्हणजे ------- होय.

अ) जनसंपर्क **ब)** लोकमत **क)** संसुचन **ड)** प्रसिद्धी

२) भारतीय जनसंपर्क समाज या संस्थेची स्थापना ------- रोजी झाली.

अ) १९४८ **ब)** १९५८ **क)** १९६८ **ड)** १९७८

३) इलेक्ट्रानिक साधनांच्या आधारे केल्या जाणाऱ्या विपणनास ------- म्हणतात.

अ) ई-कॉमर्स **ब)** ई-बँकिंग **क)** ई-मार्केटिंग **ड)** ई-गव्हर्नन्स

४) ------- जाहिराती या चित्र आणि शब्द या दोघांचे एकत्रीकरण असते.

अ) पारंपरिक **ब)** आधुनिक **क)** नाविन्यपूर्ण **ड)** HTML

५) पुढीलपैकी कोणता ई-मार्केटिंगचा प्रकार नाही.

अ) बॅनर्स **ब)** ई-मेल मार्केटिंग **क)** ब्लॉग स्पॉट **ड)** सोशल मिडीया

६) ------- मार्केटिंग म्हणजे सामायिक माध्यमांच्या आधारे उत्पादन किंवा सेवेचे प्रवर्तन करणे होय.

अ) सोशल **ब)** ई-मेल **क)** बी-टू-बी **ड)** सी-टू-सी

७) ------- हे संघटनेचे महत्त्वाचे घटक असतात व ते सेवा पुरविण्याचे कार्य करतात.

अ) ग्राहक **ब)** पुरवठादार **क)** सेवा कर्मचारी **ड)** भांडवलदार

८) ग्राहक आणि कंपनी मधील संभाषण म्हणजे ------- होय.

अ) जनसंपर्क **ब)** संसूचन **क)** प्रचार **ड)** ग्राहक आंतरक्रिया

९) ------- सेवा म्हणजे ग्राहकाच्या उत्पादनाविषयी अनुभवाला आधार देण्यासाठी वितरकाद्वारे वापरण्यात आलेल्या क्रिया होय.

अ) ग्राहक **ब)** बँकिंग **क)** पुरवठा **ड)** घरपोच

१०) ------- म्हणजे एखादे उत्पादन किंवा सेवेचे बाह्यरूप होय.

अ) लेबल **ब)** व्यापार चिन्ह **क)** आवेष्टन **ड)** होलमार्क

उत्तर : १) अ, २) ब, ३) क, ४) ड, ५) अ, ६) अ, ७) क, ८) ड, ९) अ, १०) क,

सरावासाठी प्रश्न

प्र. १. जनसंपर्क म्हणजे काय? जनसंपर्काचा इतिहास स्पष्ट करा.

प्र. २. जनसंपर्काची साधने स्पष्ट करा.

प्र. ३. जनसंपर्क अधिकाऱ्याची भूमिका विशद करा.

प्र. ४. ई-मार्केटींग म्हणजे काय? वेब जाहिरातींचे विविध प्रकार स्पष्ट करा.

प्र. ५. सोशल मिडिया मार्केटींग म्हणजे काय? सोशल मिडिया मार्केटिंगची साधने स्पष्ट करा.

प्र. ६. विपणन मिश्रचा एक भाग म्हणून 'लोक'.

प्र. ७. 'गाहक आंतरक्रिया आणि ग्राहक सेवा या विपणन मिश्रचा भाग' आहेत स्पष्ट करा.

प्र. ८. आवेष्टन म्हणजे काय? आवेष्टनाची उद्दिष्टे आणि महत्त्व सांगा.

प्र. ९. **खालील विषयांवर टिपा लिहा :**

अ) जनसंपर्काचा इतिहास.

ब) जनसंपर्क अधिकाऱ्याची भूमिका.

क) ई-मेल मार्केटींग.

ड) ब्लॉग स्पॉट.

इ) स्पॉन्सर शिप.

फ) प्रक्रिया विपणन मिश्रचा एक भाग.

www.ingramcontent.com/pod-product-compliance
Lightning Source LLC
LaVergne TN
LVHW082038051026
849532LV00011B/3406
9788119180974